आपल्या स्नेहीजनांना पुस्तके भेट द्या

सुगरणीचं विज्ञान

डॉ. बाळ फोंडके

मेहता पब्लिशिंग हाऊस

✆ +91 020-24476924 / 24460313 / Mob. No. 9545000513

Email : production@mehtapublishinghouse.com

Website : www.mehtapublishinghouse.com

- *या पुस्तकातील लेखकाची मते, घटना, वर्णने ही त्या लेखकाची असून त्याच्याशी प्रकाशक सहमत असतीलच असे नाही.*

SUGARNICHA VIDNYAN by Dr. BAL PHONDKE

सुगरणीचं विज्ञान : डॉ. बाळ फोंडके / वैज्ञानिक लेख

Email : author@mehtapublishinghouse.com

संस्थापक : सुनील अनिल मेहता

प्रकाशक : मेहता पब्लिशिंग हाऊस प्रा. लि.,
१९४१, सदाशिव पेठ, माडीवाले कॉलनी, पुणे – ४११०३०.

मुद्रक : ट्रिनिटी ॲकॅडमी फॉर कॉर्पोरेट ट्रेनिंग लिमिटेड

मुखपृष्ठ : फाल्गुन ग्राफिक्स

प्रकाशनकाल : नोव्हेंबर, २०१० / मार्च, २०१३ / पुनर्मुद्रण : डिसेंबर, २०२५

किंमत : ₹ ३५०

P Book ISBN 9788184981674
E Book ISBN 9789353170608
E Books available on : amazonkindle Apple Books Google Play Books

---

महाराष्ट्रातील लक्षावधी सुनांची एकच आवडती सासू
असलेल्या आणि त्यांना सुगरणी बनवणाऱ्या
श्रीमती कमलाबाई ओगले
यांच्या स्मृतीस

मनोगत

मी काही कोणी बल्लवाचार्य नाही. आजवर मी म्हणावा तसा स्वयंपाकही केलेला नाही. फिल्टर वापरून कॉफी तयार करणे किंवा मायक्रोवेव्ह कुकरमध्ये भात शिजवणे या पलीकडे माझी फारशी मजल गेलेली नाही. आजकाल रेडीमेड भाज्या व आमट्या मिळतात. त्या तयार करण्यासाठी पाककलेची काही माहिती असण्याची आवश्यकता नसते. त्यामुळे त्या 'शिजवल्या' असल्या तरी त्याला स्वयंपाक म्हणता येणार नाही.

तरीही या विषयावर काही लिहावं असं मला का वाटलं? त्याची मुख्यत्वे दोन कारणं आहेत. पहिलं म्हणजे माणूस आपलं अन्न शिजवायला लागला तेव्हापासून त्याच्या उत्क्रांतीतील वाटचालीनं एक महत्त्वाचं वळण घेतलं. असा अनेक उत्क्रांतीतज्ज्ञांचा सिद्धांत आहे किंबहुना माणूस आपलं अन्न शिजवायला लागला तेव्हाच 'हन्टर गवरर' हे स्वरूप सोडून त्यानं आपल्या सुसंस्कृत आधुनिक मानव बनण्याच्या वाटचालीला सुरुवात केली. अशा प्रकारे अन्न शिजवून खायला लागल्यामुळे पचनसंस्थेत जसे उत्क्रांतिनुरूप बदल होत गेले तसाच माणसाचा सांस्कृतिक विकास होत गेला. जोवर तो अन्न शिजवत नव्हता, कच्चंच खात होता तोवर त्याला आपल्या अन्नासाठी रानावनातल्या कंदमुळांवर, फळांवर गुजराण करावी लागत होती. किंवा शिकार करून आणलेल्या प्राण्याच्या मांसावर पोट भरावं लागत होतं. ते करण्यात त्याचा सगळा वेळ तर खर्च होत होताच, पण अन्नाबाबतची अनिश्चितताही त्याला सतावत होती. आज शिकार मिळाली, उद्या ती मिळेलच याची खात्री काय? किंवा खाऊन खाऊन एखाद्या ठिकाणची कंदमुळं आणि फळं संपून गेली. त्यांच्या शोधात दुसरीकडं कुठं तरी जाणं आलं. यापायी त्याचा जीवनक्रमही भटका झाला होता. कुटुंबसंस्था, नातीगोती, इतर गोतावळा जमा होत नव्हता. शिकारीसाठी आवश्यक असणाऱ्या संख्येच्या टोळ्या इतस्तत: भटकत होत्या. प्रसंगी अन्नासाठी या टोळ्यांमध्येच लढायाही होत होत्या. अन्न शिजवायला लागल्यापासून तोवर पचनी न पडणाऱ्या पदार्थांचाही अन्नात समावेश

होऊ लागला. अन्न शिजवणं म्हणजेच पचनक्रियेचा काही भाग शरीराबाहेर पार पाडणंच आहे. त्यामुळे पचनसंस्थेचा भारही हलका झाला. शेतीची सुरुवातही झाली. अन्नाची सुरक्षितता तर योजणं शक्य झालंच. पण आता अन्नाच्या शोधातच भटकावं न लागल्यामुळे फुरसतीचा वेळ मिळू लागला. आहार, निद्रा, भय आणि मैथुन या चौकटीपलीकडे जाऊन तो आपल्या व्यक्तिमत्त्वाचा विकास साधू शकला. संस्कृतीची पायाभरणी झाली. उत्क्रांतीच्या प्रवाहाला वेगळंच वळण मिळालं.

दुसरी बाब आहे ती प्रत्यक्ष शिजवण्याच्या प्रक्रियेबाबतची. आयुर्वेदात शिजवणं या प्रक्रियेला अन्नावर संस्कार करणं असंच म्हटलं आहे. म्हणजेच शिजवण्याची प्रक्रिया हीही एक वेगळ्या अर्थानं संस्कृतीजन्य प्रक्रिया ठरते. अन्न शिजवण्यासाठी अर्थात अग्नीचा उपयोग मोठ्या प्रमाणात होऊ लागला. थोडक्यात अन्न शिजवण्यासाठी आपण त्याला मोठ्या प्रमाणात उष्णता देतो. पण ही उष्णता देण्याचेही निरनिराळे प्रकार आहेत. ते सगळे सुगरणी वापरतात. पण त्यांची जाणीव किती जणींना असते? शिवाय या उष्णता देण्याचे जे निरनिराळे प्रकार आहेत त्यापैकी प्रत्येकाचे गुणधर्म वेगवेगळे आहेत. प्रत्येकाची काही लाभदायक वैशिष्ट्ये आहेत अशा काही मर्यादाही आहेत. त्या जर व्यवस्थित समजल्या तर तीच शिजवण्याची प्रक्रिया अधिक कार्यक्षमतेनं नाही का करता येणार?

शिवाय कच्च्या धान्यापासून, कडधान्यापासून, भाजीपाल्यापासून खाण्याजोगं अन्न तयार करणं यासाठी उष्णता देण्याआधीही काही प्रक्रिया कराव्या लागतात. पूर्वतयारी करावी लागते. ही केवळ कापण्या चिरण्यापुरतीच मर्यादित नसते. तेल आणि पाणी यांसारख्या एकमेकांची तोंडही न पाहणाऱ्या पदार्थांना गुण्यागोविंदानं एकत्र नांदायला लावणं आवश्यक असतं. केवळ लोणचं घालतानाच लिंबाच्या रसासारखा पाण्यासमान पदार्थ आणि तेल यांची मुटकुळी बांधली जाते असं नाही. इतरही पाकपदार्थांसाठी तसं करणं आवश्यक असतं. काही कडधान्यांना मोड आणल्यानंतरच ती शिजवली जातात. मीठ, साखर यासारखे काही पदार्थ विरघळावेही लागतात. मीठ, मिरची, साखर, इतर मसाले यांचं नेमकं प्रमाण किती असावं याचं

व्यवधान राखावं लागतं. ही सगळी अवधानं पार पाडताना आपण एक वैज्ञानिक प्रक्रियाच पार पाडत असतो याची जाणीव सुगरणींना असतेच असं नाही. आई किंवा सासूनं सांगितल्याप्रमाणे आपण हा पदार्थ तयार करतो असं अनेक जणी सांगताना आढळतात. त्यात योग्य त्या व्यक्तीला योग्य तितकं श्रेय देण्याची भावना असते हे मान्य. पण ते तसंच का करायचं असा प्रश्न किती जणींनी केलेला असतो? अर्थात आपल्या संस्कृतीत वडीलधाऱ्यांना कोणतेच प्रश्न विचारणं मान्य नाही. ती परंपरा अजूनही टिकून आहे. वडीलधाऱ्यांचा मान राखण्याची भूमिका त्यापाठी आहे यात शंका नाही. पण शंकानिरसन करून घेण्यासाठीही प्रश्न न विचारणं हे कितपत तर्कसंगत आहे?

असे प्रश्न मनात उमटायला लागले होते. त्याच ओघात रॉबर्ट वूल्के यांचा 'व्हॉट आइनस्टाईन टोल्ड हिज कुक!' हा दोन खंडातला ग्रंथ माझ्या वाचनात आला. वूल्क हे ख्यातनाम शास्त्रज्ञ आहेत. त्यांची यापूर्वीच 'व्हॉट आइनस्टाईन डिडन्ट नो' आणि 'व्हॉट आइनस्टाईन टोल्ड हिज बार्बर' ही दिलखुलास पुस्तकं मी वाचली होती. विज्ञानातील अनेक गहन सूत्रं त्यातील क्लिष्टता टाळत आणि गूढ उलगडत सर्वसामान्य वाचकांपर्यंत कशी पोचवावीत यांचा वस्तुपाठच वूल्के यांनी घालून दिलेला होता.

त्यामुळेच त्यांची पाकक्रियेतल्या विज्ञानासंबंधीचे ग्रंथ वाचल्यावर माझ्या विचारांनाही वेगळी दिशा मिळाली. वूल्के यांच्या या ग्रंथलेखनाबाबतचं धोरण थोडं वेगळं आहे. काही लोकप्रिय पाककृतींचा विचार करून त्यांनी त्या पाठच्या विज्ञानाचा मागोवा घेतला आहे. आणि तसं करत त्या पाककृती अधिक विज्ञाननिष्ठ कशा करता येतील याचा विचार केला आहे. शिवाय त्यात मुख्यत्वे पाश्चात्य पाककलेचा, क्युझिनचा विचार अंतर्भूत आहे. आपल्या भारतीय पाककलेशी निगडित असलेल्या विज्ञानसूत्रांचा त्यात फारसा उल्लेख नाही.

तसा तो डॉ. वर्षा जोशी यांच्या स्वयंपाकघरातील विज्ञान या पुस्तकात आहे. पण त्यांचंही धोरण साधारणपणे वूल्केंसारखंच आहे. त्या स्वत: सुगरण असल्यामुळे

ते धोरण राबवणं अर्थात त्यांना निश्चितच शक्य झालं आहे. पण या दोन्ही पुस्तकांमध्ये विज्ञानाच्या ज्या काही मूलभूत संकल्पनांचा वापर स्वयंपाकक्रियेत केला जातो त्याचं सविस्तर आविष्करण नाही. त्यामुळेच तो विचार मांडण्याचा प्रयत्न करावा अशी माझी भावना झाली. त्या प्रयत्नांचा परिपाक म्हणजेच हे सुगरणीचं विज्ञान.

हे लिहून झाल्यावरही मी त्या बाबतीत काही प्रमाणात साशंक होतो. संदेह तीन प्रकारचे होते. सुगरणीच्या नजरेतून यात काही भयानक चुका तर नाहीत? त्या प्रक्रियेपाठी विज्ञानाची जी संकल्पना अनुस्यूत आहे असं मी मानलं ते कितपत बरोबर आहे? आणि सर्वांत महत्त्वाची बाब म्हणजे ज्यांची विज्ञानाशी फारशी जवळीक नाही अशा सुगरणींना हे विज्ञान कितपत रुचेल? की तो घास गळ्याखाली उतरणारच नाही?

या शंकांचं निरसन करण्याचा एकच उपाय माझ्यापुढे होतो. त्यासाठी मग मी प्रथम माझ्या विहिणबाईंना साकडं घातलं. गेली पंचवीस वर्षं ऑस्ट्रेलियात स्थाईक झालेल्या डॉ. उषा नांदूरकर या रुचिराकार कमलाबाई ओगले यांच्या सुकन्या. आईकडून पाकक्रियेचा वारसा तर त्यांना मिळालाच, पण त्यांनी 'मायसे सवाई लेक' ही म्हण (तशी नसली तर ती नव्यानं तयार करायला हरकत नाही.) सार्थ केली आहे. जगातल्या अनेक पाकपद्धतीतील पदार्थ त्या सहजगत्या आणि झटपट तयार करतातच. पण त्यामध्ये नवीन पदार्थ विकसित करून स्वत:ची भर घातली आहे. त्याहून महत्त्वाची बाब ही की त्यांनी मुंबईच्या जगविख्यात इन्स्टिट्यूट ऑफ केमिकल टेक्नॉलॉजी इथून डॉक्टरेटची पदवीही मिळविलेली आहे. सुगरण आणि वैज्ञानिक या दोन्ही नात्यांनी त्यांनी या सुगरणीच्या विज्ञानाची पाहणी करावी आणि ते वाचकांपुढे वाढावं की सरळ चुलीत घालावं याचा निवाडा करावा अशी विनंती मी त्यांना केली. त्यांनी ते सर्व सखोल वाचून हिरवा कंदील तर दाखवलाच पण काही अतिशय महत्त्वाच्या सूचनाही केल्या. त्या सर्वच मी अंमलात आणल्या आहेत असं नाही. पण या पुस्तकाचं मोल वाढवण्यात त्यांचा सिंहाचा वाटा आहे.

अर्थात तरीही काही चुका, त्रुटी राहिल्या असतील तर त्यांची संपूर्ण जबाबदारी मात्र माझी आहे.

त्यांच्या व्यतिरिक्त मी हे पुस्तक डॉ. रजनी भिसे आणि डॉ. मानसी राजाध्यक्ष या दोन वैज्ञानिकांनाही वाचायला दिलं होतं. त्या सुगरणीही आहेत हे त्यांच्या हातच्या खाल्लेल्या अन्नाला जागून मला सांगायला हवं. त्यांनीही काही सूचना केल्या, काही चुका सुधारल्या. त्यांचंही योगदान निश्चितच आहे.

हे सर्व झाल्यावरही मी माझी पत्नी अलका आणि माझी मानलेली कन्या रोहिणी गोखले या दोघींना पुस्तक वाचायला दिलं. माझ्या सहवासामुळे त्यांची विज्ञानाशी तोंडओळख झालेली असली तरी ती तशी वरवरची आहे. त्यांच्या पचनी जर हे पुस्तक पडलं नाही तर? पण त्यांनीही भरल्या पोटावर ढेकर द्यावा तसा अभिप्राय दिला. त्यानंतरच आता हे पुस्तक वाचकांसमोर येत आहे.

अर्थात त्यालाही आणखी काही व्यक्तींचं योगदान आहे. मेहता पब्लिशिंग हाऊसचे श्री. सुनील मेहता यांनी तत्परतेने ते प्रकाशनासाठी स्वीकारलं आणि आपल्या नेहमीच्या थाटातच निर्मितीबाबत कोणतीही तडजोड न करता ते प्रकाशित केलं आहे. त्यांच्या संस्थेतील राजश्री देशमुख हिनं संपादनाची जबाबदारी कार्यक्षमतेनं पार पाडली आहे. त्याचं श्रेय त्यांना द्यायलाच हवं. चित्रकार चंद्रमोहन यांचा माझ्यावर खास लोभ आहे. त्यांनी सजवलेली मुखपृष्ठं नेहमीच पुस्तकांचं मूल्य वाढवत असतात. पण माझ्या पुस्तकांना दिलेली त्यांची मुखपृष्ठ तर लाजवाब असतात. या पुस्तकाबाबतीतही त्यांनी आपली परंपरा राखली आहे. त्यांना धन्यवाद देणं आवडणार नाही. पण तसं न करणं मला कृतघ्नपणाचं वाटेल.

या पुस्तकाच्या वाचनानं सुगरणींच्या हाताला अंमळ अधिक चव आली आणि खवय्यांच्या पोटात दोन घास जास्ती गेले तर माझं पोट भरेल यात शंका नाही.

डॉ. बाळ फोंडके

अनुक्रमणिका

आधी हाताला चटके...

उषाताईंचं लग्न होण्यापूर्वीपासून गोदाकाकू त्यांच्याकडे स्वयंपाक करण्यासाठी राहिल्या होत्या. माहेराहून उषानं हुंडा म्हणून गोदाकाकूंनाच आणलं असं प्रभाकर बऱ्याच वेळा गमतीनं म्हणत असे.

वास्तविक उषाताईंनी आपल्या आईच्या हाताखाली पाककलेचे धडे गिरवले होते. स्वत: त्यात भर घालून केवळ महाराष्ट्रीय किंवा भारतीयच नव्हे तर देशोदेशीचे किती तरी पदार्थ त्या उत्तम बनवत असत. पण वैज्ञानिकाचा पेशा पत्करल्यामुळे स्वयंपाकघरात त्यांचं पाऊल पडणं म्हणजे कपिलाषष्ठीचा योग असे. नाही म्हणायला पैपाहुणे जेवायला येणार असले की त्या स्वयंपाकात लक्ष घालत असत.

पण त्या वेळीही मेन्यू ठरवण्याचंच काम बहुधा उषाताई करत आणि सुपरव्हिजन करत. प्रत्यक्ष स्वयंपाकाचं काम गोदाकाकूच पार पाडत असत. उषाताईंबरोबर इतकी वर्षं काढल्यामुळे त्याही तशा सुगरण बनल्या होत्याच. त्यांच्या हाताला चव आहे असं घरातलीच मंडळी म्हणत असं नाही. भरपूर आणि सुग्रास जेवणानं तृप्त झालेली पाहुणेमंडळीही येत असलेला ढेकर आवरण्याचा कोणताही प्रयत्न न करता त्यांची स्तुती करत असत.

उषाताईंच्या बरोबरीनं पाककौशल्य तर गोदाकाकूंनी आत्मसात केलं होतंच; पण गुण नाही पण वाण लागला असं म्हणतात ना, तशी त्यांनाही उषाताईंच्या वैज्ञानिक दृष्टिकोनाची लागण झाली होती. आपण जे काही करतो ते तसंच का करायचं, त्या मागे तत्त्व कोणतं आहे, याचा उलगडा करून घ्यायची अनावर इच्छा होत असे आणि मग ते कुतूहल शमवल्याशिवाय त्यांना चैन पडत नसे.

त्यांच्या या शंकांचं निरसन करायला उषाताई तर नेहमीच तत्पर असत. पण

सगळ्या शंकांची उत्तरं नेहमी उषाताईच देत असं नाही. अनुभवातून आपलं शिक्षण घेतलेल्या गोदाकाकूही प्रसंगी चार शब्द ऐकवत असत.

एके दिवशी गोदाकाकू भाकरी भाजत होत्या. लोखंडी पोळपाटावर ओलसर कपडा टाकून त्यावर त्या भाकऱ्या थापत होत्या आणि हलक्या हातानं तापल्या तव्यावर टाकत होत्या. तव्यावरची भाकरी उलटण्यासाठी किंवा वाटोळी फिरवण्यासाठी चिमट्याचा वापर न करता त्यासाठी आपला हातच त्या वापरत होत्या. मधूनच त्या तव्यावरच्या भाकरीवरून पाण्याचा हलका हातही फिरवत होत्या.

इतक्यात कशाला तरी हाक मारत उषाताई तिथे आल्या. क्षणभर का होईना गोदाकाकूंचं तव्यावरचं लक्ष उडालं. उषाताईंनी विचारलेल्या प्रश्नाचं उत्तर देता देताच सवयीनं त्यांनी आपला हात तव्याकडे नेला. प्रश्नाचं उत्तर देण्यापूर्वी आपण तव्यावरची भाकरी काढून ठेवली आहे हे त्या विसरल्या. तापल्या तव्यावर त्यांचा हात पडताच साहजिकच तो भाजला. त्याबरोबर त्यांच्याही नकळत त्यांच्या तोंडून किंकाळी बाहेर पडली.

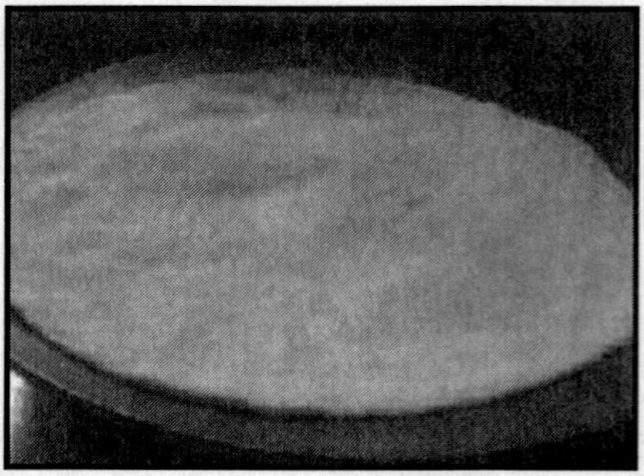

त्यांचा भाजलेला हात बघून त्यावर काही तरी औषध लावण्यासाठी उषाताईही तत्परतेनं पुढं झाल्या.

"काय हे काकू? अहो लक्ष कुठं आहे तुमचं? चक्क विस्तवाशी खेळता आहात तुम्ही."

"नाही ताई, फारसं नाही भाजलेलं. बघा तसा फोडही नाही आलेला. नाही तरी बहिणाबाईंनी म्हणूनच ठेवलं आहे ना. 'आधी हाताला चटके, तेव्हा मिळते भाकर.' वातावरणात आलेला तणाव नाहीसा करण्याच्या उद्देशानं गोदाकाकू म्हणाल्या.

त्यांच्या हाताला बर्नाल लावत आणि त्यांना तव्यापासून दूर करत उषाताईंनी तोवर भाकरी भाजण्याचा ताबा घेतला होता.

"नाही काकू. ते तितकंसं खरं नाही. आधी पिठाला चटके, मग मिळते भाकर. शिवाय हे भाकरीच्या बाबतीतच खरं आहे. भातही आपण असाच शिजवतो का? तापल्या तव्यावर?"

"पण हाताला चटका बसायचाच असेल तर भाताच्या वाफेनंही बसतोच ना?" आपलं म्हणणं रेटत गोदाकाकू म्हणाल्या.

"खरं आहे. त्यामुळेही हात भाजतो, पण वेगळ्याच प्रकारे."

"म्हणजे भाकरी भाजणं आणि भात शिजणं या वेगवेगळ्या क्रिया होतात की काय?"

उषाताईंबरोबर राहून काकूंच्या तोंडूनही क्रिया, प्रक्रिया, विक्रिया वगैरे शब्द आता येऊ लागले होते.

"खरंच आहे ते. आपण अन्न शिजवतो तेव्हा उष्णतेचा वापर करतो. मग ते अन्न कोणतंही असो. पण ही उष्णता त्या अन्नाला देण्याचे प्रकार मात्र वेगवेगळे असतात. अन्नाला द्यायची उष्णता आपण शेगडीतून मिळवतो. त्या शेगडीत लाकूडफाटा जाळला जात असेल, कोळसा वापरला जात असेल किंवा आपण वापरतो तसा गॅसचा वापर केला जात असेल."

"किंवा कपाटातली आपली विजेची शेगडी असेल."

"बरोबर बोललात. हॉट प्लेट काय, ओव्हन काय, कानामागून येऊन तिखट झालेला मायक्रोवेव्ह ओव्हन काय, सगळी नुसती उष्णता निर्माण करण्याची साधनं आहेत. ही उष्णता अन्नाला देण्यासाठी एका जागेहून दुसऱ्या जागेकडे उष्णता वाहून नेणं आवश्यक असतं. उष्णता वाहून नेण्याचे तीन वेगवेगळे प्रकार आहेत."

"तीन प्रकार? सांगताय काय ताई?"

"हो ना. तुम्हीही नेहमी ते वापरता. तिन्हीही वापरता, वेगवेगळ्या पदार्थांसाठी. तुमच्या ते तेवढंसं ध्यानात नसेल आलं. उष्णता वाहून नेण्याचे तीन मार्ग आहेत, कन्डक्शन, कन्व्हेक्शन आणि रेडिएशन. म्हणजेच वहन, अभिसरण आणि प्रारण."

"पण यांत फरक काय? आणि कोणताही मार्ग वापरला तरी शेवटी उष्णता एका ठिकाणाहून दुसरीकडे किंवा एका पदार्थाकडून दुसरीकडे वाहून नेली जातेच ना? मग हे तीन तीन प्रकारांचे चोचले हवेतच कशाला?"

"तसं नाही काकू. कुठून कुठे उष्णता वाहून न्यायची आहे यावर हे मार्ग अवलंबून असतात. निसर्ग मोठा काटकसरी आहे. तो नेहमीच सर्वांत किफायतशीर मार्ग वापरतो. वहन हे नेहमी घन पदार्थांमध्ये उष्णता वाहून नेण्यासाठी वापरायचा मार्ग आहे."

"घन पदार्थ? म्हणजे?"

"म्हणजे टणक पदार्थ. जे प्रवाही नसतात असे पदार्थ धातू. आपली बहुतेक भांडी कोणत्या ना कोणत्या धातूचीच बनलेली असतात. स्टेनलेस स्टील, हिंदालियमसारखा मुख्यत्वे ॲल्युमिनियमपासून बनलेला मिश्र धातू, तांबं, पितळ, आता नाही वापरत कोणी पण चांदी, हे सगळे धातूच आहेत. या धातूंमध्ये त्यांचे रेणू इतस्ततः फिरत नसतात. ते एकमेकांशी बांधलेले असतात. त्याची नेहमीच एक विशिष्ट रचना होत असते. एक पॅटर्न असतं. रेणूंना एकमेकांशी जोडणारे रासायनिक बंध घट्ट असतात. त्यामुळेच हे रेणू त्या विशिष्ट घाटात, रचनाबंधात

जखडून राहिलेले असतात. तुम्ही गरम चहात चमचा ठेवलात किंवा चुलीवर शिजणारी आमटी ढवळायला घेतलेला डाव तिथंच ठेवून दिलात तर थोड्या वेळानं तुम्ही जेव्हा परत आमटी ढवळायला लागता तेव्हा हाताला चटका बसतो. कारण त्या आमटीच्याच नव्हे तर त्या चुलीवरच्या भांड्याच्याही बाहेर असलेलं डावाचं हॅन्डल तापलेलं असतं. डावाच्या

खोलगट वाटीला गरमागरम आमटीकडून किंवा भांड्याच्या तापलेल्या तळापासून मिळालेली उष्णता वाहून दुसऱ्या टोकापर्यंत आलेली असते. त्यामुळं ते टोकही तापतं.''

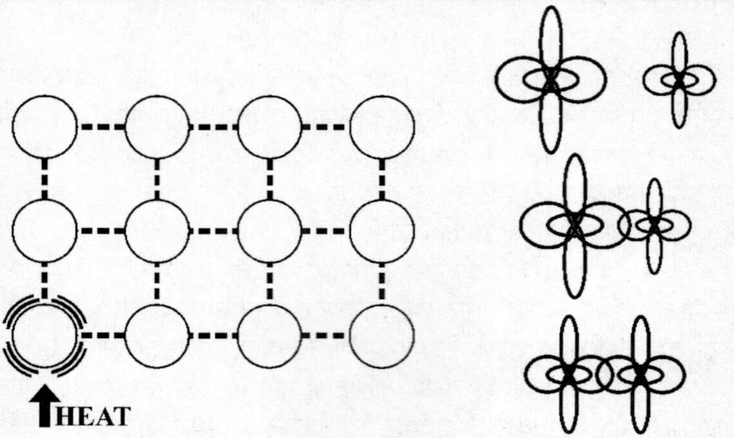

घनपदार्थांमधील रेणूंची रचना

उत्तेजित रेणू शेजाऱ्याला उत्तेजित करतो

''खरं आहे तुमचं म्हणणं. आता तापलेल्या तव्यानं भाजला एवढा नाही भाजत हात, पण चटका बसतो हे खरं. आधी हाताला घामटी, मग मिळते आमटी.'' बहिणाबाईंची नक्कल करण्याचा प्रयत्न करत गोदाकाकू म्हणाल्या. ''पण हे दुसरं टोक तापतं कसं?''

''कारण एका टोकाला मिळालेली उष्णता वहनाच्या मार्गानं म्हणजेच कन्डक्शननं दुसऱ्या टोकाला पोचवली जाते. त्याचं असं होतं की एका टोकाला असलेल्या त्या चमच्याच्या धातूच्या रेणूंना खालच्या आगीकडून घनपदार्थांमधील अणूंना उष्णता मिळते.

उष्णता म्हणजे ऊर्जाच आहे एक प्रकारची. ती मिळाली की ते रेणू उत्तेजित होतात. नाचू बागडू लागतात. तसं झालं की त्या रेणूला जोडलेले बंधही हलू

लागतात, हिंदकळू लागतात. वाढीव ऊर्जेचा पुरवठा होतच राहतो. कारण खालची चूल तशी पेटलेलीच असते. साहजिकच ते जोड आणखी जोरानं हिंदकळू लागतात. तसं झालं की मग त्यांच्यामधली वाढीव ऊर्जा शेजारच्या जुडलेल्या अणूला मिळते. तो उत्तेजित होतो, नाचू-बागडू लागतो. त्याची उष्णता पुढच्या रेणूला. ही साखळी वाढतच जाते. आणि पार दुसऱ्या टोकाला असलेल्या रेणूलाही ती उष्णता मिळते. तोही तापतो. चुलीजवळच्या टोकाचं तापमान मोजलंत तर ते दुसऱ्या टोकाच्या तापमानापेक्षा जास्ती असल्याचं दिसून येईल. पण दोन्ही टोकांचं तापमान नेहमीपेक्षा चढलेलं असेल हे नक्की.''

''पण मग चुलीवर ठेवलेलं भांडं तापतं तेही असंच तापत असेल. कारण उष्णता ही त्या चुलीतल्या आगीतूनच मिळते. ती त्या भांड्यात वाहून नेल्याशिवाय ते थंड भांडं तापणार नाही.''

''अगदी बरोबर बोललात. शिवाय उष्णता एका वस्तूकडून दुसरीकडे अशा रितीने, वहनाच्या मार्गाने, हस्तांतरित होण्यासाठी त्या दोन्ही वस्तू एकमेकांशी चिकटलेल्या हव्यात.''

''मला नाही हे पटत. तुम्ही भांडं त्या चुलीपासून वर अधांतरी धरलंत तरी ते तापतंच. कमी तापत असेल. तापण्यासाठी त्याला वेळ लागत असेल. पण तरीही ते तापतंच. कितीतरी वेळा पाहिलंय मी.''

''पण मी कुठं म्हणाले की त्या दोन वस्तू चिकटलेल्या नसतील तर उष्णता वाहूनच नेली जाणार नाही म्हणून! ती वाहून नेली जाईल. पण त्यासाठी दुसराच

गरम पदार्थ ठेवलेली बशीही तापते

मार्ग अनुसरला जाईल. वहनाचा मार्ग तिथं वापरला जाणार नाही.''

"मग गरमागरम पदार्थ ताटात वाढून घेतला की ते ताटही तापतं, हातात पटकन धरवत नाही. ते असंच वहनाच्या मार्गानं तापत असेल. कारण तो पदार्थ त्या ताटाला चिकटूनच असतो.''

"अगदी बरोबर. त्या गरम पदार्थातली उष्णता थंड असलेल्या ताटाला मिळते. उष्णता नेहमीच जास्ती तापमान असलेल्या वस्तूकडून कमी तापमान असलेल्या वस्तूकडे जात असते. इथं नुकत्याच चुलीवरून उतरवलेल्या त्या पदार्थाचं तापमान जास्ती असतं. पण ताट त्या मानानं थंडच असतं. त्यामुळं पदार्थातली उष्णता त्याला चिकटून असलेल्या ताटाकडे वाहून नेली जाते. वहनाच्या मार्गानंच.

"यामुळे त्या ताटाचं तापमान वाढतं. ते गरम होतं आणि त्या ताटाशी चिकटलेल्या आपल्या थंड हाताकडे ती उष्णता वाहून नेतं. त्यामुळेच हाताला चटका बसतो. मगाशी तुमच्या हाताला बसला तोही वहनाच्या मार्गानंच हाताला मिळालेल्या उष्णतेपोटीच बसला होता.''

"मगाशी तुम्ही त्या आमटीतल्या डावाबद्दल बोलत होतात. काही काही स्वयंपाकी लाकडी डाव वापरतात. तुम्हीही कुठंशा फॉरेनला गेला होतात तेव्हा तिथून ते लाकडी डाव आणले होते. ते वापरले तर सहसा चटका नाही बसत.''

"अरे वा! चांगलंच निरीक्षण केलं आहेत की तुम्ही. खरं आहे तुमचं म्हणणं. याचं कारण म्हणजे प्रत्येक पदार्थाची किंवा धातूची म्हणा हवं तर, वहनाची क्षमता सारखी नसते. उष्णता वाहून नेण्याचा वेग सारखाच नसतो. वेगवेगळा असतो. या वहनाच्या क्षमतेलाच आम्ही वैज्ञानिक मंडळी थर्मल कन्डक्टिव्हिटी किंवा उष्णतावाहकता म्हणतो. धातू हे घन असतात. त्यांची उष्णतावाहकता जास्ती असते. तुम्हाला माहिती असेल, पूर्वी किंवा अजूनही, गावाकडे चहा पितळेच्या पेल्यातून देतात.''

"हो तर. तो पेला हातात धरवत नाही. धोतराच्या किंवा लुगड्याच्या शेवात मग तो धरतात. पुरुष मंडळी आपल्या पटक्याच्या शेमल्यातही धरतात.''

"पण तोच चहा आपल्या चिनीमातीच्या कपात ओतलात तर तो कप धरणं तेवढं अवघड जात नाही. रेल्वे स्टेशनवर मातीच्या मडक्यातून, कुल्हडमधून चहा देतात. ते मडकंही हातात धरता येतं. कारण चिनीमाती किंवा मडकं ज्याचं बनवतात ती कुंभाराची माती यांची उष्णतावाहकता कमी असते. कापडाची त्याही पेक्षा कमी असते. त्यामुळे त्या कापडातून पितळेच्या पेल्याची उष्णता आपल्या हातापर्यंत पोहोचत नाही. धातूंची उष्णतावाहकता जास्ती असते. त्या मानानं द्रव पदार्थांची किंवा वायूंची उष्णतावाहकता कमी असते.''

"का? कारण भांड्यातल्या पाण्यात ठेवलेल्या चमच्याचं दुसरं टोक तापतंच ना? हाताला चटका बसतोच ना?''

निरनिराळ्या पदार्थांची उष्णतावाहकता

पदार्थाचं नाव	उष्णतावाहकता
चांदी	४२९
चिनी माती	१.५
पितळ	१०९
ॲल्युमिनियम	२५०
ऑलिव्ह तेल	०.१७
फायबरग्लास	०.०४
पाणी	०.५८
ग्लासवूल (काचधागे)	०.०४
कापूस	०.०३
तांबं	४०१
थर्मोकोल	०.०३३
सोनं	३१०
स्टेनलेस स्टील	१६
लाकूड	०.१२-०.१७

"हो. पण भांड्यात पाणी नसेल तर ते चमच्याचं टोक लवकर तापेल. पाणी असेल तरीही ते तापेल पण त्याला वेळ लागेल. कारण धातूच्या भांड्यापेक्षा द्रव असलेल्या पाण्याची उष्णतावाहकता कमी असते. तोच चमचा त्या भांड्यात अधांतरी धरलात तर ते टोक तापायला पुष्कळच वेळ लागेल. कारण वायूरूप हवेची उष्णतावाहकता आणखीच कमी असते."

"पण असं का?"

"कारण घन पदार्थांचे रेणू एका विशिष्ट घाटात, एका विशिष्ट रचनाबंधात बांधलेले असतात. एकमेकांशी ते घट्ट जोडलेले असतात. एकमेकांच्या जवळजवळ

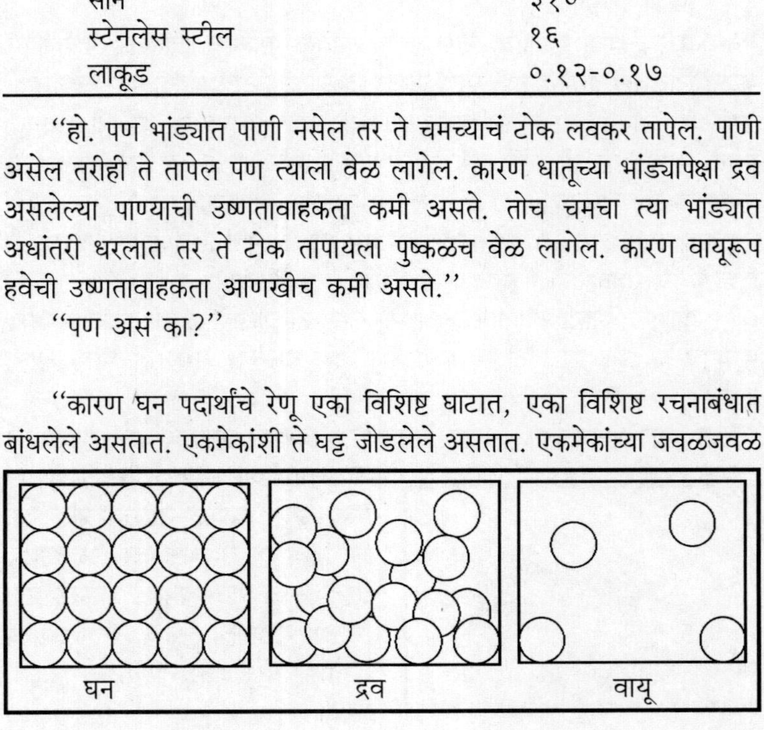

असल्यामुळे त्यातला एक उत्तेजित होऊन नाचा-बागडायला लागला की त्याचा धक्का लागून जवळचा रेणू नाचू लागण्याची शक्यता वाढते. द्रव पदार्थाच्या रेणूंमधला जोड थोडा विस्कळीत असतो. त्याचे रेणू त्यामुळे एका घट्ट चौकटीत बांधलेले नसतात. घन पदार्थाचे रेणू कसे एका विशिष्ट जागीच असतात. द्रवपदार्थाचे थोडेफार इकडे तिकडे वावरत असतात. एका जागी स्थिर राहत नाहीत. वायुरूपात तर ते रेणू हा बंध तोडून वेगवेगळे झालेले असतात. सुटे बागडत असतात. त्यामुळे मग एका उत्तेजित झालेल्या रेणूचा धक्का दुसऱ्या रेणूला बसायला वेळ लागतो. तो धक्काही तितकासा जोरकस असत नाही. एकाची वाढीव ऊर्जा सहजासहजी दुसऱ्याला मिळत नाही.''

''स्वयंपाकासाठी आपण निरनिराळ्या धातूंची भांडी वापरतो. त्या सगळ्यांचीच उष्णतावाहकता सारखीच असते की काय?''

''नाही. ती वेगवेगळी असते. चांदीची उष्णतावाहकता सर्वांत जास्ती असते. त्या खालोखाल तांब्याची, मग ॲल्युमिनियम, बीड, स्टेनलेस स्टील, काच किंवा चिनीमाती अशी उतरती भाजणी आहे.''

''आणि लाकूड?''

''ते त्याच्याही खालीच. म्हणजे जवळजवळ नगण्यच म्हणाना! म्हणून तर जळतं लाकूडही तुम्ही हातात धरू शकता. त्याचं एक टोक चक्क पेटलेलं असतं. पण दुसरं टोक तुम्ही हातात पकडू शकता. हात भाजण्याची काहीही शक्यता नसते. म्हणून तर जी भांडी सरळसरळ शेगडीवर ठेवायची असतात त्यांचे दांडे बहुधा लाकडी असतात. लाकडी नसले तर चिनीमातीसारख्या अशाच दुसऱ्या कमी वाहकता असलेल्या पदार्थांचे बनवलेले असतात. ते भांडं कितीही तापलं तरी तो दांडा थंडच राहतो. तो पकडून आपण भांडं उचलू शकतो.''

''आणि तांब्याची उष्णतावाहकता स्टेनलेस स्टीलपेक्षाही जास्ती असते म्हणता! म्हणूनच का आजकाल ती स्टीलची पण तांब्याचा तळ असलेली भांडी आली आहेत?''

''बरोबर ओळखलंत. आकडे-वारीतच सांगायचं तर तांब्याची उष्णता वाहकता स्टीलच्या वाहकतेपेक्षा पंचवीस पटीनं जास्ती असते. त्यामुळे स्टीलच्या भांड्यातलं पाणी किंवा दूध तापायला फार वेळ लागतो. जास्ती ऊर्जा खर्च करावी लागते. पण तेच त्या भांड्याचा तळ तांब्याचा असला तर तेच दूध लवकर तापतं. कमी ऊर्जा लागते.''

"पण तळच का? सगळं भांडंच तांब्याचं का नाही?"

"कारण चुलीतल्या आगीशी चिकटलेला असतो तो तळच. त्यातून चटकन उष्णता वाहून भांड्याच्या आतल्या भागाला मिळाली की झालं. तिथं तुम्ही शिजवत असलेला पदार्थ असतोच. त्यानंतरची करामत सगळी त्या पदार्थाच्या उष्णतावाहकतेचीच असते. सगळं भांडं कशाला तापायला हवं?"

"असं जर आहे तर मग आपण शिजवण्यासाठी नेहमी फक्त उष्णतावहनाचाच मार्ग वापरतो असं झालं. तुम्ही तर म्हणालात की आपण तिन्ही मार्गांचा अवलंब करतो म्हणून!"

"खरंच आहे मग ते! तुम्ही आता भाकरी भाजत होतात तेव्हा फक्त वहनाचाच वापर करत होता. अंड्याचं आमलेट करतानाही तुम्ही वहनाचाच वापर करता. चुलीच्या आगीतली उष्णता वहनाच्या मार्गानं तव्याला मिळते आणि तापलेल्या तव्याकडून ती उष्णता त्या तव्याला चिकटलेल्या भाकरीच्या तळाला मिळते. तिथले अणुरेणू उत्तेजित होतात. ते मग भाकरीच्या इतर भागातल्या रेणूंनाही उत्तेजित करतात. त्यांनाही उष्णता मिळते आणि अशा तऱ्हेनं सगळी भाकरी भाजली जाते. अर्थात त्यासाठी जो पदार्थ भाजला जाणार असतो त्याची उष्णतावाहकता किती आहे, त्या पदार्थाची जाडी किती आहे, त्याचं आकारमान किती आहे यावर तो संपूर्णपणे भाजायला किती वेळ लागेल हे अवलंबून असतं. छोटीशीच भाकरी लवकर तयार होईल. पण तीच जर मोठी सगळा तवा व्यापणारी असेल तर तिला वेळ लागेल. भाकरी जाड असते, त्या मानानं पोळी, चपाती पातळ असते. पण भाकरीमध्ये पाणी जास्ती असतं, मोहन नसतं, ते पोळीत असतं. त्यामुळे त्यांना तयार होण्यासाठी लागणारा वेळही वेगवेगळा असतो. तसा तो असला तरी तुम्ही फक्त वहनाचाच वापर करत असता. पण जेव्हा तुम्ही बटाटे उकडत असता किंवा आमटी शिजवत असता तेव्हा वहनाचा मार्ग तुम्ही चोखाळत नाही. तसंच कबाब भाजतानाही वहनाचा मार्ग वापरला जात नाही."

"पण बटाट्याची परतून भाजी करतानाही मग आपण फक्त वहनाचाच वापर करत असणार."

"हो तर. शेगडीला चिकटलेल्या तव्याला वहनाच्या मार्गातून उष्णता मिळते. तव्यावरच्या तेलाचे रेणूही त्या तव्याचा हात घट्ट पकडून राहतात. त्यामुळे त्यांनाही उष्णता मिळते. तीच मग ते त्या तेलाशी संधान बांधलेल्या बटाट्याच्या रेणूंना देतात. मासे तळतानाही आपण बहुधा ते परतणंच पसंत करतो. वांग्याच्या काचऱ्याही अशा परतूनच तळतो. उलट परवा आपण ते पंजाबी मासे आणायला गेलो होतो तेव्हा पाहिलंत ना कढईत भरपूर तेल घालून त्यात ते तळले जात होते. त्याला डीप फ्राईंग म्हणतात. त्यासाठी वहनाचा मार्ग वापरला जात नाही."

“तेलाला चिकटलेल्या माशाला वहनाच्या मार्गानं उष्णता मिळते आणि ती तशीच माशाच्या तुकड्याच्या एका टोकापासून दुसऱ्या टोकापर्यंत वाहून नेली जाते. तर मग आपण ते तुकडे एकसारखे परतत का राहतो?”

“त्याची दोन कारणं आहेत. एक म्हणजे त्या बटाट्याला किंवा माशाला केवळ उष्णताच मिळत नाही. त्या तेलाचे रेणूही काही प्रमाणात त्यांच्या अंतरंगात शिरत असतात. त्यांची त्या पदार्थातल्या घटकांशी प्रक्रिया होते. त्यातून मग त्या बटाट्याला किंवा माशाला वेगळाच स्वाद मिळतो. त्यांच्यात जे पाणी असतं त्याचं प्रमाण तेलापेक्षा जास्ती असतं. शिवाय ते तापलेलं असतं. त्यामुळे तेलाचं विघटन होतं. त्याचे घटक असणारे स्निग्धाम्लाचे रेणूही मग त्या पदार्थाच्या घटकांशी प्रक्रिया करतात. या सर्वातून शिजलेल्या पदार्थाचा स्वाद वाढीसच लागतो. तो तसा लागायचा असेल तर मग तेल सर्वच भागात व्यवस्थित आणि सारख्याच प्रमाणात शिरलं पाहिजे. त्यासाठीच मग तो वरचेवर परतावा लागतो.”

“आताच तुम्ही दोन कारणं आहेत असं म्हणालात ताई. दुसरं कारण–”

“सांगतच होते. माशाची उष्णतावाहकता तेलाच्या मानानं कमी असते. त्यामुळे तेलाच्या जवळ असलेल्या पृष्ठभागाचं तापमान वाढत जातं. पण वरच्या भागाचं तेवढं व्हायला वेळ लागतो. कारण ज्या वेगानं तेल आपल्याकडची उष्णता वाहून माशाच्या तुकड्याच्या तळाकडच्या भागाला देतं, त्या वेगानं त्या तळाकडची उष्णता वरच्या भागाकडे वाहून नेली जात नाही. हे असंच होत गेलं तर मग खालचा तेलाशी चिकटलेला भाग जास्ती तापतो. तो करपतो. पण वरचा मग तेवढा तापत नाही. म्हणजेच तेवढा शिजत नाही. सगळाच तुकडा एकसारखा शिजवण्यासाठीच आपण तो परतत राहतो. शिवाय माशामध्ये प्रथिनं असतात, थोड्या प्रमाणात चरबी असते, काही कर्बोदकं असतात, थोडं पाणी असतं. या सगळ्यांची उष्णतावाहकता सारखीच नसते. शिवाय त्या तुकड्याची जाडीही भाकरी किंवा चपातीपेक्षा जास्ती असते. भाकरीही तुम्ही उलटता.”

“ती तर उलटायलाच हवी. त्या बिरबलाच्या गोष्टीतल्या एकच उत्तर असलेल्या तीन प्रश्नांपैकी तोही एक आहे. घोडा का अडला? पान का सडलं? आणि भाकरी का करपली?”

“न फिरवल्यानं. म्हणजेच न उलटल्यानं. म्हणून भाकरी उलटावी लागते, आणि चपातीही. मग माशाचा तुकडा जाडजूड असल्यामुळे तोही परतत राहावा लागणारच.”

“ते पंजाबी मासे तळले जात असताना फक्त मधून मधून तेलाच्या वर काढले जात होते. पण परतले जात नव्हते. बटाटेवडे तळतानाही आपण ते परतत नाही.”

“चांगलं बारकाईनं निरीक्षण केलं आहेत की तुम्ही. ते परतण्याची गरज नसते

कारण मघाशी म्हटल्याप्रमाणे त्या बटाटेवड्याला किंवा माशाच्या तुकड्याला वहनाच्या मार्गानं उष्णता मिळत नाही.''

''मग कोणत्या मार्गानं मिळते?''

''दुसरे दोन सांगितलेले आहेत ना मी. पण त्याबद्दल नंतर केव्हातरी. या भाकऱ्या गरमागरम आहेत तोवरच जेवूया. खमंग लागतील. हं, हं, हं, तुम्ही काय विचारणार आहात ते ध्यानात आलंय माझ्या. जेवण गरम असतं तोवर ते जास्ती खमंग का लागतं, हेच विचारायचंय ना तुम्हाला?''

''अगदी माझ्या तोंडातले शब्द खेचून घेतलेत तुम्ही.''

''ते शब्द तिथंच राहू द्या. त्यांना गरमागरम भाकरीची जोड द्या. तुमच्या शब्दांना धुमारे फुटतात की नाही बघा.''

■

ढवळाढवळ

गोदाकाकू स्वयंपाक करण्यात दंग होत्या. चुलीवर आमटी उकळत होती. तिचा रटरट आवाज होत होता. मधूनमधून काकू हातात घेतलेल्या स्टेनलेस स्टीलच्या डावानं ती ढवळत होत्या. त्यांच्या मनात मात्र वेगळेच विचार चालले होते. आताच आपल्याला काही तरी प्रश्न पडला होता आणि तो उषाताईंना विचारावा असं मनात आलं होतं, असं त्यांना राहून राहून वाटत होतं. पण तो सवाल नेमका कोणता, हे मात्र त्यांना आठवत नव्हतं. त्यांचा हात यंत्रवत ती आमटी ढवळत होता. हातातला डाव चुलीवरच्या आमटीत तसाच ठेवून देत त्यांनी त्या विसरलेल्या प्रश्नाच्या खनपटीला बसायचं ठरवलं. बराच प्रयत्न करूनही त्यांना तो आठवेना. इतक्यात आमटीच्या वाढलेल्या आवाजानं त्या भानावर आल्या. आमटीला उकळी फुटायला आली होती. तिच्यातला डाव काढून भांड्यावर झाकणी ठेवायला हवी होती. ते करण्यासाठी त्यांनी आपला हात पुढं केला. हाताला एकदम चटका बसला. डाव तसा बराच तापला होता. हातात फडकं घेऊन त्यांनी तो डाव काढला आणि भांड्यावर झाकणी ठेवली.

हाताला बसलेल्या चटक्यानं त्यांना त्या प्रश्नाची आठवण करून दिली.

पलीकडेच बसलेल्या उषाताईंना हाक मारत त्यांनी विचारलं, “तुम्ही त्या दिवशी सांगितलं होतंत त्याचा परत अनुभव आला. आमटीतला डाव चांगलाच तापला होता. वहनाच्या मार्गानंच त्या आमटीतली उष्णता त्या डावाला मिळाली होती. पण त्याच मार्गानं ती त्या आमटीलाही मिळालेली असताना आमटीचा मात्र रटरट असा आवाज होत होता, डावाचा नाही. असं का?”

“कारण आमटीतल्या शिजणाऱ्या डाळीला मिळणारी उष्णता वहनाच्या मार्गानं

मिळालेली नसते. मी त्या दिवशी तुम्हाला म्हणाले होते ना की एका ठिकाणाहून दुसऱ्या ठिकाणाकडे किंवा एका वस्तूकडून दुसऱ्या वस्तूकडे उष्णता हस्तांतरित करण्याचे तीन मार्ग आहेत म्हणून!''

''हो, वहन, अभिसरण आणि प्रारण.''

''अरे वा! चांगलंच लक्षात ठेवलं आहेत की!''

''आणि स्वयंपाकात या तिन्ही मार्गांचा अवलंब आपण करतो असंही तुम्ही म्हणाला होतात. त्यापैकी फक्त वहनाबद्दलच सांगितलं होतंत. इतर दोन मार्गांविषयी काहीच बोलला नव्हतात.''

''तेच तर आता सांगतेय. वहनाचा अवलंब कोणत्याही घन पदार्थामधून उष्णता वाहून नेण्यासाठी केला जातो. भांड्याच्या तळाचा धातू किंवा तव्यावरची भाकरी, एखादा माशाचा तुकडा हे तसे घन पदार्थच असतात. त्यांचे रेणू एकमेकांशी घट्ट बांधलेले असतात. त्यामुळे त्यांना विशिष्ट आकार असतो, घाट असतो आणि तापवल्यावरही तो टिकून राहतो. पण द्रव पदार्थाचं तसं नसतं.''

''म्हणजे त्याचे रेणू एकमेकांना जोडलेले नसतात की काय?''

''नाही, तसं नाही. तेही जोडलेले असतात. पण ते जोड किंवा बंध घट्ट नसतात. लवचिक असतात. घन पदार्थातल्या रेणूंना उष्णतेची ऊर्जा मिळाली की ते उत्तेजित होतात. थरथरू लागतात. त्यांची ती थरथर त्यांच्याशी निगडित अशा जोडांना मिळते. म्हणून तेही थरथरू लागतात आणि ती ऊर्जा जोडलेल्या दुसऱ्या रेणूलाही बहाल करतात. द्रव पदार्थामध्ये बंध लवचिक असल्यामुळे एकटादुकटा रेणू न थरथरता त्या सर्व पदार्थाचीच हालचाल वाढते. काही बंध तुटूही शकतात. परत जोडले जातात. परत तुटतात. त्यामुळे त्या सर्व पदार्थातच खळबळ माजते.

घन पदार्थात माजणारी खळबळ शिस्तबद्ध असते. सैनिकांच्या तुकडीत खळबळ माजली म्हणून तिथं सावळागोंधळ निर्माण होत नाही. पण त्या ठिकाणी नुसतीच बाजारबुणग्यांची गर्दी असली की मग कोणाचा पायपोस कोणाच्या पायात राहत नाही. म्हणूनच अभिसरणाच्या या प्रक्रियेला 'मास इन मोशन', 'हालचाल करणारा जमाव' असंच म्हटलं जातं. या बेशिस्त हालचालीतूनच अभिसरणाच्या प्रक्रियेचा जन्म होतो. अभिसरण फक्त द्रव पदार्थातच होतं असं नाही. ते वायूंमध्येही होतं.''

''म्हणजे हवेमध्ये?''

''हो ना! तुम्ही भूगोल शिकताना खारे वारे, मतलई वारे वगैरे वाचलं असेलच ना?''

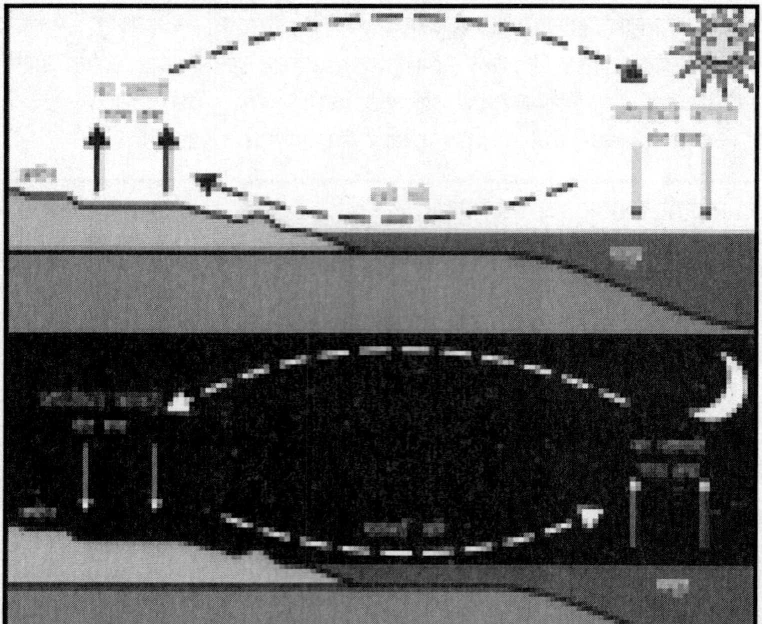

''हो. खारे वारे हे समुद्रावरून येणारे वारे आणि मतलई वारे हे जमिनीवरून येणारे वारे.''

''हो. पण वारा म्हणजे तरी काय?''

''हलत्या हवेला वारा म्हणतात.'' गोदाकाकूंनी पाठ्यपुस्तकातून पाठ केलेलं उत्तर दिलं.

''पण ती हवा हलायला का लागते, याचा विचार केलात का? सूर्याच्या उष्णतेमुळे जमीन किंवा समुद्र म्हणा हवं तर, तापतात. त्या तापलेल्या जमिनीला अगदी चिकटून असलेल्या हवेच्या थराला ती उष्णता मिळते. ती मिळाली की तो थर तापतो. आता कोणतीही वस्तू तापली म्हणजेच तिला उष्णता मिळाली की ती प्रसरण पावते. तशी ती हवाही प्रसरण पावली की तिचं आकारमान वाढतं, व्हॉल्युम वाढतो. पण तिचं वस्तुमान तितकंच राहिलेलं असतं. साहजिकच तिची घनता कमी होते. म्हणजेच ती हवा हलकी होते. साहजिकच ती वरच्या दिशेनं जाऊ लागते. तुम्ही पाहताच की धूर हलका असतो म्हणून तो वरच्या दिशेनं जातो.''

''पाण्याची वाफही अशीच हलकी असते, त्यामुळे तीही वरवर जाते. तिचेच मग ढग बनतात.''

''अगदी बरोबर बोललात. तसाच चुलीवर ठेवलेल्या आमटीचा खालचा थर तापतो. तो हलका होतो. वरच्या दिशेनं जाऊ लागतो. त्या थराची जागा आता त्याच्यावरचा जड असलेला थर घेतो. तोही तापतो, हलका होतो.''

''वरच्या दिशेनं जाऊ लागतो.''

''म्हणजेच त्या आमटीत एक प्रवाह सुरू होतो. खालून वर तसाच वरून खाली. पाणी तापत ठेवलंत की त्याला उकळी फुटण्यापूर्वी बुडबुडे वर येताना दिसतात.''

''हो बाई आणि उकळी फुटण्याची वेळ जवळ आली की या बुडबुड्यांची लगबग सुरू होते.''

''त्याचं कारणही हेच आहे. ते बुडबुडे म्हणजे खालच्या थरातल्या पाण्याची झालेली वाफ असते. ती वर येऊ लागते. ती वर आली की तिथं झालेल्या पोकळीत वरच्या थरातलं पाणी शिरतं. त्याचीही थोड्या वेळानं वाफ होते. तीही वर येते. अधिकाधिक उष्णता मिळाली की या प्रक्रियेचा वेग वाढतो आणि तुम्ही म्हणता ती बुडबुड्यांची धांदल सुरू होते. हेच अभिसरणाचे प्रवाह मग सर्वच थराला तापवून सोडतात. चुलीतल्या आगीकडून मिळणारी उष्णता सगळीकडे सारखीच पसरते. आमटी शिजताना जो रटरट असा आवाज तुम्ही ऐकता ना, तोही या हलक्या थराच्या किंवा आमटीच्या झालेल्या वाफेच्या घाईघाईनं वाट काढत वर येण्याच्या प्रयत्नाचाच असतो. द्रव पदार्थात किंवा वायूमध्येच ही अभिसरणाची क्रिया होते. कारण त्यांच्या रेणूंमधले बंध लवचिक असतात. वायूमध्ये तर ते तुटलेलेच असतात. त्यामुळे प्रत्येक अणू स्वतंत्र होतो, स्वैरपणे इकडे तिकडे भटकू शकतो. त्यामुळे वायूमध्ये होणारी अभिसरणाची प्रक्रियाही अधिक स्वैर असते.''

''म्हणूनच का ढग वेडेवाकडे कसेही पसरतात?''

''एका अर्थी ते खरं आहे. पण त्याचं कारण म्हणजे आकाशही तसं मुक्तच

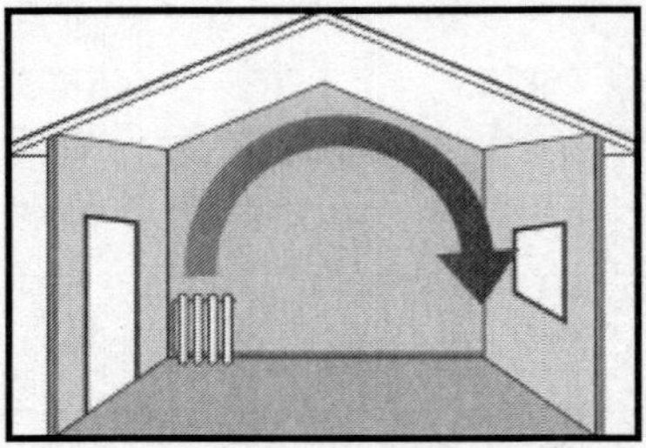

असतं. बंद खोलीतली हवा तितक्या स्वैरपणे नाही हलत. तिकडे दिल्लीकडे हिवाळ्याच्या दिवसात थंडीपासून बचाव करण्यासाठी कन्व्हेक्शन हीटर्स वापरतात. त्या हीटरच्या जवळ असलेली हवा तापते, हलकी होते आणि वर छताच्या दिशेनं जाऊ लागते. त्याच्यावरची थंड हवा जड असल्यामुळे ती आता त्या हीटरच्या जवळ येते आणि तापून हलकी होते.''

''अशा तऱ्हेनं मग खोलीतल्या हवेत प्रवाह सुरू होतो आणि हळूहळू सगळ्या खोलीचंच तापमान वाढतं, असंच ना? पण उषाताई तुम्ही नेहमीच म्हणता ना की नेहमी पुराव्याची मागणी करावी. मग या अभिसरणात ही अशीच प्रक्रिया होते याचा पुरावा मिळवायचा म्हटलं तर तो कसा काय मिळवायचा?''

''चांगला सवाल केलात. पाण्याला उकळी फुटण्याआधी त्यात येणाऱ्या बुडबुड्यांबद्दल तर तुम्हीच सांगितलंत. तो एक पुरावा आहेच. झालंच तर तेल तापवताना त्याच्याकडे जरा बारकाईनं लक्ष द्या. ते तेल तापू लागलं की त्याचेही खालचे थर हलके होतात. वरच्या दिशेनं येऊ पाहतात. त्या हलक्या थरांमधून जाणाऱ्या प्रकाशामध्येही काही बदल होतात. त्यामुळं त्या तेलात वेगवेगळी वर्तुळं तयार झालेली दिसतात. काचेच्या तुकड्यांचा तो कॅलिडोस्कोप बनवलेला असतो ना. तो कसा हलवला की आतल्या तुकड्यांचे वेगवेगळे रचनाबंध तयार होऊन प्रत्येक वेळी निरनिराळी रांगोळी दिसते? तसंच काहीसं इथं होतं. त्या तापणाऱ्या तेलातले हे आकृतिबंध असेच बदलत जाताना दिसतील. पुढच्या वेळेला तेल तापवताना जरूर पाहा.''

''सगळ्याच द्रवपदार्थांमध्ये ही अभिसरणाची प्रक्रिया होते ना?''

''अर्थात!''

''मग दूध तेवढं उतू जातं, पण पाणी किंवा आमटी नाही. असं का?''

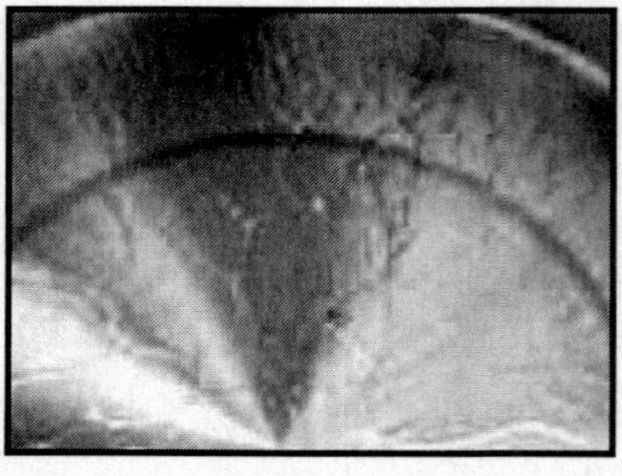

''त्याचं कारण म्हणजे दुधात स्निग्ध पदार्थ असतात– फॅट्स. साहजिकच ते तेलाच्या जातकुळीतले असतात. आता तेल आणि पाणी यांच्यात छत्तीसाचा आकडा असतो हे तर तुम्हाला माहितीच आहे.''

''हो बाई, एकमेकात ते कधीच मिसळत नाहीत. एकमेकांशी फटकूनच

वागतात.''

''दुधातही हेच होतं. दूध म्हणजे तसं म्हटलं तर पाणीच असतं.''

''असं कसं म्हणता तुम्ही? दूधवाला भय्या मिसळत असेल दुधात पाणी, पण आपण तर चक्क डेअरीमधलं आणतो ना?''

''तसं म्हणायचं नव्हतं मला. पण रासायनिक नजरेतून पाहिलं तर दूध म्हणजे मुख्यत्वे पाणीच असतं. त्यात केसीनसारखी काही प्रथिनं, लॅक्टोजसारखे काही साखरेसारखे म्हणजेच शर्करायुक्त पदार्थ, काही क्षार वगैरे विरघळलेले असतात. झालंच तर मगाशी म्हटल्याप्रमाणे स्निग्ध पदार्थही असतात. पण हे स्निग्ध पदार्थ त्यात विरघळत नाहीत. तर त्यांचे छोटेछोटे गोळे त्यात इतस्तत: विखुरलेले असतात. आमच्या वैज्ञानिक भाषेत याला कोलॉईड्स म्हणतात. आपल्याला मिळणारं डेअरीतलं दूध धारोष्ण नसतं.''

''म्हशीचं किंवा गाईचंच असतं ना ते? मग धारोष्ण कसं नाही?''

''असतं म्हशीचं किंवा गाईचंच. पण गवळी जसा चरवीत काढलेलं दूध आपल्याला तसंच आणून देतो तसं डेअरीतल्या दुधाचं नसतं. म्हशीची धार काढून मिळवलेल्या दुधावर काही प्रक्रिया करून मगच ते पिशवीत पॅकबंद केलं जातं. यापैकी एक प्रक्रिया असते पाश्चरायझेशनची. दुधात जे काही जीवाणू, रोगजंतू असतील त्यांना मारून टाकून ते निर्जंतुक करण्यासाठी ते तापवलं जातं आणि लगेच थंड केलं जातं. तसंच ते होमोजिनाइजही केलं जातं. एकसंध केलं जातं. या प्रक्रियेमुळे त्यातले जे स्निग्ध पदार्थांचे गोळे असतात त्यांचे लहान लहान तुकडे केले जातात. त्यानंतरही ते विरघळत नाहीत. पण हे अतिशय छोटे छोटे गोळे एकत्र येऊन दुधापासून सवता सुभा करू शकत नाहीत. त्यामुळे दूध कसं एकसंध असल्यासारखं आपल्याला मिळतं.''

''पण ते तापवलं की ते वेगळे होतात की काय?''

''हो. दूध तापवलं की त्यातल्या पाण्याची वाफ होते. ती उडून जाते. त्यामुळे या स्निग्ध पदार्थांचं त्यात असलेलं प्रमाण वाढू लागतं. कोणत्याही दोन गोळ्यांमध्ये असलेलं अंतर कमी होऊ लागतं. ते एकमेकांना भिडून तसेच चिकटून राहू लागतात. त्यांचा आकार वाढू लागतो. हळूहळू ते एकत्र येऊन दुधापासून वेगळे होतात. त्यांचा वेगळाच थर तयार होतो.''

''हीच ती साय!''

''बरोबर. ती साय तशी घट्ट, दाट दिसली तरी ती असते स्निग्ध पदार्थांचीच बनलेली. त्यामुळे तिची घनता पाण्याच्या घनतेपेक्षा कमीच भरते. साहजिकच तेल जसं पाण्याच्या वर तरंगतं तशीच ती सायही दुधाच्या वर तरंगायला लागते. दूध जसं अधिक तापतं तसा या थराचा विस्तारही वाढत जातो. भांड्यातल्या दुधाचा

संपूर्ण पृष्ठभाग तो व्यापून टाकतो. त्याखालचं दूध जास्तीत जास्त तापतच असतं. त्यातले अभिसरणाचे प्रवाह जोमदार होत असतात. सगळं दूधच ढवळून निघत असतं. जास्त तापलेल्या खालच्या थरातल्या दुधाची वाफ झालेली असते. ती वरवर जात हवेत मिसळून जायला पाहते. पण तिला त्या सायीच्या थराचा अडथळा येतो. तो त्या वाफेला निसटू देत नाही. तेव्हा ती फुसांडणारी, रागावलेली वाफ त्या अडथळ्याला ढकलून बाजूला करू पाहतो. ती साय त्या जोरापायी वरवर ढकलली जाते. थेट भांड्याच्या बाहेर पडू पाहते. म्हणूनच दूध उतू जातं. दुधाला मिळणारी उष्णता अभिसरणाच्या मार्गानं मिळते याचा हा आणखी एक पुरावा. आणखीही एक आहे.''

''कोणता?''

''तवा हवा तसा तापला आहे की नाही हे अजमावण्यासाठी तुम्ही त्याच्यावर पाण्याचे शिंतोडे उडवता.''

''आणि त्याचा तडतड असा आवाज आला की तवा व्यवस्थित तापला आहे हे ओळखतो.''

''पण तो तापलेला तवा असा का तडतडतो?''

''अभिसरणामुळे? मला नाही वाटत. तुम्ही आताच सांगत होतात तसे अभिसरणाचे प्रवाह कसे दिसत नाहीत मग?''

''ते दिसत नाहीत कारण तवा इतका तापलेला असतो की त्यावर पडलेल्या पाण्याच्या थेंबाच्या खालच्या थराची क्षणार्धात वाफ होते आणि ती चटकन उडून जाऊ पाहते. त्या उडणाऱ्या हवेचा तो चर्र, चर्र असा आवाज होतो आणि उरलेल्या थेंबाचा पायाच काढून घेतला गेल्यामुळे तो नाचू लागतो. त्याचाच तडतड असा आवाज होतो.''

''म्हणजे ताई, जे पदार्थ आपण पाणी घालून शिजवतो त्या सर्वांना मिळणारी उष्णता अभिसरणाच्या मार्गानंच मिळत असेल.''

''बरोबर, आपण पदार्थ उकडतो तेव्हाही ती याच मार्गानं मिळत असते. आमटी शिजवतानाही ती तशीच मिळते.''

''भात शिजवतानाही ती तशीच मिळत असणार.''

''तरीही भाताच्या शिजण्यात आणि आमटीच्या शिजण्यात फरक आहे काकू.''

''का फरक असावा? तोही अभिसरणाच्या मार्गानं शिजवण्याचाच प्रकार आहे असं आताच तर तुम्ही म्हणालात.''

"हो, पण तांदळात मुख्यत्वे स्टार्च असतो तर डाळींमध्ये प्रथिनं जास्ती प्रमाणात असतात. उष्णतेचे या दोन पदार्थांवर होणारे परिणाम वेगळे असतात. तांदळामधल्या स्टार्चमध्ये पाणी शिरलं की तो फुगतो. शिजण्याच्या प्रक्रियेत त्याचं असं फुगणं आवश्यक असतं. पण त्याच्या फुगण्यालाही मर्यादा असतात. म्हणजे तो स्टार्च किती पाणी शोषून घेऊ शकेल याला मर्यादा असतात. त्यामुळे भात शिजवताना तेवढंच बेतास बेत पाणी घालायचं असतं. आमटीमध्ये जास्ती पाणी घालायचं असतं. त्या डाळीतले काही पोषक पदार्थ मग त्या पाण्यात उतरतात. आणि ते पाणीही पोषक होतं."

"पण भातामध्येही तसे पोषक पदार्थ उतरतातच की. म्हणून तर भाताची पेज आजारी माणसाला द्यायची पद्धत होती."

"हो. पण ती तयार करताना तांदळाच्या मानानं पाणी जास्त असतं. त्या पेजेत उगीचच थोडी शितं असतात. शिवाय पेज पोषक असूनही पचायला हलकी असते. पण त्यातली शितं नको तितकी मऊ झालेली असतात."

"खरंय. जास्ती पाणी असलं की भात गरगट होतो. पण तेच बेतास बात पाणी असलं की तो कसा फडफडीत होतो. मोकळा होतो. पण मग जेव्हा आपण वर झाकण ठेवून शिजवतो तेव्हा पाणी आटून गेल्याचं काही वेळा कळत नाही. तेव्हा काय होतं?"

"सगळं पाणी तांदळाकडून शोषलं जावं म्हणून आपण वर झाकणी ठेवतो. म्हणजे मग पाण्याची वाफ होऊन ती उडून जाण्याची शक्यता मावळते. शिवाय वाफ म्हणजे वायू असल्यामुळे तीही अभिसरणाच्या मार्गानं तांदळाला उष्णता देत असतेच. वाफेचं तापमान पाण्यापेक्षा जास्ती असल्यामुळे त्या जास्ती तापमानाला होणारं अभिसरण उष्णताही जास्ती प्रमाणात देतं. त्यामुळे भात चांगला आणि लवकर शिजतो. तरीही एकदा का पाण्याला उकळी आली आणि अभिसरणाची क्रिया व्यवस्थित सुरू झाली की वर झाकणी ठेवून आच मंद करावी. म्हणजे मग त्या अभिसरणाचा जास्तीत जास्त फायदा शिजवण्याला मिळतो. मात्र सगळं पाणी आटून गेल्यानंतर तो तसाच शिजवत ठेवणं चांगलं नाही."

"त्यामुळे असा कोणता फरक पडतो?"

"तांदळाला उष्णता देण्याच्या मार्गात फरक पडतो ना! तोवर तांदळाला अभिसरणाच्या मार्गानंच उष्णता मिळत असते. पण सगळं पाणी आटून गेलं आणि वाफही उडून गेली की अभिसरणाची क्रिया ठप्प होते."

"पण शेगडी चालूच असते. ती त्या भांड्याला आपली उष्णता देतच राहते."

"कसं बोललात! त्या भांड्याकडून ती उष्णता आता वहनाच्या मार्गानं भाताला मिळत राहते. पण भात तर शिजलेला असतो. या वाढीव उष्णतेमुळे तो जळायला

लागतो. पण ती वाढीव उष्णता भांड्याच्या तळाजवळ असलेल्या भातालाच मिळते. तिथून ती वहनाच्या मार्गानं भाताच्या वरच्या थरांना मिळायला वेळ लागतो.''

''कारण भाताची उष्णता वाहकता कमी असेल.''

''ते तर आहेच. पण भात मोकळा झाला असेल तर भाताची शितं एकमेकांना घट्ट चिकटून बसलेली नसतात. दोन शितांमध्ये बारीकशी का होईना हवा असलेली फट शिल्लक राहतेच. त्यामुळे भाताच्या वरच्या थरांमध्ये ती उष्णता तेवढ्याच वेगानं वाहून जात नाही. परिणामी तळाचा भात करपतो. त्याची खरपुडी तयार होते.''

''पण ताई, पिठलं किंवा झुणका शिजवतानाही अशी खरपुडी तयार होते. ती तर चवीनं खातात लोक.''

''हो ना. पण खरपुडी सहसा झुणक्यात तयार होते. पिठल्यात फारशी होत नाही. खरं तर पिठलं आणि झुणका यांच्यात तसा फरक आहे.''

''फरक आहे? तो कसा काय? दोन्हींमध्ये आपण बेसन घालतो, तीच मीठमिरची, कांदालसूण घालतो.''

''तरीही पिठलं थलथलीत असतं. झुणका कोरडा असतो. म्हणजेच पिठलं तयार करताना त्यातलं सगळं पाणी आटू दिलं जात नाही. ते पुरेपूर शोषलं जाईल एवढंच पाहतो. झुणका कोरडा असतो. त्यातलं सगळं पाणी आटून गेलेलं असतं. त्यामुळे अभि-सरणाची क्रिया संपून वहनाच्या मार्गानं झुणक्याला उष्णता मिळू

लागते. साहजिकच त्याचा कढईला चिकटलेल्या थरावर परिणाम होतो. तो जळू लागतो. त्याची खरपुडी तयार होते.

''हे बरीक खरं हो आणि ती खरपुडी खमंगही होते. शिवाय पिठलं काय आणि झुणका काय, त्यांच्यात आणि भाततही फरक आहेच.''

"हो, कारण भातात तांदूळ असतात. झुणका आपण बेसनापासून बनवतो. शिवाय कांदा, मिरची वगैरेही असतं."

"बेसनातही स्टार्च असतो पण प्रथिनांचं प्रमाण जास्ती असतं. झुणका शिजवताना तेलही वापरलं जातं, सुरुवातीला. त्यावेळी बेसनाला मिळणारी उष्णता वहनाच्या मार्गानंच मिळालेली असते. त्यानंतर जेव्हा त्यात पाणी घालून ते आपण शिजवतो तेव्हा बेसनाला मिळणारी उष्णता अभिसरणाच्या मार्गानं मिळते. त्या मिश्रणाचं तापमान ६५ अंशापर्यंत पोहोचलं की स्टार्चचे कण पाणी शोषून घ्यायला सुरुवात करतात. त्यामुळे ते फुगतात. तापमान आणखी चढलं की ते फुगलेले कण फुटतात. त्यातला स्टार्च आता पाण्यात मिसळायला लागतो. त्यांच्या छोट्या छोट्या गुठळ्या बनायला लागतात. या प्रक्रियेलाच जिलॅटिनायझेशन असं म्हणतात."

"पण अशा गुठळ्या होऊ नयेत म्हणून आपण ते ढवळत तर असतो."

"बरोबर. त्यामुळे ते मिश्रण एकजीव होऊ लागतं. पण तसं होताना त्यातला द्रव पातळ न राहता घट्ट बनायला लागतो. लापशीसारखा होतो. पिठलं करताना आपण त्याचं स्वरूप असंच दाट लापशीसारखं राहील हे पाहतो. म्हणजेच त्यातलं पाणी संपूर्ण आटू देत नाही. तोपर्यंत ते बेसन व्यवस्थित शिजलेलंही असतं. तेच जर आणखी तापू दिलं तर तोवर अभिसरणाबरोबरच खालच्या थराला वहनाच्या मार्गानं उष्णता मिळायला सुरुवात होते आणि तो थर जर कोरडा होत गेला तर काही वेळानं तो जळायलाही लागतो. त्याची खरपुडी होते. ती चांगली खरपूस भाजलेली असल्यामुळे अर्थातच खमंग लागते."

"उष्णता देण्याचा तिसराही एक प्रकार आहे, प्रारण. त्याचं काय?"

"तुमच्या एक ध्यानात आलं असेल की वहन हे सहसा घन पदार्थांमध्येच होतं आणि अभिसरण हे द्रव पदार्थांमध्ये."

"हो म्हणून जेव्हा आपण पाणी न घालता पदार्थ शिजवत असतो म्हणजे भाकरी भाजत असतो किंवा कांदा परतत असतो तेव्हा वहनाचाच वापर करतो. पण पदार्थ पाण्यामध्ये शिजवत असतो तेव्हा अभिसरणाचा उपयोग करत असतो. पण हो, वायूमध्येही अभिसरण होत असतंच ना?"

"पण आपण नुसता हवेत पदार्थ शिजवतो का?"

"शिजवतो की! कबाब भाजत असतो किंवा तुमचं काय ते सॉसेज किंवा मासे ओव्हनमध्ये ग्रिल करत असतो तेव्हा ते हवेतच शिजवत असतो की!"

"अरे वा! काकू, बरंच बारकाईनं निरीक्षण करता की तुम्ही! खरं आहे तुम्ही म्हणता ते. कारण भाजला जाणारा कबाब किंवा ग्रिल केला जाणारा मासा आगीच्या सान्निध्यातही नसतो की पाण्यातही बुडवलेला नसतो. उष्णतेच्या स्रोतापासून तो दूरच असतो. शिवाय ग्रिल केला जाणारा पदार्थ तर तापलेल्या कॉईलच्या खालच्या

बाजूला असतो. त्यामुळे तिथल्या हवेचं अभिसरण होत असलं तरी तापलेली हवा वरच्या दिशेनं निघून जाते. खाली असलेल्या माशाला ती कशी मिळणार? तरीही मासा किंवा सॉसेज शिजतं कारण त्याला मिळणारी उष्णता प्रारणाच्या मदतीनं मिळत असते. प्रारणामध्ये ऊर्जा लहरींसारखी प्रक्षेपित केली जाते. रेडिओलहरी कशा हवेतून प्रक्षेपित केल्या जातात आणि आपल्यापर्यंत पोहोचतात. तशाच या उष्णतेच्या लहरी उगमापासून प्रक्षेपित केल्या जातात, दूर फेकल्या जातात आणि त्या पदार्थापर्यंत पोहोचतात. त्याला उष्णता देतात. त्याला शिजवतात. पण आता काही नवीन ओव्हन्स मिळतात. त्यांना कन्व्हेक्शन ओव्हन असं म्हणतात.''

''हो ताई. परवा गिरिजाकडून या आपल्या मायक्रोवेव्ह ओव्हनचं पुस्तक मी वाचून समजून घेत होते. तर त्यात आपल्या या ओव्हनला कन्व्हेक्शनची सोय असल्याचं म्हटलं होतं आणि ती सोय अमलात आणण्यासाठी ही बटनं कशी वापरायची हेही सांगितलं होतं. मी माझ्या समजुतीप्रमाणे ते लिहूनही ठेवलं आहे. तुम्हाला आज उद्या विचारणारच होते ते बरोबर आहे की नाही ते.''

''आहे खरी आपली मायक्रोवेव्ह ओव्हन तशी. साधारणत: मायक्रोवेव्ह ओव्हनमध्ये या मायक्रोवेव्ह म्हणजे त्या प्रारणाच्या लहरी पदार्थावर चहूबाजूंनी कोसळत त्याला तापवत असतात. त्या पदार्थामध्ये खोलवर जाऊ शकतात. त्यामुळे संपूर्ण पदार्थाला त्या एकसाथ उष्णता देऊ शकतात. पण जेव्हा तुम्ही त्यातल्या कन्व्हेक्शनची सोय वापरता तेव्हा ते प्रारण त्यातल्या हवेला तापवतं. त्या हवेमध्ये मग अभिसरण होऊ लागतं आणि त्यातून त्या पदार्थाला उष्णता मिळत जाते. तशा तऱ्हेनं शिजवलेला पदार्थ मुख्यत्वे अभिसरणाच्या प्रक्रियेतून शिजतो.''

''मला वाटतं उकडीचे मोदक करताना किंवा इडली करताना आपण या प्रकारच्या अभिसरणाचाच वापर जास्त करत असू.''

''बरोबर ओळखलंत. बटाटा किंवा अंडं उकड-ताना आपण ते पाण्यात ठेवतो. त्या पाण्याच्या अभिसरणातून बटाट्याला उष्णता मिळते व तो शिजतो. पण मोदक किंवा इडली पात्र आपण पाण्यात ठेवलं तरी त्या इडल्या किंवा मोदक

बटाट्यासारखे पाण्यात बुडालेले नसतात. ते भांडं एखाद्या प्रेशर कुकरसारखं काम करतं. त्या पाण्याला उष्णता मिळून त्याची वाफ होते आणि त्या वाफेचं अभिसरण होतं. अशा तापलेल्या वाफेचा मारा त्या मोदकांवर होतो. त्यातून त्यांना उष्णता मिळते.''

''आपण ते मोदक पाण्यात बुडवले तर ते पाणी त्यांच्यात शिरून ते बिघडतील हे तर खरं. तरीही ते असे उकडण्याचा काही फायदा असेलच ना?''

''आहे तर. अशा अभिसरणाच्या मार्गानं पदार्थ शिजवताना तापलेल्या हवेचा मारा झाल्यानं झपाट्यानं उष्णता मिळते. तिची दाहकता वाढते. आपल्यालाही हा अनुभव येतो. उन्हाळ्यात गरम हवेची झळ अंगावर आदळली तर भाजल्यासारखं वाटतं किंवा थंडीत थंड वाऱ्याची जोरदार झुळूक अंगावर कोसळली तर हुडहुडी भरते ती यामुळेच. आपल्या शरीराचं तापमान आणि त्या वेगानं आलेल्या लहरीचं तापमान यांच्यातल्या फरकाचा आणि वेगाचा दोन्हींचाही प्रभाव पडतो. त्यामुळे कमी तापमानालाही पदार्थ शिजू शकतो. ऊर्जेची बचत होते. मोदकाच्या किंवा इडलीच्या उकडपात्रातली वाफ कोंडली गेल्यामुळे तिचं तापमानही वाढलेलं असतं. पदार्थ आणि त्यावर आदळणारी वाफ यांच्यातल्या तापमानाचा फरकही जास्ती असतो. पदार्थ लवकर शिजतो. ओव्हनमधली अभिसरण करणारी हवा कोरडी असते. उलट उकडपात्रातलं अभिसरण वाफेचं असतं. त्यात ओल असते. त्यामुळे ते मोदक किंवा इडली आतून सुकून जात नाही.''

''मला वाटतं त्यामुळे पदार्थातला मूळचा रसही चांगला जिरत असावा आणि त्यामुळे तो अधिक स्वादिष्ट होत असावा.''

''होतोच ना. मोदक काय किंवा इडली काय जर त्या पात्रातली वाफ कमी झाल्यामुळे कोरडे झाले तर तेवढे रुचकर वाटत नाहीत याचं कारण हेच तर आहे.''

''म्हणजेच स्वयंपाक करताना निरनिराळे पदार्थ शिजवण्यासाठी आपण उष्णता देण्याच्या निरनिराळ्या मार्गांचा वापर करतो.''

''तसंच पाहिलं तर केवळ पदार्थाला उष्णता देतानाच नाही, तर तुमचा तवा तापवण्यासाठीही तुम्ही तिन्ही मार्गांचा एकाच वेळी वापर करत असता.''

''तो कसा काय? तवा तर सरळ सरळ चुलीवरच ठेवलेला असतो. शिवाय

तो लोखंडाचा म्हणजेच धातूचा बनलेला असतो. तेव्हा त्याला उष्णता मिळणार ती वहनाच्या मार्गानंच.''

''तुम्ही म्हणता ते खोटं नाही. त्या तव्याला चुलीतून मिळणाऱ्या एकूण उष्णतेचा बहुतांश हिस्सा वहनाच्या मार्गानंच मिळालेला असतो. पण काही हिस्सा अभिसरणाच्या मार्गानं आणि त्याहूनही कमी हिस्सा प्रारणाच्या मार्गानंही मिळालेला असतो.''

''तो कसा काय?''

''त्याचं कारण म्हणजे तव्याचा खालचा भाग सपाट नसतो. तो थोडाफार वक्राकार असतो. त्यामुळे चूल आणि तवा यामध्ये थोडीशी का होईना हवा असतेच. हवा मात्र त्या चुलीला चिकटूनच असते. तो चिकटून असलेला हवेचा थर तापला की हलका होतो. वरवर जातो. तव्याच्या खालच्या पृष्ठभागाला येऊन थडकतो. आपल्याकडची उष्णता त्या तव्याला बहाल करतो. थंड होतो. परत खालच्या दिशेनं जाऊ लागतो. असा हा अभिसरणाचा प्रवाह सुरू होतो. त्यातूनही काही उष्णता तव्याला मिळते. तसंच त्या चुलीवर एक वाटोळी चकती असते. मातीची चूल असली तर तिला तीन उंचवटे असतात. जंगलात लाकडं पेटवून केलेल्या चुलीभोवती तीन दगड ठेवून त्यावर तो तवा ठेवला जातो. म्हणजेच

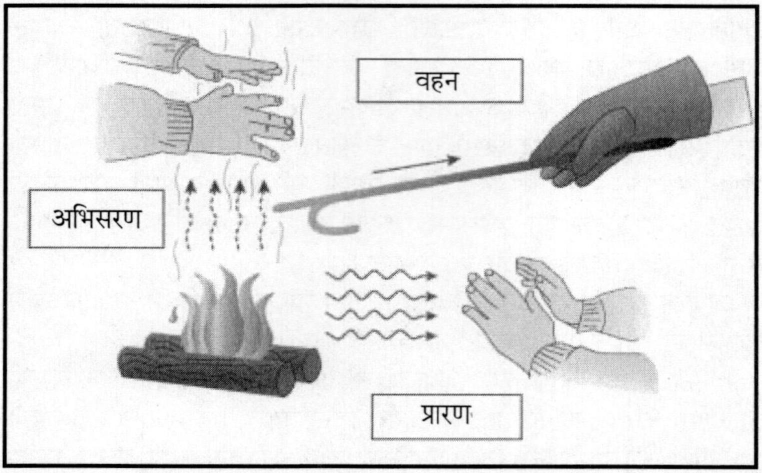

चुलीतल्या आगीला तवा एकदम चिकटून असत नाही. त्यामध्ये काही अंतर असतं. त्यामुळे आगीपासून निघालेल्या उष्णतेच्या लहरीही त्या तव्यावर जाऊन धडकतात, परावर्तित होतात. परत आगीजवळ येऊन परत प्रक्षेपित होतात. म्हणजेच प्रारणाच्या मार्गानंही काही उष्णता तव्याला मिळतच असते. आता

अभिसरण आणि प्रारण या दोन्हींचा हिस्सा वहनाच्या तुलनेत फारच कमी असतो हे मात्र खरं.''

''पण मी म्हणते असतील उष्णता वाहून नेण्याचे तीन मार्ग. पण आपल्याला कोणताही पदार्थ शिजवायचा तर उष्णताच तर द्यायची असते. मग त्यासाठी कोणत्याही एका मार्गाचा अवलंब केला की झालं. निरनिराळ्या पदार्थांसाठी निरनिराळे मार्ग वापरण्याचा हा नसता खटाटोप कोणी सांगितलाय!''

''काकू, तुम्ही असं म्हणावं याचं आश्चर्य वाटतंय मला. तरीही निरनिराळ्या मार्गांचे फायदे तोटे कोणते हे मी तुम्हाला सांगावं म्हणून तुम्ही मला डिवचता आहात हे ओळखलंय मी.''

काकूंनी त्यावर जे गूढ स्मित केलं त्यावरून आपण त्यांचं गुपित बरोबर ओळखलं आहे हे उषाताईही समजून चुकल्या.

■

तुझं आहे तुजपाशी

आज मिसळीचा बेत होता. गोदाकाकूंनी सर्व जामानिमा केला होता. मटकीची उसळ शिजवून तयार ठेवली होती. त्याच्या शेजारीच कटाचा वाडगा ठेवला होता. गौतमला मिसळीत जास्ती कट आवडतो हे त्यांना माहिती होतं. गिरिजाला दहीमिसळ आवडते, म्हणून घट्ट दहीही शेजारीच ठेवलेलं होतं. थोडे कांदेपोहेही होते. फरसाण तर होतंच. झालंच तर उकडलेल्या बटाट्याच्या फोडी, टोमॅटोच्या फोडी. कापलेला कांदा, वर पिळायला लिंबाच्या रसरशीत फोडी. सगळं काही तयार होतं. त्यांनी हाक मारताच सगळेजण टेबलापाशी येऊन बसले.

"तुम्हीही बसा ना गोदाकाकू." उषाताई म्हणाल्या. गोदाकाकूंना तसं सर्वांनीच कुटुंबातलाच एक सदस्य असल्याचं मानलं होतं. तसंच वागवलं होतं. तरीही नेहमी सर्वांचं जेवण झाल्यावरच गोदाकाकू आपलं पान वाढून घेत असत. पण आज तसं जेवण कोणालाही वाढण्याचा प्रश्न नव्हता. आपापल्या आवडीप्रमाणे प्रत्येकजण मिसळ तयार करून घेऊन खाणार होतं. कोणाला फरसाण अंमळ जास्ती लागत असे. कोणाच्या मिसळीला कांदा भरपूर घातल्याशिवाय चव येत नसे. त्यामुळे गोदाकाकूंनी निरनिराळे पदार्थ मिसळून तयार मिसळ वाढण्याचा प्रश्नच नव्हता. शिवाय कधीमधी गोदाकाकूंनीही आपल्याबरोबरीनं जेवावं असा उषाताईंचा नेहमीच आग्रह असे.

त्यांच्या आजच्या आग्रहाला मान देऊन गोदाकाकूंनी रिकाम्या खुर्चीवर बसून एक बाऊल आपल्यापुढे ओढला. पण त्यात निरनिराळे पदार्थ घेऊन आपली मिसळ तयार करण्याऐवजी काकू नुसत्या त्या भांड्यांकडे एकटक पाहत बसूनच राहिल्या. इतरांच्या नाही, पण उषाताईंच्या ते ध्यानात आल्यावाचून राहिलं नाही.

"काय झालंय, काकू? तुम्ही खायला सुरुवात का करत नाहीत?" त्यांनी विचारलं.

"मी विचार करतेय. हा कांदा, टोमॅटो आपण कच्चाच खातो. झालंच तर काकडी, मुळा, बीट, बहुतेक सगळी फळं, अगदी वाटाण्याचे दाणे किंवा फ्लॉवरचे छोटे छोटे गड्डेही न शिजवता खातो. मग बाकीचे पदार्थ तरी शिजवण्याची तसदी आपण का घेतो? सगळ्याच गोष्टी कच्च्याच का नाही खात?"

"काकू, सगळ्या गोष्टी कच्च्याच खाऊ लागलो तर मग तुमच्यावर गंडांतर नाही का येणार? स्वयंपाक करणाऱ्या माणसाची गरजच नाही भासणार कोणाला?" प्रभाकरनी त्यांचा प्रश्न गमतीनं घेत म्हटलं.

त्यावर उषाताईंबरोबर गोदाकाकूही हसल्या आणि त्यांनी मटकीची उसळ आपल्या बाऊलमध्ये वाढून घेतली. "पण दादा, माझी बेकारी हटवण्यासाठी काही लोकांनी अन्न शिजवायला नाही सुरुवात केली. त्याचं कारण काहीतरी वेगळंच असेल ना!"

"पण प्रभाकर, सगळ्या प्राण्यांमध्ये माणूसप्राणीच एक असा आहे की जो आपलं अन्न शिजवून खातो. तेव्हा काकूंनी विचारलेल्या प्रश्नात तथ्य जरूर आहे. पण एकेकाळी माणूसही आपलं अन्न कच्चंच खात होता. अगदी मांसदेखील. त्यानंतर आगीचा शोध लागला. म्हणजे आपल्याला हवी तेव्हा आग पेटवण्याची कला तो शिकला. त्यानंतरच त्यानं अन्न शिजवून खायला सुरुवात केली."

"पण का?"

“साधारण वीस लाख वर्षांपूर्वी आज होमो सेपियन्स या नावानं ओळखल्या जाणाऱ्या मानवप्रजातीचा उदय झाला. तोवरचे माणसाचे पूर्वज वानरकुळातलेच होते. वानराचा नर झाला तो वीस लाख वर्षांपूर्वी. तर पंधरा लाख वर्षांपूर्वी त्यानं अन्न शिजवून खायला सुरुवात केली.”

“पण का?” काकूंनी आपला हेका कायम ठेवला होता.

“उत्क्रांतीच्या ओघात मानवप्राण्यात जसे शारीरिक बदल होत गेले तसेच बौद्धिक आणि सांस्कृतिक बदलही होत गेले. त्याच्या मेंदूची वाढ आणि विकास होत गेला. तो नवनवी कौशल्यं शिकला. दगडांपासून हत्यारं, अवजारं तयार करायला शिकला. हवी तेव्हा आग पेटवण्याची किमया त्यानं साध्य केली. त्यातच अन्न शिजवण्याची कलाही तो शिकला. हार्वर्ड विद्यापीठातल्या रिचर्ड रॅन्गहॅम यांच्यासारख्या मानववंशशास्त्रज्ञांच्या मते तर शिजवण्याची कला आत्मसात केल्यानंतरच वानराचा नर व्हायला सुरुवात झाली. अन्न शिजवून खायला सुरुवात केल्यामुळे त्याच्यात जे बदल झाले त्यातूनच वानरापासून नर उत्क्रांत व्हायला मदत झाली असं त्यांचं म्हणणं आहे. ते सर्वांनाच जरी मान्य नसलं तरी अन्न शिजवायला लागल्यानंतर माणूसप्राण्याच्या आयुष्यक्रमात, जीवनशैलीत मोठे बदल घडून आले यात शंका नाही.”

“अन्न शिजवायला लागल्यामुळे बदल झाले? कसे काय?”

“पंधरा लाख वर्षांपूर्वीच्या माणसाच्या वसतिस्थानानजीक जे काही जीवाश्म सापडले आहेत; त्यात जळलेल्या हाडांचा समावेश आहे. त्यावरून त्या सुमारास आपली शिकार भाजायला त्यानं सुरुवात केली असा कयास केला गेला आहे. शिजवलेल्या अन्नामुळे माणसाच्या शरीरात अधिक उष्मांक जायला सुरुवात झाली

आणि या वाढीव उष्मांकातून मिळालेल्या वाढीव ऊर्जेमुळे त्याच्या शरीररचनेतही बदल होत गेले असं शास्त्रज्ञांचं म्हणणं आहे. याचं कारण म्हणजे शिजवलेलं अन्न पचायला सोपं असतं. त्यामुळे एरवी न पचणाऱ्या काही अन्नपदार्थांचा त्याच्या जेवणात समावेश होऊ लागला. तोवर साधीसुधी, फारशी गुंतागुंतीची रचना नसलेली प्रथिनंच त्याच्या पोटी पडत होती. आता अधिक गुंतागुंतीची रचना असलेली प्रथिनंही त्याच्या अंगी लागू लागली.

किंबहुना अन्न आपण शिजवून खातो त्यात ते अधिक पचनीय करण्याचा उद्देश असतोच.''

''हे बरीक खरं हो. काकडी किंवा टोमॅटो किंवा फळांचं ठीक आहे. नुसती कच्ची खाल्ली तरी सहज पचतात. पण साधी पालेभाजीच घ्या. कच्ची पचनी पडत नाही. डाळ, तांदूळ तर नक्कीच नाही आणि मांसमच्छीचा तर विचारच करायला नको.''

''असं नाही हं काकू. ते जपानी लोक मासा कच्चाच खातात. सुशी नावाचा त्यांचा पदार्थ आहे. त्यात माशाचा कच्चा तुकडाच असतो.'' गौतमनं काकूंच्या ज्ञानात भर घातली.

''चल, माझी फिरकी नको घेऊस. सुशी हा काय पदार्थ आहे? उद्या काशी म्हणजे कच्च्या कोंबडीपासून तयार केलेला पदार्थ असंही सांगशील.''

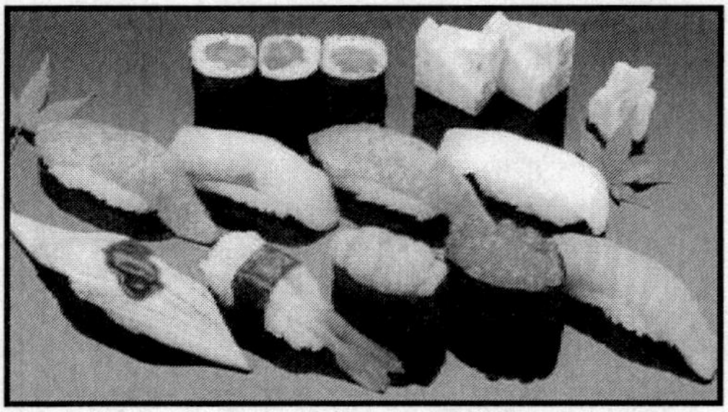

''नाही काकू, गौतम सांगतोय ते खरंच आहे.'' प्रभाकर म्हणाला. ''साशिमी नावाचाही त्यांचा एक रुचकर पदार्थ आहे. त्यातही माशाचा कच्चा तुकडाच असतो.''

''हो, पण तो पचायलाही सोपा नसतो. शिवाय बऱ्याच वेळा त्यातल्या काही रोगजंतूंमुळे फूड पॉयझनिंगही झाल्याच्या कथा काही कमी नाहीत. गौतम सांगतो ते खरं असलं काकू तरी तो एक अपवादच आहे. साधारणत: तांदूळ, गहू, ज्वारी यासारखी सीरियल्स, डाळींसारखे प्रथिनयुक्त पदार्थ, बऱ्याचशा भाज्या आणि मांस, मच्छी हे शिजवल्याशिवाय खाल्ले जात नाहीत. ते कच्चे खाल्ले तर पचवायला जड जातात. शिजवल्यानंतरच त्यांचं पचन होणं सोपं होतं. शिवाय काही पदार्थ कच्चे खाल्ले तर घातक ठरतात. विषारी असतात. पण अशा प्रकारचे काही कंद भाजल्यानंतर ते खाण्याजोगे होतात. त्यामुळे तोवर न मिळालेल्या काही पोषक द्रव्यांचा माणसाच्या आहारात समावेश व्हायला लागला. या प्रकारे त्याच्या अन्नामध्ये आणि त्यापोटी पोटात जाणाऱ्या घटकांमध्ये मोठा फरक पडल्यानंतरच त्याची बौद्धिक, मानसिक वाढ झपाट्यानं होत गेली आणि त्यातूनच मग साधारण एक लाख वर्षांपूर्वी आधुनिक मानवाचा उदय झाला.''

''तरीही त्या सुरुवातीच्या काळात शिजवणं म्हणजे नुसतंच आगीत घालून

भाजणं असाच प्रकार होता ना? आजच्या सारख्या शिजवण्याच्या वेगवेगळ्या तऱ्हा काही नव्हत्या.''

''बरोबर बोललात. माणसाची उत्क्रांती झाली तशी शिजवण्याच्या पद्धतीचीही उत्क्रांती होत गेली.''

''पण शिजवणं म्हणजे उष्णता देणं हे तर खरं?''

''खरं, पण ती उष्णता देण्याचेही अनेक प्रकार आहेत. तुम्हाला मी मागे सांगितलेच होते.''

''वहन, अभिसरण आणि प्रारण. आठवतंय मला. शिवाय मायक्रोवेव्ह ओव्हनची एक चौथीच तऱ्हा असंही तुम्ही म्हणाला होतात.''

''हो. या निरनिराळ्या प्रकारांचा अवलंब केला गेला कारण निरनिराळे अन्नपदार्थ शिजवण्यासाठी निरनिराळ्या पद्धती अधिक योग्य असल्याचं दिसून आलं. कारण अन्न शिजवलं तरी त्याचं पोषणमूल्य घटता नये याची दक्षता घ्यावी लागते.''

''म्हणजे आई, अन्न शिजवलं की त्याचं पोषणमूल्य कमी होतं की काय? तसं असेल तर आपण ते कच्चंच का खात नाही?'' गिरिजानंही आता उत्सुकतेनं विचारलं. ''शिवाय आई. कच्च्या अन्नाचं पचन होतं म्हणजे त्याचं विघटनच होतं ना? मग त्यासाठी लागणारी विकरं तर शरीरात असतातच. शिवाय त्या त्या अन्नपदार्थांमध्येही त्यांचं विघटन करणारी काही विकरं अस्तित्वात असतातच. ती आपलं काम करतच राहू नये म्हणूनच तर आपण पदार्थ थंड करून ठेवतो ना?''

''तुम्ही सर्व जण म्हणता त्यात थोडं थोडं तथ्य नक्कीच आहे. पण मला सांग अन्न जर पचलंच नाही तर त्याच्या ठायी कितीही पोषणमूल्य असलं तरी काय उपयोग? ते अंगी लागावंच कसं? त्यासाठी ते पचायला तर हवं. अन्न शिजवणं म्हणजे त्याचं एक प्रकारे पचनच करणं असतं. फक्त ते शरीराबाहेर केलं जातं. शिजवल्यामुळे त्याच्या पचनाची क्रिया शरीराबाहेरच सुरू होते आणि त्यामुळे नंतर उरलेलं पचनाचं काम करणं आपल्या शरीराला सोपंच जातं. शिवाय अन्नाचे काही घटक असे असतात की त्यांचे आपल्या पोटातल्या पाचकरसाकडून तुकडे होणं तितकंसं सोपं नसतं. असे पदार्थ शिजवल्यामुळे मग पोटावर म्हणजेच आपल्या पचनसंस्थेवर जास्त ताण पडत नाही.''

''पण आई माझा प्रश्न तसाच राहिलाय. पदार्थ शिजवल्यानं त्याचं पोषणमूल्य जर कमी होणार असेल-''

''तर ते कच्चंच का खायचं नाही? असंच ना? खरं तर यात आपलं शरीर एक प्रकारचा सौदाच करत असतं.''

''सौदा? तो तर व्यापारात करतात किंवा शेअर मार्केटमध्ये.''

''असंच काही नाही. या जगात विनामूल्य असं काहीच मिळत नसतं. प्रत्येक

गोष्ट मिळवण्यासाठी काही ना काही किंमत चुकती करावीच लागते. शरीराला चांगलं पोषण मिळणं आवश्यक असतं. म्हणून तर आपण अन्न खातो. पण ते पोषण मिळवण्यासाठी शरीराला काही खर्च करावा लागतोच. तो पचनसंस्थेवर पडणाऱ्या ताणाचा असतो. तो खर्च करताना आतबट्ट्याचा व्यवहार होणार नाही याचा विचार शरीर करतच असतं. म्हणजे पोषणाचा मलिदा पदरात पाडून घ्यायचा तर त्यासाठी करावा लागणारा खर्च परवडणारा, शरीराला झेपणारा असेल याचा विचार करावाच लागतो. जर तो झेपणारा नाही असं दिसून आलं तर मग मिळणाऱ्या फायद्यात थोडीफार घट झाली तर ती सहन करण्याची तयारी ठेवावी लागते. अन्न शिजवून खाण्यात हाच विचार असतो. कांदा, मुळा, काकडी, फळं वगैरे पचवणं सहज शक्य असतं. म्हणून मग ते शिजवण्याच्या फंदात पडण्याची गरज भासत नाही. पण तांदूळ, गहू यांसारख्या धान्याच्या दाण्यावरची टरफलं पचायला जड असतात. त्यांचं पीठ केलं तरी ते कच्चं पचवणं अवघड जातं. कदाचित आदिमानवाला ते शक्य झालं असेल. पण आता इतक्या शतकांच्या शिजवून खाण्याच्या सवयीपोटी शरीरक्रियांमध्येही काही बदल घडून आले असणार. त्यामुळे मग कच्चं पीठ किंवा कच्चं मांस खाणं जमत नाही. भाज्यांमध्येही सेल्युलोज सारखा पदार्थ जनावरं पचवू शकतात, आपण नाही. नाही तर गवत खाऊन नसतं जगता आलं!''

''पण अन्न शिजवताना आपण जो उष्णतेचा वापर करतो, त्यामुळे जीवनसत्त्वं, काही नाजूक प्रथिनं यांची मोडतोड होते आणि त्यामुळे त्यांच्यापायी मिळणाऱ्या पोषणात घट होते, हे तर खरं?''

''खरंय. म्हणून तर सगळंच अन्न शिजवून खायचं नसतं. काही कच्चंच खायचं असतं आणि शिजवण्याच्या वेगवेगळ्या पद्धती का अमलात आल्या असं विचारत होतात ना काकू, त्याचं उत्तरही हेच आहे. ते अन्न पचावं म्हणून ते शिजवायचं. पण इतकं नाही की त्याच्या पोषणमूल्यात भलतीच घट होईल. सौदा किफायतशीर व्हायला हवा तर मग कमी किमतीत जास्ती फायदा मिळवण्याचा प्रयत्न करायला हवा. जे पोटाला पचवायला कठीण पडतं तितकंच पचनाचं काम शिजवण्याकरवी करून घ्यायचं. त्याहून जास्ती नाही. ओव्हरकुकिंग करायचं नाही. म्हणूनच मग काही पदार्थ आपण नुसतेच वरवर भाजतो. काही उकडतो. काही नुसतेच परततो तर काही चांगले खरपूस तळून काढतो. चपाती किंवा भाकरी नुसतीच तापल्या तव्यावर भाजून घेतो. तंदूरी रोटीसारखी आगीतच ठेवून भाजत नाही. नान किंवा पाव यात आधी यीस्ट घालून त्याच्यापासून कार्बनडाय ऑक्साईडसारखा वायू पुरेशा प्रमाणात तयार झाला की मग फक्त बेक करतो. काही पदार्थांना दूरवरून आगीची धग लावून भाजतो. ग्रिल करतो.''

"खरंय ताई तुमचं म्हणणं. अंड कच्चं दुधात घालून खातात किंवा अर्धवट उकडतात."

"सॉफ्ट बॉईल्ड म्हणतात त्याला काकू."

"असेल, मला नाही तुमचं ते इंग्रजी एवढं समजत. पण अर्धवट उकडणं म्हणजे काय हे बरोबर समजतं. झालंच तर आतला पिवळा बलक चांगला घट्ट होईपर्यंतही उकडतात. तव्यावर परतून तोच बलक थोडाफार वाहता ठेवून आमलेट करतात. तर ते चांगलं फेटून, कांदा-मिरची घालूनही आमलेट करतात. म्हणजे त्या अंड्याकडून मिळणाऱ्या पोषणात त्यानुसार फरक पडत असेल नाही?"

"अगदी बरोबर बोललात."

"पण मग कोणतंही अन्न असं जेवढ्यास तेवढंच शिजवायचं असेल तर मग ते तेवढं शिजलंय हे ओळखायचं कसं?"

"वा! काय छान प्रश्न विचारलात काकू! अन्न व्यवस्थित शिजलंय की नाही हे व्यवस्थित अजमावण्यातच तर स्वयंपाकाची खरी कला आहे. शितावरून आपण भाताची म्हणजेच भात शिजलाय की नाही याची परीक्षा करतो ना. तशीच प्रत्येक पदार्थ कितपत शिजलाय हे अजमावण्याचे निरनिराळे मार्ग आहेत. अंड्याबद्दल तुम्ही सांगत होतात तेव्हा त्याचाच पहिल्यांदा विचार करू या. अंडं उकडायचं असेल तर आधी पाणी उकळू द्या. त्यापूर्वी पाण्यात चिमूटभर मीठ घातलंत तर उत्तम."

"कशासाठी?"

"त्यामुळे उकळणाऱ्या पाण्याच्या तापमानात फरक पडतो. ते कमी राहतं. आता का म्हणून विचारू नका. सांगेन कधीतरी. एकदा का पाणी उकळायला लागलं की गॅस कमी करा आणि अंडं त्या पाण्यात सोडून मंद आचेवरच ठेवा. साधारण तीन ते चार मिनिटात तुमचं सॉफ्ट बॉईल्ड अंडं तयार होईल."

"आणि हार्ड बॉईल्ड?"

"त्यासाठी दहा ते पंधरा मिनिटं तरी ठेवावं लागेल. त्यानंतर गॅस विझवून–"

"ते थंड पाण्यात ठेवा. म्हणजे त्याचं टरफल काढणं सोपं जातं. माहिती आहे मला आणि हेही माहिती आहे की असं हार्ड बॉईल्ड अंड फ्रीजमध्ये आठवडाभरसुद्धा राहू शकतं."

"अय्या! मग बरंच आहे. तुम्ही कधी सुट्टीवर जाणार असलात ना काकू तर मग अशी आठवड्याभराची सोय करूनच जा. फ्रीजमधून काढलं की थेट खायलाच घेता येईल."

"गिरिजा, काकू कधी सुट्टीवर गेल्याचं पाहिलं आहेस तू?"

"पण काकू, गिरिजा म्हणते तशी तुम्ही कधी तरी सुट्टी घेतलीच पाहिजे.

आठवड्याभराची अंडी उकडून न ठेवता. नाहीतर गिरिजा कधी शिकणार स्वयंपाक करायला!''

''मीच का? गौतम का नाही?''

''हो, तो सुद्धा.''

''मी सुट्टीवर जाईन तेव्हाचं तेव्हा बघू. आता अंड फ्राय कितपत करायचं ते सांगून टाका.''

''अरे हो. तव्यावर किंवा पॅनमध्ये थोडंसं तेलं, अगदी थोडंसंच हं, घालून त्यावर ते फोडलेलं अंडं टाका. आपोआप पसरेल. थोड्यावेळानं त्याचा पांढरा भाग घट्ट व्हायला लागेल. पिवळा भाग मात्र अजूनही खदखदत राहील. त्यावर बुडबुडे येत राहतील. त्याचवेळी उतरवा. सनी साईड अप म्हणजे एका बाजूनंच तळलेलं हवं असेल तर ते पुरे. दोन्ही बाजूंनी तळायचं असेल तर त्याचवेळी ते उलटून टाका. त्यानंतरही ते थोडंफार थलथलीत असतानाच उतरवा. मुख्य म्हणजे त्याच्या कडा आतल्या बाजूला वळायच्या आतच ते उतरवा. एकदा त्या कडा अशा वळल्या की ते जरुरीपेक्षा जास्ती तळलं गेलंय असं समजायला हरकत नाही.''

''आता भाज्या. तिकडे युरोप-अमेरिकेत भाज्या सहसा नुसत्याच उकडतात. त्या शिजल्या आहेत की नाही हे ओळखण्याचे नियम तसे सोपे आहेत. जमिनीखाली उगवणाऱ्या भाज्या म्हणजे बटाटे, कांदे वगैरे मऊ झाले की शिजलेत असं समजायला हरकत नाही. काट्यानं टोचून पाहिलंत तर तो काटा फारसा जोर न लागता आत जाईल. जमिनीवर उगवणाऱ्या भाज्या म्हणजे फरसबी, गवार वाटाणे किंवा पालेभाज्या तशा कुरकुरीत राहिलेल्या बऱ्या. त्यांचा लगदा होता नये. आणि वेलीवर उगवणाऱ्या म्हणजे तोंडली, भोपळा किंवा कारली ही मात्र मऊ झाली पाहिजेत. पण बटाट्याइतकी नाही. काटा टोचलात तर तो जरा जोर दिल्याशिवाय आत जाणार नाही. त्या अवस्थेत त्या शिजल्या आहेत असं समजायचं.''

''पण आपण भाज्या नुसत्याच उकडत नाही.''

''हो ना. कापून, तुकडे करून घेतो. फरसबीसुद्धा मोडून घेतो. भेंडीचेही

लहानलहान तुकडे करतो. त्यात मसाले घालतो. आलं लसूण लावतो आणि मगच शिजवतो. पालक किंवा सरसो तर घोटूनच घेतो. अर्थात बहुतेक वेळा आपण या भाज्या पाण्यातच शिजवतो. म्हणजेच उकडतो.''

''नुसत्याच परतत नाही. पण उकडा किंवा परता– एक नियम मात्र सगळीकडेच लागू होतो. भाजीचा मूळ रंग आणि पोत थोड्याफार प्रमाणात तरी शिल्लक राहिला पाहिजे. अगदीच लगदा झाला किंवा रंग पार बदलला तर ती प्रमाणाबाहेर शिजलीय असं मानायला हरकत नाही. म्हणूनच तर चिनी लोक करतात त्याप्रमाणे स्टरफ्राय करणं म्हणजेच मोठ्या आचेवर भरभर परतणं जास्ती चांगलं. भाजी हवी तेवढी शिजते आणि तिचं पोषणमूल्यही फारसं खर्ची पडत नाही.''

''मटण किंवा कोंबडी मात्र जास्ती शिजवावी लागते. भाजीइतकी कमी शिजवून चालत नाही.''

''खरं आहे. शिवाय ते मांस मूळचंच किती वातड आहे यावरही बरंच काही अवलंबून असतं. तरीही साधारण ते मांस आपल्या तळहाताच्या मांसल भागासारखं लागायला लागलं की शिजलंय असं समजायला हरकत नाही. जर तुम्ही त्यात काटा टोचलात तर त्यातून नितळ पांढरा रसच झिरपायला लागेल. जर ते शिजलं नसेल तर आतून येणारं पाणी थोडंफार तांबूस असेल. तसं दिसलं तर मग ते आणखी थोडं शिजायला हवं असं समजायचं.''

''तरीही ते ताबडतोब काढण्याऐवजी थोडावेळ मंद आचेवर तसंच राहू दिलं तर त्याची चव चांगली लागते असं पाहिलंय मी.''

''बरोबर आहे. कारण मग त्याचा रस सगळीकडे सारखाच पसरतो आणि त्याची चव आणखीच बहारदार करतो. मासे मात्र तेवढे शिजवलेत तर त्यांचा लगदाच होऊन जाईल. त्यातही मासा शिजवण्यापूर्वी त्यात थोडासा छेद देऊन पाहा. जर आतलं मांस तुम्हाला अपारदर्शक दिसलं तर तो लवकर शिजेल. पण एखाद्या झिरझिरीत किंवा तलम कापडाप्रमाणे दिसलं तर मात्र तो मासा जास्ती शिजवायला हवा याची पक्की खूणगाठ बांधा.''

''थोडक्यात काय तर कोणताही पदार्थ हवा तेवढाच शिजलाय की नाही हे

ओळखण्याचे आडाखे तसे आमच्या नेहमीच्या अनुभवातलेच आहेत. पण ते तुमच्या वैज्ञानिक नियमांना धरून आहेत हेच तुम्ही सांगताय.''

''नाहीतर तुमच्या इतक्या अनुभवावर मी वेगळं काय सांगणार? म्हणूनच मी नेहमी म्हणते ना की आमचं विज्ञान तसं अवघड नाही शिकायला. तुम्हीच पाहाना, इतक्या वर्षांच्या अनुभवातून त्यातलं स्वयंपाकाचं रसायनशास्त्र चांगलंच अवगत केलं आहेत. तसं ते केलंय याची जाणीव नव्हती तुम्हाला. तीच तेवढी करून दिलीय मी. तुझं आहे तुजपाशी एवढंच सांगितलंय मी.''

■

बिरबलाची खिचडी

दुपारची चार वाजताची वेळ. धड वामकुक्षीची नाही, धड संध्याकाळची नाही. उषाताई आज जरा लवकरच आपल्या इन्स्टिट्यूटमधून घरी परतल्या होत्या. दारावरची बेल वाजवावी तर कदाचित गोदाकाकू दमून लवंडल्या असतील तर त्यांची विनाकारण झोपमोड व्हायची. म्हणून मग स्वत:कडच्या लॅचकीचा वापर करत त्यांनी घराचं दार उघडलं आणि त्या आत शिरल्या. दिवाणखान्यात पाऊल ठेवतात तो त्यांना गोदाकाकू एका आरामखुर्चीत बसलेल्या दिसल्या. हातात कोणतं तरी पुस्तक होतं. पण त्यांचं लक्ष मात्र त्या पुस्तकात नव्हतं. विचारात गढून गेल्यासारखी त्यांची नजर कुठंतरी शून्यात जाऊन स्थिरावलेली होती. उषाताईंची चाहूल लागताच त्या लगबगीनं उठल्या. त्यांना तसंच थोपवत उषाताईंनी समोरच्या सोफ्यात बैठक मारली आणि त्यांनी विचारलं, ''कसल्या तरी विचारात हरवल्यासारख्या बसला होतात काकू. कसला विचार करत होतात इतका? आणि हातात ते पुस्तक कसलं आहे तुमच्या?''

चेहऱ्यावर ओशाळवाणा भाव आणत काकूंनी ते पुस्तक मिटून पटकन समोर ठेवलं. ''काही नाही ताई. वेळ जात नव्हता म्हणून उगीचच चाळत बसले होते.'' उषाताईंनी ते पुस्तक उचललं आणि शीर्षक मोठ्यानं वाचत त्या म्हणाल्या, ''बिरबलाच्या गोष्टी. छान आहे की. बिरबलाच्या कोणत्या करामतीनं तुम्हाला एवढं भंडावून सोडलं?''

''त्याची ती खिचडीची गोष्ट वाचत होते. जमिनीवरच्या शेगडीपासून उंचावर यानं आपलं मडकं ठेवलं होतं आणि त्यातली खिचडी शिजायची वाट तो पाहत

होता. पण ती काही शिजता शिजेना. बादशहाची खोड मोडण्यासाठी जरी त्यानं ही युक्ती वापरली असली तरी मला त्याचं उत्तर काही पटलं नाही. परवाच तुम्ही सांगत होता की पदार्थ शिजवताना आपण त्याला तीन निरनिराळ्या प्रकारे उष्णता देत असतो. त्यातला तिसरा प्रकार प्रारणाचा. यात शेगडीतली आग आणि तो पदार्थ यांच्यामध्ये कसलाच थेट संपर्क नसतो. त्या आगीपासून तो पदार्थ दूरवरच ठेवलेला असतो. जसा कबाब भाजताना किंवा तुमची ती सॉसेजेस ग्रिल करताना. बरोबर?''

''ठीकच आहे.''

''तर मग बिरबलाच्या खिचडीलाही त्या जमिनीवरच्या आगीपासून प्रारणाच्या माध्यमातून उष्णता मिळतच असणार. तेव्हा ती का शिजू नये?''

''वा! काकू तुम्ही तर बाउंडरीच मारलीत आज. तुमचं म्हणणं बरोबरच आहे. ती खिचडी शिजायलाच हवी. पण आपण जेव्हा कबाब भाजतो किंवा कोंबडीची तंगडी ग्रिल करतो तेव्हा त्या आगीपासून ते पदार्थ फार दूरवर नसतात. पण बिरबलानं आपली खिचडी जमिनीपासून फार उंचावर बांधली होती. प्रारणाच्या माध्यमातून मिळणारी उष्णता हवेतून जाताना त्या हवेला जास्ती मिळत जाते. त्यामुळे तिची मात्रा त्या खिचडीशी पोहोचेपर्यंत कमालीची घटलेली असणार. त्यापायी त्या खिचडीतल्या डाळ आणि तांदूळ यांच्या मिश्रणाला, खरं तर ते ज्यात

घातलं होतं त्या पाण्याला उकळी आणण्याइतकी उष्णता मिळणं तसं दुरापास्तच. त्यामुळेच ती खिचडी शिजली नव्हती किंवा असं म्हणूया की ती शिजायला इतका वेळ लागला असता की तोपर्यंत त्या डाळीला मोड येऊन तिच्यापासून नवं रोपटंही कदाचित तयार झालं असतं. कारण डाळ चांगली शिजायची तर त्या पाण्याला चांगली उकळी यायला हवी.''

''आणि भात शिजण्यासाठीसुद्धा पाण्याला उकळी यायला हवी. ती आलीच नाही तर मग खिचडी शिजणार नाही.''

''पण प्रारणाची बात सोडा. नेहमीप्रमाणे वहनाच्या माध्यमातून उष्णता मिळून आणि अभिसरणापोटी पाण्याला उकळी येऊनही खिचडी कधी कधी शिजत नाही. माहिती आहे तुम्हाला?''

''उकळी येऊनही शिजत नाही? ते कसं काय?''

''कारण कोणत्याही पदार्थाला किती उष्णता मिळायची ते तीन वेगवेगळ्या गुणधर्मांवर अवलंबून असतं. एक त्या पदार्थाचं वस्तुमान म्हणजेच त्याचं वजन. दुसऱ्या गुणधर्माला स्पेसिफिक हीट किंवा विशिष्ट उष्णता म्हणतात. हा गुणधर्म त्या पदार्थांच्या उष्णता शोषून घेण्याच्या क्षमतेवर अवलंबून असतो. प्रत्येक पदार्थाची विशिष्ट उष्णता वेगवेगळी असते आणि या समीकरणातला तिसरा घटक आहे तो तापमानाचा. म्हणजे समजा आपण भात शिजवतो आहोत. तर त्या भाताचं वस्तुमान म्हणजे वजन तेवढंच असेल. बदलत राहणार नाही. तसंच तो भात आहे तेव्हा त्याची जी काही विशिष्ट उष्णता असेल तीही बदलणार नाही. तेव्हा तांदूळ वैरलेलं पाण्याचं भांडं जेव्हा चुलीवर चढवलं जाईल, तेव्हा त्याला सतत उष्णता मिळत राहील. पण त्या पाण्याला उष्णता मिळून त्याचं तापमान जसजसं चढत जाईल, तसतशी त्याला मिळणारी उष्णताही वाढत जाईल आणि पाण्याला जेव्हा उकळी येईल तेव्हा ते तापमान सर्वांत जास्ती झालेलं असेल.''

''म्हणजेच त्यावेळी त्या तांदळाला सर्वांत जास्ती उष्णता मिळेल आणि तो शिजायला लागेल.''

''बरोबर. पण जर त्या पाण्याला उकळी फुटेल तेव्हा त्याचं तापमानच कमी असेल तर मग त्या तांदळाला आणि खिचडी शिजवत असाल तर तांदळाला आणि डाळीला मिळणारी उष्णताही कमीच राहील. तेवढ्या उष्णतेनं ती डाळ किंवा तो तांदूळ शिजला नाही तर ती शिजायला लागणारी उष्णता मिळेपर्यंत आणखी वेळ द्यावा लागेल आणि ते तापमान जर फारच कमी राहिलं तर मग ती खिचडी शिजायला आवश्यक तेवढी उष्णता तिला मिळणारच नाही आणि ती शिजणारच नाही, खरं ना?''

''हो, तुम्ही सांगताय त्यावरून ते खरंच वाटतंय. पण पाण्याला उकळी

फुटूनही त्या पाण्याचं तापमान कमीच कसं राहील?''

तिथं तोवर आलेल्या गिरिजानंही आईचं हे म्हणणं आ वासत ऐकलं होतं. ती काय सांगतेय यावर तिचा विश्वासच बसत नव्हता. ''पण आई, हे कसं शक्य आहे? आमच्या पुस्तकातही दिलंय की पाण्याचा उत्कलन बिंदू शंभर अंश सेल्सियस आहे. म्हणजे पाण्याला उकळी फुटते तेव्हा त्याचं तापमान शंभर अंश असतं. तेव्हा ते कमी कसं भरेल?'' न राहवून तिनं शेवटी विचारलंच.

''तू पुस्तक नीट वाचलेलं नाहीस, गिरिजा. परत सावकाश आणि मन लावून वाच. तुला तिथं असं लिहिलेलं आढळून येईल की 'वॉटर बॉईल्स ॲट वन हंड्रेड डिग्री सेल्सियस ॲट नॉर्मल ॲटमॉस्फेरिक प्रेशर' म्हणजेच जेव्हा हवेचा दाब सामान्य असतो तेव्हाच पाणी शंभर अंश सेल्सियसला उकळतं. तो दाब कमी जास्त झाला तर पाण्याचा उत्कलन बिंदूही वरखाली होतो. काकू, तुम्ही लेह लडाखसारख्या ठिकाणी गेलात तर तिथली समुद्रसपाटीपासूनची उंची सहासात हजार फुटांपेक्षा जास्ती असते. तिथली हवा विरळ असते.''

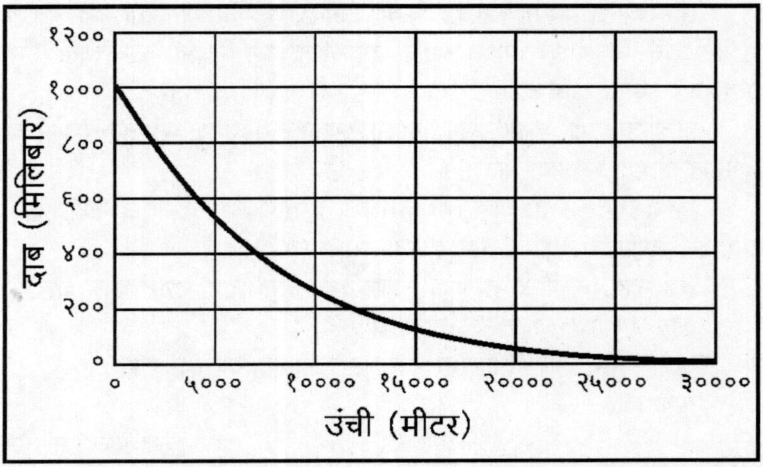

''हो बाई, त्या शेजारच्या फडके वहिनी तिथं गेल्या होत्या तर एक दिवस त्यांना सक्तीनं झोपवून ठेवलं होतं म्हणे. तिथल्या हवामानाची सवय होण्यासाठी आणि तरीही त्यांना लवकर थकायला होत होतं असं त्या सांगत होत्या.''

''बरोबरच आहे. तिथली हवा विरळ आहे. त्यामुळे हवेतला प्राणवायूही इथं असतो त्यापेक्षा कमीच असतो. आपल्या नेहमीच्या श्वासोच्छ्वासातून आपल्याला जेवढा प्राणवायू मिळतो तेवढा तिथे मिळत नाही. त्यामुळेच लवकर थकायला होतं. जास्त वजन उचलवत नाही. फार मोठी चढण चढता येत नाही. वेगानं

चालता येत नाही. पण या सर्वांचं कारण म्हणजे तिथली हवा विरळ असते. साहजिकच मग तिथला हवेचा दाबही आपल्या या मुंबईतल्या हवेच्या दाबापेक्षा कमी असतो. त्यामुळे तिथं पाणी कमी तापमानाला उकळतं. शंभर अंशाची लक्ष्मणरेखा ओलांडायची वाट पाहत नाही.''

''कमाल आहे! हवेच्या दाबाचा आणि उकळण्याचा असा संबंध असण्याचं काही कारणच दिसत नाही. आपण काही बिरबलासारखी उघड्यावर खिचडी शिजवत नसतो. इथं घरातल्या बंद खोलीत शिजवत असतो. मग बाहेरच्या त्या हवेच्या दाबाचा का परिणाम व्हावा?''

''तुमचा प्रश्न रास्त आहे काकू. पण त्याचं उत्तर देण्याआधी कोणत्याही पदार्थातल्या रेणूंची रचना कशी असते हे तुम्ही समजून घ्यायला हवं. कोणत्याही पदार्थाच्या तीन अवस्था असतात. खरं तर तशा पाच अवस्था आहेत. पण त्यातल्या दोन अवस्थांचा आपल्या नेहमीच्या व्यवहारात कधी संबंध येत नाही. तेव्हा त्यांचा विचार करण्याचं काहीच कारण नाही.''

''तीन अवस्था? माणसाच्या किंवा जनावरांच्या तीन अवस्था असतात हे माहिती होतं. बालपण, तारुण्य आणि म्हातारपण. पण निर्जीव पदार्थांच्याही तीन अवस्था? अगदी दगडाच्याही?''

''हो दगडाच्याही. त्याही सांगेन तुम्हाला. पण नीट समजण्यासाठी तुमच्याआमच्या ओळखीचा पदार्थ घेऊया. पाणी.''

''पाण्याच्या कुठं तीन अवस्था असतात. हं म्हणजे तुम्ही गढूळ पाणी किंवा सांडपाणी आणि शुद्धपाणी असं म्हणत असाल तर–''

''तसं नाही. तुम्ही जेव्हा पाणी फ्रीजरमध्ये ठेवता तेव्हा त्याचं काय होतं?''

''काय होणार? त्याचा बर्फ होतो आई.''

''आणि तेच पाणी चुलीवर ठेवून उकळवता तेव्हा त्या पाण्याची–''

''वाफ होते.''

''म्हणजे झाल्या ना तीन अवस्था. बर्फ, पाणी आणि वाफ. घन, द्रव आणि वायू. ही परिस्थिती फक्त पाण्याचीच आहे असं नाही. कोणताही पदार्थ घ्या, आपल्या नेहमी अवतीभवती जे काही तापमान असतं, त्या तापमानाला तो पदार्थ या तीनपैकी कोणत्या

तरी एकाच अवस्थेत वावरत असतो. पण त्या तापमानात बदल झाला की मग ती अवस्थाही बदलत जाते. आपल्या नेहमीच्या तापमानाला पाणी हे द्रवरूप असतं. वाहतं असतं.''

''पण फ्रीजरमध्ये तापमान कमी झालं की ते गोठतं आणि त्याचा बर्फ बनतो. उलट चुलीवर ठेवल्यानं तापमान वाढलं की त्याचा वाफ बनते आणि ते वायूरूप होतं.''

''बरोबर. पण असं का होतं याचा विचार केला आहेत का तुम्ही?''

''आता विचारणारच होते मी तुम्हाला.''

''घन अवस्थेत असताना कोणत्याही पदार्थाचे रेणू एकमेकांशी घट्ट जोडलेले असतात. त्या रेणूंचे आपापसात असणारे जोड मजबूत असतात. ते सहसा एकमेकांची साथ सोडत नाहीत. त्यामुळे त्या पदार्थाच्या रचनेत काहीही बदल होत नाही. आता उष्णता ही एक प्रकारची ऊर्जाच असते. ती मिळाली की या पदार्थांचे रेणू उत्तेजित होतात. ते नाचू-बागडू लागतात. एका ठिकाणी स्वस्थ बसून राहत नाहीत. सारखी वळवळ करत राहतात. साहजिकच एकमेकांशी जोडणाऱ्या त्यांच्या आपापसातल्या बंधांवर ताण पडतो. ते तितकेसे मजबूत राहत नाहीत. कमकुवत होतात. त्या रेणूंची आपापसात मिठी थोडी ढिली पडते. त्यांचा रचनाबंध आता घट्ट न राहता लवचिक बनतो. म्हणजेच त्या रचनेत बदल होऊ शकतात. द्रवरूप अवस्थेची हीच स्थिती असते. म्हणजे त्या अवस्थेत हे रेणू एकमेकांशी जोडलेलेच राहतात; पण ते ढिले पडल्यामुळे ते रेणू एकाच ठिकाणी स्वस्थ पडून राहत नाहीत. इकडेतिकडे फिरकू शकतात. साहजिकच तो पदार्थही एका ठिकाणी न राहता हलू शकतो, वाहता होतो.''

''म्हणजे जिथं ठेवला आहे तिथंच पडून राहणाऱ्या बर्फाच्या खड्याऐवजी त्याचं वाहतं पाणी होतं. पण आणखी उष्णता देत राहिलं की मग हे जोड तुटत असतील. ते रेणू एकमेकांची साथ सोडून सुटे होत असतील.''

''बरोबर ओळखलंत काकू. तसं झालं की ते रेणू स्वतंत्र होतात. स्वच्छंद - पणे विहरू शकतात. एक-मेकांपासून दूरदूर जाऊ शकतात. त्यांची दाटीवाटी होत नाही. ते विरळ होतात. पाण्याची वाफ होते.''

''पाण्याचं ठीक आहे. पण दगडाचंही असंच

अवस्थांतर होतं म्हणता?''

''हो. पण त्यासाठी भरपूर उष्णता द्यावी लागते. ज्वालामुखीच्या पोटात ती मिळाली की याच दगडांचा रस होतो. शिलारसाच्या किंवा लाव्हाच्या रूपात इकडेतिकडे फेकला जातो. आपलं लोखंड घ्या. कारखान्यातल्या तापलेल्या भट्टीच्या आगडोंबात त्याचाही रस होतो. तो भल्यामोठ्या बादल्यांमधून ओतला जाऊ शकतो. निरनिराळ्या साच्यात घालून मग त्याच्यापासून निरनिराळ्या वस्तू तयार करता येतात.''

''हे बरीक खरंय. टीव्हीवर परवा अशाच पोलादाच्या कारखान्याची माहिती देत होते. त्यात पाहिलाय मी तो रस. मोठमोठ्या काहिल्यांमधून तो ओतत होते. पण मग तो ठेवायला लोखंडाचं भांडं चालत नसणार. कारण मग ते भांडंही वितळेल आणि त्याचाही रस होईल.''

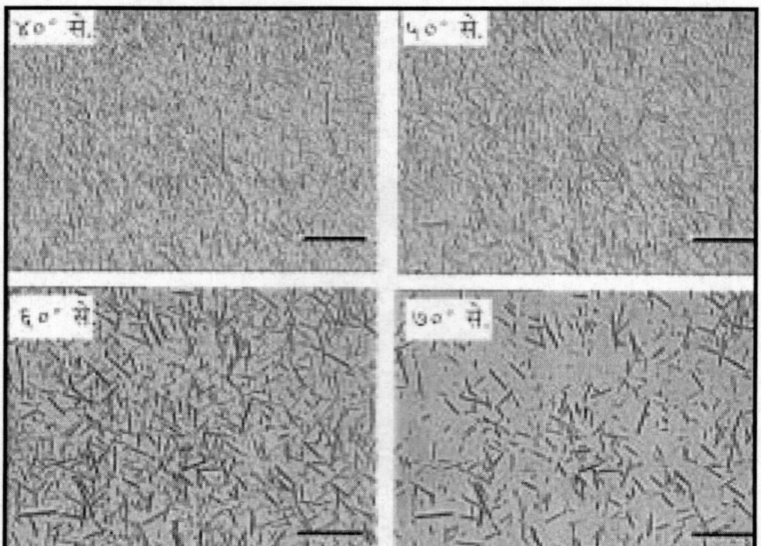

''वा, चांगलं ओळखलंत. ती भांडी त्या कितीतरी चढलेल्या तापमानालाही घन अवस्थेतच राहणाऱ्या पदार्थांचीच बनलेली असतात.''

''पण याचा त्या हवेच्या दाबाशी काय संबंध?''

''ते समजून घ्यायचं तर पाणी उकळतं म्हणजे नेमकं काय होतं, याचा विचार करायला हवा. तसंच तापमान म्हणजे काय हेही बघायला हवं. जसा काल म्हणजेच टाईम हे केवळ एक मोजमाप आहे, मूलभूत चीज नाही तसंच तापमान हेही एक मोजमाप आहे. तापमान म्हणजे उष्णता ही एक गैरसमजूतच आहे. कोणत्याही पदार्थाचे

रेणू गुणी मुलासारखे हाताची घडी तोंडावर बोट ठेवून चूपचाप बसून आहेत की द्वाड मुलासारखे उंडारत आहेत याची जाणीव करून देणारं ते एक मोजमाप आहे.''

''मग आपल्या नेहमीच्या २८ ते ३० अंश तापमानाला पाण्याचे रेणू गुणी मुलासारखे वागतात की द्वाड मुलासारखे?''

''म्हटलं तर गुणी मुलासारखे. पण थोडाफार खट्याळपणा करत असतात. पण थोडासाच. म्हणून तर त्यांच्यामधले बंध तसे घट्टच असतात, इतर कशालाही दाद न देणारे असे असतात. पण पाण्याच्या रेणूंची दुसरीही एक खासियत आहे. ते आपल्या 'बिरादरी'विषयी जास्ती निष्ठा बाळगणारे असतात. ते इतरांशी सहसा मिळूनमिसळून वागत नाहीत. आपापसातच घट्ट संबंध ठेवून असतात. वास्तविक कोणताही पदार्थ द्रवरूप धारण करतो तेव्हा त्याच्या रेणूंना एकत्र बांधणारे जोड नाही म्हटलं तरी कमकुवत होतात. घन अवस्थेत ते जेवढे बलवान असतात, तेवढे ते राहत नाहीत. पाणी मात्र याला अपवाद आहे. तरीही कोणत्याही पदार्थाला उष्णता मिळाली की ती त्याच्या रेणूंना मिळून ते उत्तेजित होतात. स्वस्थ बसून राहण्याऐवजी नाचू-बागडू लागतात. साहजिकच त्यांच्यामधल्या जोडांवर ताण पडून ते कमजोर होत जातात. अधिक उष्णता मिळाली की रेणू जास्तीच उत्तेजित होतात. त्यांच्यामधल्या जोडांना त्यांना एकत्र बांधून ठेवणं कठीण होत जातं. पाण्याच्या रेणूंबाबतही असंच होत राहतं. अधिकाधिक उष्णता मिळाली की त्याचे रेणू इतर रेणूंशी असलेले संबंध तोडत हवेत उडून जाऊ पाहतात. 'बिरादरी'शी असलेलं नातं तोडून स्वतंत्र होऊ पाहतात. यालाच आपण पाण्याची वाफ होणं असं म्हणतो.''

''पण तशी ती होण्यासाठी पाणी चांगलंच तापायला पाहिजे असतं. तापमान साठ सत्तर अंशांपर्यंत तरी चढण्याची गरज असते.''

''असंच नाही हं काकू. कोणत्याही तापमानाला पाण्याच्या काही भागाची वाफ होतच असते. अशी तयार झालेली वाफ हवेत उडून जातच असते.''

''छे, मला नाही पटत. तुमच्याच भाषेत विचारते, तुमच्या या म्हणण्याला पुरावा काय?''

''आपण धुतलेले कपडे वाळत घालतो. कितीही पिळले तरी त्या कपड्यांमध्ये थोडं तरी पाणी राहतंच. अगदी मशीनमधून काढलेले असले तरी त्यांच्यामधल्या सगळ्या पाण्याचा निचरा झालेला नसतो. तो करायचा तर एक तर त्यांना दोरीवर वाळत घालावं लागतं किंवा ड्रायरमधून काढावं लागतं. जेव्हा आपण ते दोरीवर वाळत घालतो तेव्हा त्यांच्या अवतीभवतीचं तापमान किती असतं?''

''तिथं जेवढं नेहमी असेल तेवढंच. आपण तर कपडे घरातच दांडीवर वाळत घालतो. म्हणजे आता इथं जेवढं तापमान आहे तेवढंच असतं.''

''आता इथं साठ सत्तर अंश तापमान आहे का? किंवा दिवसाभरात कधी तरी

थोडा वेळ का होईना पारा तिथपर्यंत चढण्याची शक्यता आहे का?''

''मुळीच नाही. अहो पारा चाळीसपर्यंत चढला तरी नाकी नऊ येतात. मग साठ सत्तर कसा होईल?''

''नाही ना? तरीही कपडे सुकतातच ना? ठणठणीत कोरडे होतातच ना? ते कसे काय? त्यांच्यामधलं पाणी कुठं जातं? ते हवेतच उडून जातं ना? तापमानानं तिशीही ओलांडलेली नसली तरी?''

''हो बाई, कपडे चांगले सुकतात हे खरंच आहे. म्हणजे तसे पावसाळ्यात ते सुकायला जास्ती वेळ लागतो. पण एरवी नाही.''

''याचाच अर्थ असा की कोणत्याही तापमानाला पाण्याचे काही रेणू तरी मोकळे सुटे होत असतात. स्वतंत्र होऊन स्वच्छंदपणे आकाशात विहार करण्याची तयारी करत असतात. भांड्यात ठेवलेल्या पाण्याची परिस्थितीही वेगळी नसते. त्या पाण्याचा काही भाग सतत वाफेत रूपांतरित होत असतो. कोणत्याही तापमानाला काही रेणू असे उत्तेजित होत उडून जाण्याची लगबग करत असतातच. विशेषत: पाण्याच्या पृष्ठभागावरचे रेणू हवेत उडू पाहत असतात. त्यापायी तिथं निर्माण झालेल्या वाफेचा दाब तयार होतो. पण वरची हवा त्या उडू पाहणाऱ्या रेणूंना दाबत परत पाण्यात ढकलू पाहत असते. त्या दाबाला न जुमानता हवेत उडून जायचं तर वाफेचा दाब त्या हवेच्या दाबापेक्षा जास्ती, किमान त्या दाबाइतका तरी होणं आवश्यक असतं. तसा तो व्हायचा तर अधिकाधिक रेणू उत्तेजित होत नाचाबागडायला लागणं आवश्यक असतं. म्हणजेच तापमान अधिक वाढणं आवश्यक असतं. ते चढून वाफेचा दाब हवेच्या दाबाइतका झाला की पाण्याच्या रेणूंना हवेत उडून जाणं शक्य होत जातं. अधिकाधिक रेणू तो मार्ग चोखाळू शकतात. सगळेच रेणू धावपळ करत वाफेमध्ये अवस्थांतरित होऊ पाहतात. पाण्याला उकळी येते. म्हणजेच केव्हा उकळी यायची हे हवेच्या दाबावर अवलंबून असतं.''

''अश्शी गोम आहे तर! म्हणून उंचावरच्या ठिकाणी हवा विरळ झाली की

तिचा दाब कमी होतो आणि मग पाणी कमी तापमानालाच उकळतं.''

''पाण्याचं उकळणं त्या जागी असलेल्या हवेच्या दाबावर अवलंबून असल्यामुळे कोणत्याही जागी हवेचा दाब किती आहे याचा आढावा घेणं क्रमप्राप्तच झालं. हवा आपल्याला दिसत नसली तरी तिलाही वजन असतंच. त्यामुळे त्या वजनापोटी जमिनीवर हवेचा दाब पडत असतोच. तो सगळीकडे सारखाच नसतो. समुद्रसपाटीवर तो सर्वांत जास्ती म्हणजे दर चौरस सेंटीमीटरला एक किलोग्राम एवढा असतो.

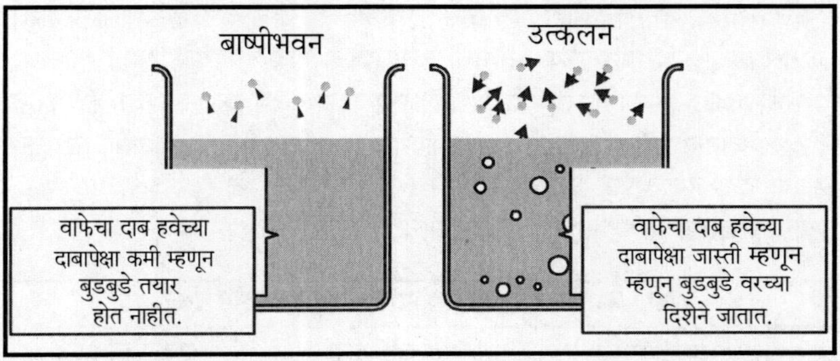

जमिनीवरच्या सर्वच वस्तूंवर तो तसा पडत असतो. अगदी तुमच्या-माझ्या अंगावरही. पाण्यावरही तो साहजिक तेवढाच असतो. त्यामुळे पाण्याला उकळी यायची तर वाफेचा दाब तितकाच व्हायला हवा. जसजसं पाण्याचं तापमान वाढत जातं, तसतसे अधिकाधिक रेणू उत्तेजित होतात. त्यांचं वाफेमध्ये अवस्थांतर होतं. साहजिकच वाफेचा दाब वाढत जातो. समुद्रसपाटीवर पाण्याचं तापमान शंभर अंश सेल्सियसइतकं झालं की त्यापोटी तयार झालेल्या वाफेचा दाब हवेच्या दाबावर मात करू शकतो. पाण्याला उकळी येते. पण लेह-लडाखसारख्या उंचावरच्या ठिकाणी हवा विरळ असते. साहजिकच तिचा दाबही कमी असतो. म्हणजेच पाण्याच्या रेणूंना हवेत उडून जाणं सोपं होतं. वाफेचा दाब तिथल्या हवेच्या दाबाइतका होण्यासाठी शंभर अंशाची मजल गाठण्याची वाट पाहत राहण्याची आवश्यकता भासत नाही. त्याहीपेक्षा कमी तापमानाला अवस्थांतर करणं शक्य होतं. पाणी कमी तापमानाला उकळतं. साहजिकच मग डाळीला शिजण्यासाठी आवश्यक तेवढी उष्णता मिळणं अवघड जातं. जास्ती वेळ घालवावा लागतो. म्हणजेच पाणी लवकर उकळतं पण पदार्थ शिजण्याची क्रिया मंदावते.''

''तुम्हीच आता म्हणालात ताई की सगळीकडे आणि सगळ्या वस्तूंवर हवेचा दाब पडत असतो आणि इथं तर तो तो...''

''तो दर चौरस सेंटीमीटरला एक किलोग्राम एवढा असतो.''

''हो. तर तेवढा. अगदी तुमच्या-माझ्यावरही हा हवेचा दाब तेवढाच असतो.

पण तो तसा असल्याचं काहीच चिन्ह दिसत नाही. जाणवत तर मुळीच नाही. तेव्हा तो तेवढा आहे किंवा दुसरीकडे कुठं गेलं तर तिथं तो एवढाच आहे की याच्यापेक्षा कमीजास्त आहे हे समजायचं कसं?''

''हवेचा दाब बॅरोमीटर या उपकरणाच्या मदतीनं मोजतात. आपण ताप मोजतो त्या थर्मामीटरमध्ये जसा पारा असतो तसाच या बॅरोमीटरमध्येही पारा असतो. थर्मामीटरमधला पारा जसं तापमान असेल त्यानुसार कमी-जास्त चढत असतो. तसाच बॅरोमीटरमधला पाराही तिथं असलेल्या हवेच्या दाबाच्या प्रमाणात कमीजास्त चढत असतो. त्या पाऱ्याच्या स्तंभाची उंची हवेचा दाब दाखवते. समुद्रसपाटीवर ही उंची ७६० मिलीमीटरएवढी असते. पण पाच हजार फूट उंचीवर ती फक्त ६२० मिलीमीटर एवढीच होते आणि पाण्याचा उत्कलन बिंदू ५ अंशांनी घसरतो. आपण दहा हजार फूट उंचीवर गेलो तर तो पाऱ्याचा स्तंभ ५०० मिलीमीटर उंचीचाच उरतो. पाणी मग ९० अंशालाच उकळतं.''

उंची, हवेचा दाब आणि पाण्याचा उत्कलन बिंदू		
समुद्रसपाटीपासून (मीटर्स)	हवेचा दाब (मिमी पाऱ्याच्या स्तंभाची उंची)	उत्कलन बिंदू (अंश सेल्सिअस)
३०५ (१००० फूट)	७८५	१०१.१
०	७६०	१००.००
३०५ (१००० फूट)	७३५	९९.०६
६१० (२००० फूट)	७१०	९८.०२
९१५ (३००० फूट)	६८५	९६.९९
१५२५ (५००० फूट)	६२५	९४.९४
३०४८ (१०००० फूट)	५१०	९०.६०
४५७२ (१५००० फूट)	४३०	८६.७१
८२३० (२७००० फूट)	२६०	७९.५१

''म्हणजे हिमालयातल्या त्या एवरेस्टवर गेलं तर तिथं बहुधा चाळीस पन्नास अंशालाच पाणी उकळत असावं.''

''आजवर कोणी तिथला पाण्याचा उत्कलन बिंदू मोजण्याचा प्रयत्न केलेला नाही. पण गणित केलं तर तिथं पाणी साधारण ७५ अंशालाच उकळायला हवं.''

"पण आई आणखी उंचीवर आकाशात गेलं तर तिथं हवा आणखीच विरळ झालेली असेल. काही ठिकाणी तर जवळजवळ निर्वात पोकळीच झालेली असेल. किंवा तसंच कशाला, इथं तुम्ही प्रयोगशाळेत अशी निर्वात पोकळी निर्माण करताच ना. मग त्या पोकळीत तर पाणी आता इथं आहे त्या तापमानालाही उकळायला हवं. म्हणजेच तिथं मुळी ते द्रवरूपात असणारच नाही."

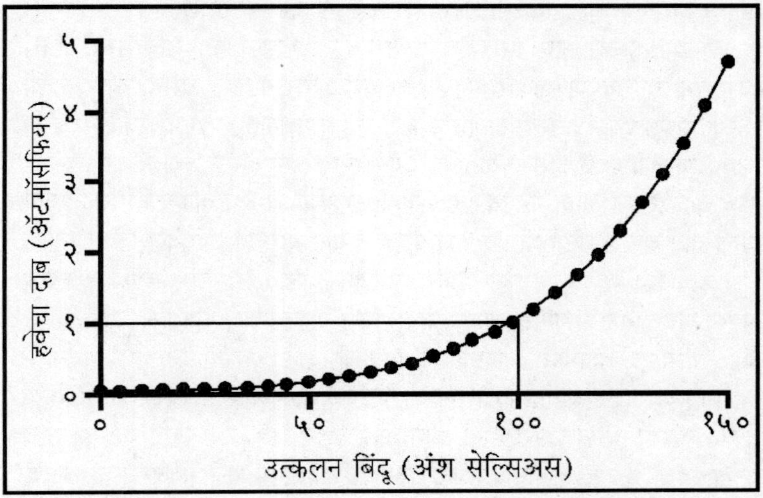

"खरंय तुझं म्हणणं गौतम. तसे प्रयोग करून ते सिद्धही केलं गेलं आहे."

"पण ताई, समजा एखाद्या ठिकाणी हवेचा दाब इथल्यापेक्षा जास्ती असेल तर तिथं मग पाणी उकळण्यासाठी आणखीच जास्ती उष्णता द्यावी लागत असेल. म्हणजे मग तिथं शंभर अंशांची मजल गाठल्यावरही पाणी उकळणार नाही. म्हणजे मग तिथंही आपली डाळ शिजणारच नाही."

"तुमचं अर्ध बरोबर आहे आणि अर्ध चूक."

"म्हणजे? मी नाही समजले."

"म्हणजे हवेचा दाब वाढला तर उत्कलन बिंदूही चढत असेल हे तुमचं म्हणणं बरोबर आहे. पण डाळ शिजणारच नाही हे बरोबर नाही. उलट ती लवकर शिजेल."

"ते कसं काय?"

"प्रेशरकुकरमध्ये पदार्थ लवकर शिजतो की जास्ती वेळ घेतो?"

"लवकर शिजतो. तो लवकर शिजावा म्हणून तर आपण प्रेशरकुकर वापरतो."

"हो ना? कारण प्रेशरकुकरमध्ये कुलू-मनाली किंवा उटी कुन्नूर इथल्यापेक्षा

नेमकी उलट परिस्थिती असते. हा कुकर म्हणजे एक सीलबंद झाकण असलेला डबाच असतो. त्या डब्यातल्या पाण्याला उष्णता मिळून त्याचं तापमान चढत गेलं की अधिकाधिक रेणूंची वाफ होते. ती उडून जाऊ शकत नाही. सीलबंद झाकणामुळे ती तिथल्यातिथंच अडकून पडते. तिथल्या हवेत मिसळते आणि तिच्याबरोबर खालच्या पाण्यावर दाब देत राहते. खरं तर एरवीही तयार होणारी वाफ हवेतच मिसळत असते. पण पाण्याच्या भांड्यावर जेव्हा झाकण नसतं तेव्हा तयार होणारी वाफ त्या भांड्याच्या आसपास असलेल्या हवेच्या मानानं नगण्यच असते. तिचं आकारमान त्या हवेच्या आकारमानाच्या तुलनेत अतिशय कमी असतं. त्यामुळे त्या वाफेच्या मिसळण्यानं हवेच्या दाबात काही फरक पडत नाही. पण प्रेशरकुकरमधल्या सीलबंद झाकणाखाली असलेल्या हवेचं आकारमान कमी असतं. त्यात मिसळणाऱ्या वाफेचं आकारमान आता नगण्य राहत नाही. साहजिकच त्या वाफेच्या मिसळण्यानं तिथला दाब वाढतो. त्या वाढीव दाबावर मात करण्यासाठी अधिकाधिक पाण्याची वाफ व्हावी लागते. पाण्याच्या रेणूंचं उत्तेजन वाढावं लागतं. म्हणजेच त्याचं तापमान चढत राहावं लागतं. तापमानानं शंभरी गाठली तरी पाण्याला उकळी येत नाही. त्यासाठी तापमान आणखी चढण्याची वाट पाहावी लागते. पाण्याचा उत्कलन बिंदू वाढत जातो. पाणी सावकाश उकळतं, पण पदार्थ शिजण्याची क्रिया वेग घेते. एरवी न शिजणारी डाळ आता मऊ पडून लवकर शिजते. मटनही तीच वाट पकडतं. वातड असलं तरी ते लवकर शिजतं. म्हणजे शिजण्याचा वेळही वाचतो आणि पदार्थाचा टणकपणाही निघून जातो.''

''पाणी उकळायला वेळ घेतं हे कळलं. पण डाळ त्यामुळे लवकर का शिजावी हे समजलं नाही.''

''असं पाहा, उंचावरच्या ठिकाणी पाणी लवकर उकळूनही डाळ लवकर शिजत नाही, बरोबर? कारण डाळ काय किंवा कोणताही पदार्थ काय, त्याच्या शिजण्याशी, पाणी उकळण्याचा संबंध नसून त्या पदार्थाला शिजण्यासाठी पुरेशी उष्णता मिळाली आहे की नाही याचा आहे. कुलू-मनालीला पाणी लवकर उकळतं. तापमान नव्वद अंशाचाच पल्ला गाठतं. त्यामुळे पदार्थाला शिजण्यासाठी पुरेशी उष्णता मिळत नाही. उलट प्रेशरकुकरमध्ये पाणी उकळण्यासाठी शंभरीच्या पुढची मजल मारावी लागते. साहजिकच पदार्थाला जास्ती उष्णता मिळते. शिजण्याची विक्रिया वेग घेते.''

''ताई मी नेहमी पाहिलंय, बटाटे उकडताना पाण्यात जरासं मीठ टाकलं की ते लवकर शिजतात. मी आजवर असं समजत आले होते की आपण मीठ टाकतो ते त्या बटाट्यांना चव येण्यासाठी. पण आता मला वाटतंय की त्याचा त्या बटाट्यांच्या लवकर शिजण्याशीही कदाचित संबंध असावा.''

“बरोबर बोललात काकू. बटाटे काय किंवा मक्याचं कणीस काय, उकडताना आपण मीठ टाकतो. अंडं उकडतानाही मीठ टाकतो. ते मीठ काही त्या अंड्याच्या टरफलातून आत जात नाही. तरीही आपण टाकतो.

इटालियन जेवणाचा अविभाज्य भाग असलेला पास्ता शिजवतानाही तिथले बबर्जी पाण्यात मीठ टाकतात.”

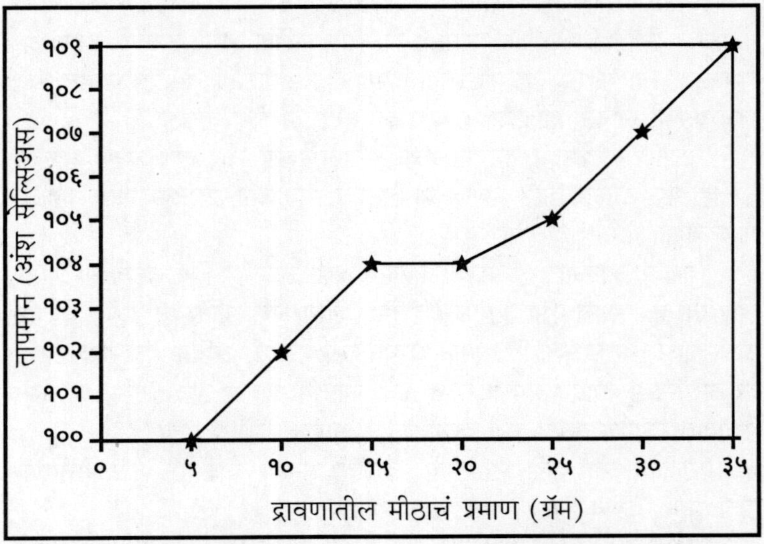

“म्हणजे हवेच्या दाबात फरक पडला की जसा पाण्याच्या उत्कलनबिंदूत फरक पडतो तसाच त्या पाण्यात मीठ टाकल्यानंही पडतो की काय?”

“नि:संशय! पाण्यात मीठ टाकल्यानं त्याचा उत्कलन बिंदू चढतो. म्हणजेच ते सावकाश उकळतं. पण चिमूटभर मीठ टाकल्यानं मात्र नाही. बचकभर मीठ टाकूनही तो उत्कलन बिंदू म्हणावा तसा चढणार नाही. त्यासाठी भरपूर मीठ टाकावं लागेल. तरीही मीठ टाकल्यानं असा फरक का पडतो, असा सवाल वैज्ञानिकांना छळत होताच. त्याची दोन उत्तरं त्यांना मिळालेली आहेत. पाण्याच्या रेणूंची आपापसातली मिठी घट्ट असते. त्यामुळेच ती सोडवून त्या रेणूंना मोकळं करायला

अधिकाधिक उष्णता द्यावी लागते. मीठ टाकल्यानं पाण्याच्या रेणूंची आता मिठाच्या रेणूशी हातमिळवणी होते आणि ती सोडवून, त्या रेणूंना मोकळं करून, उत्तेजित करायला आणखीच जास्त उष्णता द्यावी लागते. त्यामुळे होणारा वाफेचा दाब कमी होतो आणि त्याला हवेच्या दाबाची मर्यादा गाठण्यासाठी अधिक तापमानाची मजल गाठावी लागते. साहजिकच ते वाढीव तापमानालाच उकळू शकतं.''

''तुम्ही दोन उत्तर मिळाली आहेत असं म्हणाला होतात.''

''वा काकू, बरंच बारकाईनं ऐकता आहात की माझं म्हणणं. पण तुमचं बरोबर आहे. दुसरंही कारण आहे. साधारणपणे पाण्याचे रेणू शिस्तबद्ध असतात. पलटणीतल्या सैनिकांनी रांग धरून नीटसपणे उभं राहावं तसे ते व्यवस्थित राहत असतात. पण त्यात मिठाचे रेणू येऊन मिसळले की तेवढ्याच जागेत असणाऱ्या एकूण रेणूंची संख्या वाढते. साहजिकच याचा परिणाम एकंदरीत सुव्यवस्था मोडण्यात होऊन गोंधळाची स्थिती निर्माण होऊ लागते. यालाच वैज्ञानिक त्याची एन्ट्रॉपी वाढणं असं म्हणतात. त्या गोंधळाच्या परिस्थितीत मग वाफ तयार होण्यासाठी वाढीव ऊर्जा खर्च करावी लागते. साहजिकच पाण्याचा उत्कलन बिंदू वाढतो.''

''आणि आईस्क्रिम करताना त्या भांड्याभोवती जो बर्फ आपण घालतो, त्यातही मीठ टाकतो की? म्हणजे या मिठाचा पाण्याच्या उकळण्याशीच नाही तर गोठण्याशीही संबंध आहे की काय?''

''बरोबर ओळखलंत. मीठ टाकल्यानं जसा उत्कलन बिंदू चढतो तर गोठण बिंदू उतरतो. म्हणजे नुसत्या बर्फाचं तापमान शून्य अंश सेल्सियस असेल तर मीठ टाकल्यावर त्या मिश्रणाचं तापमान शून्याखाली घसरतं. अधिक थंड होतं. म्हणून तर आईस्क्रिम तयार व्हायला मदत होते. त्या मिश्रणाला फ्रीझिंग मिक्श्चर असंच म्हणतात. पण त्यासाठी मीठ वापरतात ते आपलं नेहमीचं नाही.''

''माहिती आहे मला. खडे मीठ वापरतो आपण. तेच मी आता विचारणार होते. साधं मीठ का नाही? खडे मीठच का?''

''सांगेन नंतर कधी तरी. किती वाजलेत ते पाहिलंत का? आता येतील सगळे. त्यांना काय आपण बोलाचीच कढी आणि बोलाचाच भात देणार आहोत का?''

''अगबाई, बोलण्याच्या नादात ध्यानातच आलं नाही. पण काळजी कशाला? प्रेशर कुकर आहे ना आपल्याकडे! एक सोडून दोन. हां. हां. म्हणता शिजेल सगळं.''

■

साखरेची गोडी

''काकू, या कॉफीत साखरच घातलेली नाही.'' गौतमनं तक्रार करत म्हटलं.

''असं कसं होईल?'' लगबगीनं हातात साखरेची बरणी घेऊन पुढं होत गोदाकाकू म्हणाल्या.

''चांगली दोन चमचे घातली होती. मला आठवतंय. कॉफी नवीन आहे, कदाचित जास्त कडवट असेल.''

''ती एक शक्यता झाली, काकू. उषा नेहमी म्हणते त्याप्रमाणे पुराव्याअभावी इतर शक्यता नाकारून चालणार नाही. कदाचित साखरच निगोड असेल.'' मिस्कीलपणे हसत प्रभाकर म्हणाला.

''काहीतरीच काय दादा!' मानेला एक झटका देत काकू म्हणाल्या, ''साखर कशी निगोड असेल?''

''का? नावडतीचं मीठ अळणी असू शकतं तर मग अशीच कोणाची तरी साखर का निगोड असू शकणार नाही?'' आता गौतमही त्या थट्टेत सामील होत म्हणाला. यावर गोदाकाकू काहीही न बोलता गप्पच राहणार तो उषाताईच त्यांच्या मदतीला आल्या. ''काकू, प्रभाकर थट्टेनं जरी म्हणत असला तरी साखरेची गोडी सगळीकडे सारखीच असते असं नाही. अशी ती का बदलते हे समजून घ्यायचं असेल तर आधी साखर म्हणजे काय हेही समजावून घ्यायला हवं. कारण तुम्ही आम्हा वैज्ञानिकांना विचाराल तर तुम्ही ज्याला साखर म्हणता त्याला आम्ही टेबल शुगर म्हणू किंवा मोनोसॅकराईड म्हणू. कारण साखर किंवा शर्करा या नावानं ओळखल्या जाणाऱ्या पदार्थांच्या यादीत आम्ही अनेक रसायनांचा समावेश केला

आहे. तांदूळ, गहू, मका यांसारख्या धान्याच्या पिठापासून जो मिळतो तो स्टार्च म्हणजेही साखरच. या सगळ्या पदार्थांना कार्बोहायड्रेट्स म्हणतात. कारण त्यांची जडणघडण कशी असते हे जेव्हा बघितलं गेलं तेव्हा ते कार्बन आणि पाण्याचे रेणू यांच्यापासून बनलेले असतात असं दिसून आलं. त्यांची रचना इतकी साधीसरळ नसते, त्यातही गुंतागुंत असते हे आता कळून आलं असलं तरी सुरुवातीला त्यांचं बारसं झालं ते झालं. तेच नाव चिकटलं. आपणही आता त्या अर्थी कर्बोदक असं म्हणायला लागलो आहोत. कर्ब म्हणजे कार्बन आणि उदक म्हणजे पाणी.''

''आता म्हणजे? पूर्वी याला काही वेगळं म्हणत होतो की काय?''

''हो ना. आमच्या पाठ्यपुस्तकात त्यांना पिष्टमय पदार्थ असंच म्हटलं जाई.''

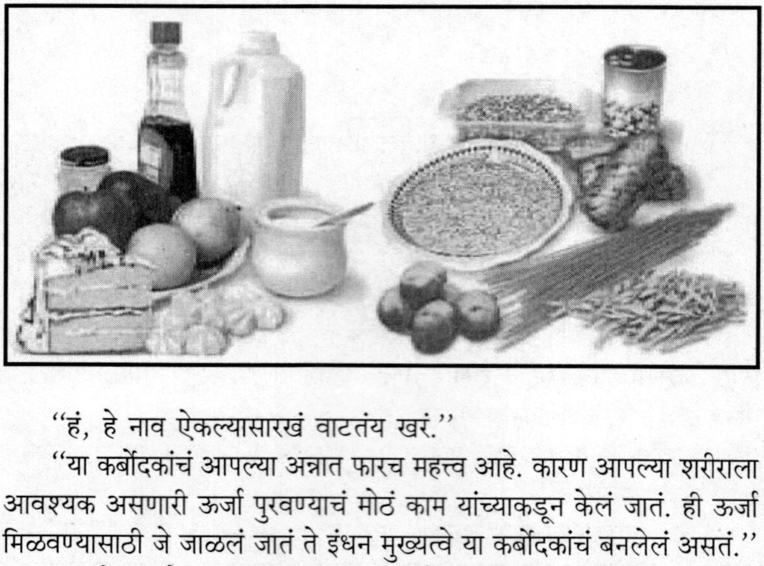

''हं, हे नाव ऐकल्यासारखं वाटतंय खरं.''

''या कर्बोदकांचं आपल्या अन्नात फारच महत्त्व आहे. कारण आपल्या शरीराला आवश्यक असणारी ऊर्जा पुरवण्याचं मोठं काम यांच्याकडून केलं जातं. ही ऊर्जा मिळवण्यासाठी जे जाळलं जातं ते इंधन मुख्यत्वे या कर्बोदकांचं बनलेलं असतं.''

''आई म्हणजे आपल्याला शक्ती मिळते ती या साखरेकडून?'' गिरिजानं विचारलं. ''हो तर आणि निसर्गानंही बघा कशी चोख व्यवस्था केली आहे. जे पदार्थ अशी शक्ती देतात ते मूळचेच सारे गोड असतात. आज आपण अन्न शिजवून खातो. पण माणूस पूर्वी रानावनात राहत असताना झाडांची फळं आणि कंदमुळं वगैरे खाऊनच राहायचा. आता आसपास दिसणाऱ्या असंख्य खाद्यपदार्थांपैकी चांगले कोणते, वाईट कोणते, हे कसं ओळखायचं? तर बघा पिकलेली रसाळ फळं नेहमीच गोड असतात. रताळी, बटाटे वगैरे कंदमुळंही तशी गोडच असतात. उलट जे पदार्थ विषारी किंवा शरीराला घातक ते बहुतेक कडू असतात.''

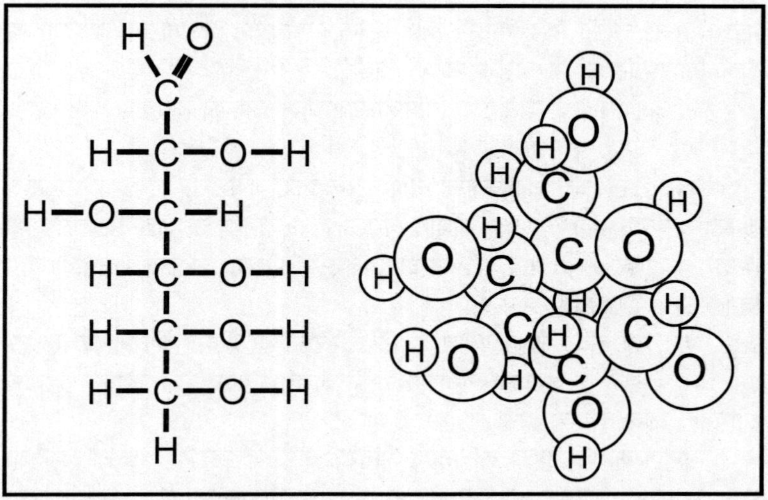

“म्हणूनच आपल्या जिभेला गोडाची अधिक चटक लागत असावी. गोड पदार्थ सहसा कोणाला आवडत नाहीत असं नाही. कोणाचाही पाहुणचार करायचा तर गोडाधोडाच्या, पुरणावरणाच्या स्ययंपाकाशिवाय चालत नाही. पक्वान्नं बघा सगळी गोडच. श्रीखंड, बासुंदी, जिलबी, गुलाबजाम, पुरणपोळी, उकडीचे मोदक, चुणाच्या करंज्या. सणासुदीलाही नेहमी गोडाच्याच पदार्थांची चलती असते. दिवाळीला चकली-चिवडा करतातही. पण करंज्या, चिरोटे आणि बुंदीचे लाडू याशिवाय कधी दिवाळी साजरी झाल्याचं माहिती आहे?”

“हो. आहे ना! बरीच वर्षं झाली त्याला काकू. मुरारजीभाई तेव्हा आपले मुख्यमंत्री होते. त्यावर्षी मला वाटतं साखरेची काही कारणानं टंचाई निर्माण झाली होती. तर त्यांनी तिखटामिठाच्या करंज्या खा, असं सगळ्यांना सांगितलं होतं.” प्रभाकरनं माहिती पुरवली.

“हो, पण केवढी टीका झाली त्यावर. केवढा गदारोळ माजला होता तेव्हा. तुम्ही म्हणता ते खरंच आहे काकू. या गोडाचा एवढा वरचष्मा फक्त आपल्या जेवणावरच आहे असं नाही. आपल्या एकंदरीत संस्कृतीवरच त्याचा पगडा आहे. लहान मूल गोड असतं. त्याला गोडसा पापा द्यायचंच आवाहन केलं जातं. आता लहान मुलाच्या पापीला कसली आली आहे चव! पण त्याच्यावरचं प्रेम, माया व्यक्त करायला गोडाचीच सोबत लागते. सुखांत नाटकाचा शेवट नेहमीच गोड होतो. कोणीही भांडणतंटा न करता राहू लागले की ते गोडीगुलाबीनं राहू लागले असंच म्हटलं जातं. मुलांवर संस्कार करणाऱ्या कथा साने गुरुजींनी लिहिल्या त्यांचं

नावच मुळी त्यांनी गोड गोष्टी असं ठेवलं. प्रेमकूजन करणाऱ्या जोडप्यांच्या बोलांनाही स्वीट नथिंग असंच म्हटलं जातं.''

''हो आणि मैत्रीचा तिळगूळ देतानाही गोड बोला अशीच विनवणी केली जाते. खरंय बाई, आहे खरी गोडाची महती.''

''आणि ती चव आपल्याला देणारे संवेदकही जिभेच्या पुढच्या भागातच जास्ती असतात. म्हणजे पदार्थ तोंडात घातला रे घातला की तो गोड आहे की नाही याची चाचपणी केली जाते. तो पासपोर्ट जवळ असला की त्या पदार्थाला मग बिनबोभाट आत प्रवेश मिळतो.''

''पण मग केवळ गोड पदार्थांकडूनच आपल्याला शक्ती मिळत असेल तर इतर पदार्थ हवेतच कशाला? आणि गोड जास्ती खाऊ नका म्हणून नेहमीच सांगितलं जातं ते कशासाठी?''

''पहिलं कारण म्हणजे कोणताही अतिरेक वाईटच. मग तो गोडाचा असो वा इतर कसलाही. शिवाय आपल्याला केवळ शक्ती मिळून भागणार नाही. तुमच्या गाडीला फक्त पेट्रोलच देऊन चालत नाही. तेलाचं वंगणही द्यावं लागतं. झालंच तर त्या पेट्रोलचं इंधन जाळून त्यातून गाडीच्या चाकांना ढकलणाऱ्या इंजिनचीही आवश्यकता असते. त्या इंजिनाची झीज होत असेल तर ती भरून काढण्याचीही काही व्यवस्था करावी लागते. आपलं शरीर म्हणजे एक इंजिन असलं तरी अतिशय गुंतागुंतीचं आहे. त्याला शक्तीची गरज आहे हे कबूल. पण ते इंजिन ज्याचं बनलेलं आहे त्या प्रथिनांचीही गरज असते. थोडीफार वंगणाची म्हणजेच तुपातेलाचीही गरज भासते. झालंच तर जीवनसत्त्वं आहेत, काही खनिजं आहेत.''

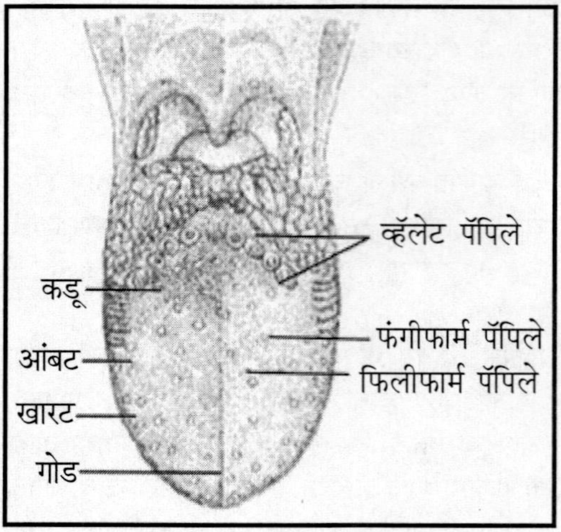

''खनिजं?''

''हो. रक्ताची कमतरता भासू लागली की आयर्नची गरज आहे असं डॉक्टर सांगतात. आयर्न म्हणजे लोह. ते खनिजच आहे.''

''पण ताई, तुम्ही तर आता म्हणालात की गहू, तांदूळ यांच्यामधूनही

आपल्याला काय ते करपुडी.''

''कर्बोदक.''

''तेच ते, मिळतात. म्हणजे ही ही एक प्रकारची साखरच. हेच नाही का दिसत! पण हे पिठापासून तयार केलेले पदार्थ गोड लागत नाहीत.''

''कारण त्यातली साखर आपल्या या साखरेसारखी नसते. आपली साखर एक किंवा दोनच छोट्या आणि पायाभूत रेणूंची बनलेली असते. पण चपातीतल्या किंवा भातातल्या स्टार्चमधली साखर ही अशा अनेक छोट्या छोट्या रेणूंपासून बनलेल्या साखळीसारख्या अगडबंब रेणूंची बनलेली असते. पण पाव किंवा चपाती नुसती चावत राहा. त्यातला कणही गिळू नका. त्यात तुमच्या तोंडातली लाळ मिसळत जाऊन त्या चपातीचा लगदा होत राहिला की हळूहळू तो गोड लागतो. विश्वास बसत नसेल तर करून पाहा आताच.''

गौतमनं तो प्रयोग करूनच पाहायचं ठरवलं आणि थोडा वेळ तोंडातल्या तोंडातच पाव चावत राहिल्यावर तो म्हणाला, ''आहे खरं तुझं म्हणणं आई. सुरुवातीला पावाला तशी काही सांगता येण्यासारखी चव नव्हती. पण त्याचा लगदा होत गेला तशी त्याची गोडी वाढायला लागली आणि तो लगदा गिळायच्या वेळी तर तो चांगलाच गोड वाटला.''

''याचं कारण म्हणजे तू चावत गेल्यावर त्या साखरेचे तुकडे व्हायला लागले. आपल्या लाळेत असणाऱ्या काही विकरांमुळे म्हणजे रासायनिक कातऱ्यांमुळे त्या लांबलचक साखळ्यांचे तुकडे तुकडे होत त्यांचं रूपांतर त्या साखळ्यांच्या छोट्या छोट्या कड्यांसारख्या लहान लहान घटकांमध्ये झालं. हे सगळ्यांत लहान तुकडे म्हणजेच ग्लुकोज. ही साधी साखर. यांनाच आम्ही मोनोसॅकराईड म्हणतो. म्हणजे साखरेचा एकच रेणू. आपल्या रक्तात जी साखर उतरते ती या ग्लुकोजचाच एक दुसरा अवतार असते.''

''असंच जर आहे आणि या चपाती, भात, पाव वगैरेपासून शेवटी साखरेचं इंधनच जर मिळवायचं आहे तर मग तो गहू आणा, त्याचं पीठ करा, मग ते मळून त्याच्या चपात्या लाटा आणि त्या चपात्या तव्यावर भाजून काढा हे सारे उद्योग सांगितलेच आहेत कोणी? बचकभर साखर खावी की मिळाली शक्ती.''

''तसं करायचं नाही कारण चपाती किंवा भात, ज्यांना स्टेपल फूड्स म्हटलं जातं, ते आपल्या अन्नाचे आधारस्तंभ असतात. त्यांच्यापासून केवळ साखरच मिळत नाही, काही प्रथिनं मिळतात, काही जीवनसत्त्वं मिळतात. मुख्य म्हणजे काही तंतुमय पदार्थ मिळतात. ते आपल्या शरीरातून तसेच्या तसे बाहेरच टाकले जात असले तरी पचनक्रियेत ते एक महत्त्वाची भूमिका बजावतात.''

''तरीही हे सगळे साखरेचे पदार्थ या ग्लुकोजचेच बनलेले असतात ना?''

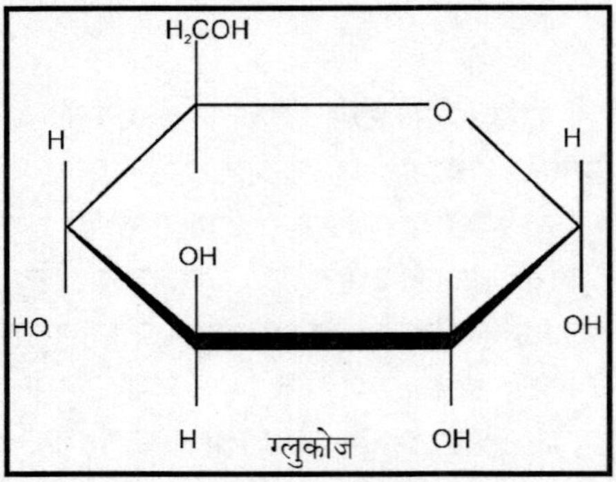

ग्लुकोज

"नाही, ग्लुकोजसारखाच दुसरा एक छोटा रेणू आहे. मोनोसॅकराईड. याला फ्रुक्टोज म्हणतात. हा तसा ग्लुकोज सारखाच असतो. तरीही त्या दोघांच्या रचनेत फरक असतो. म्हणजे समजा, गिरिजा आणि गौतम, मी तुम्हाला दोघांना तीन गुलाबाची आणि तीन शेवंतीची अशी सहासहा फुलं दिली आणि त्यांचा हार करायला सांगितला तर दोघांचेही हार सारखेच होतील का?"

"नाही. त्या सहा फुलांपासून वेगवेगळे असे कितीतरी हार होतील."

"मुळीच नाही. दोन्हीतही तीच फुलं असतील. मग वेगळे कसे होतील?" गौतमचं म्हणणं खोडून काढत गिरिजा म्हणाली.

"मी सांगते." गौतमला हातानंच थोपवत उषाताई म्हणाल्या. "हे बघ तू समज पहिल्यांदा तिन्ही शेवंतीची फुलं माळलीस आणि नंतर तीन गुलाबांची. तर तुझा हार तयार होईल. पण गौतमनं समज एकाआड एक शेवंतीचं आणि गुलाबाचं अशी फुलं माळली तर तो वेगळा होईल की नाही?"

"आणि मी दोन गुलाबांची, मग दोन शेवंतीची, मग परत एक गुलाबाचं आणि शेवटी शेवंतीचं अशी माळली तर माझा हारही आणखी तिसराच होईल." गोदाकाकू म्हणाल्या.

"बरोबर बोललात काकू. तसेच या ग्लुकोज आणि फ्रुक्टोजमध्ये असणाऱ्या कार्बनच्या आणि पाण्याच्या रेणूंची संख्या सारखीच असते. पण त्यांची रचना वेगवेगळी असते. म्हणून ते वेगवेगळे. शिवाय आपण आताच पाहिलेल्या हारांमधली फुलं लांबी आणि रुंदी अशा दोनच मितीत गुंतलेली असतात. त्या हाराला आडवे फाटे द्यायचा प्रयत्न केलात तर आणखीही कितीतरी रचनाबंध तयार होतील. प्रत्येक वेगवेगळा. या ग्लुकोज किंवा फ्रुक्टोजसारख्या रेणूंची रचना अशी त्रिमिती असल्यामुळे मग रचनाबंधांमध्येही बराच फरक पडतो. हा फ्रुक्टोज पिकलेल्या

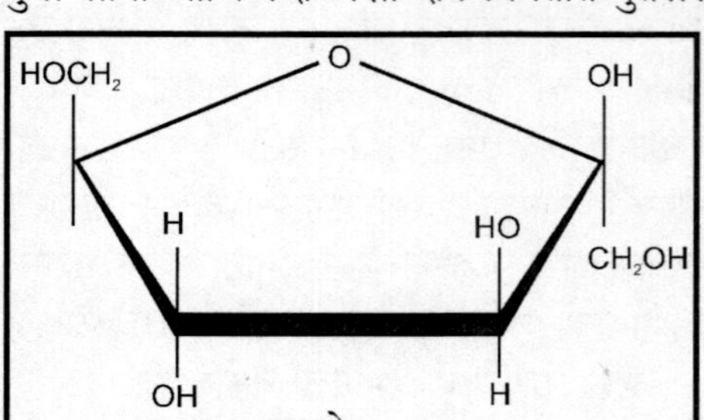

फ्रुक्टोज

फळांमध्ये, मधामध्ये, काही भाज्यांमध्ये असतो.''

''मग आपल्या साखरेमध्ये काय असतं?''

''साखर म्हणजे दाणेदार पांढरी शुभ्र, चहात, कॉफीत सगळ्याच पदार्थांमध्ये जी आपण घालतो ती साखर. त्या साखरेत असतो सुक्रोज.''

''म्हणजे हा तिसरा प्रकार?''

''नाही. ग्लुकोजचा एक रेणू आणि फ्रुक्टोजचा एक रेणू मिळून सुक्रोजचा रेणू तयार होतो. म्हणजे तीही दोन रेणूंची बनलेली एक माळच असते. म्हणूनच आम्ही तिला डायसॅकराईड म्हणतो. बाकीची कर्बोदकं म्हणजे अनेक रेणूंच्या लांबलचक माळा असतात. त्यांना मग साहजिकच पॉलीसॅकराईड असं म्हटलं जातं.''

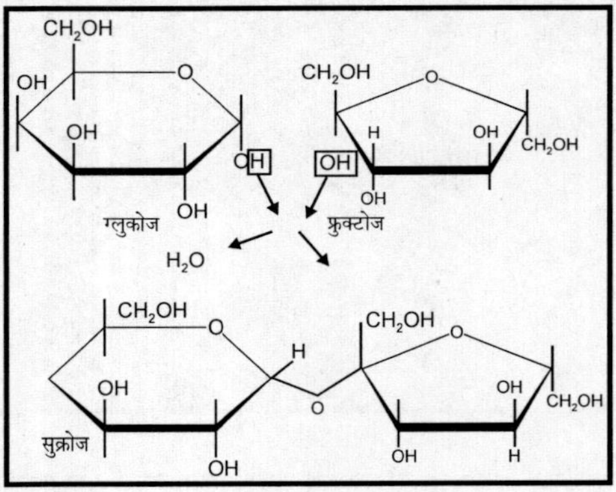

''पण कितीही लांबलचक माळ असली तरी तिचे तुकडे करत राहिलं तर शेवटी हातात येईल तो ग्लुकोजच किंवा फ्रुक्टोज.''

''बरोबर बोललात काकू. या ग्लुकोज किंवा फ्रुक्टोजचीच चव आपण चाखत असतो. नुसत्याच लांबलचक माळेची चव आपल्याला घेता येत नाही. म्हणूनच तर साखरेचा दाणा हा केवळ ग्लुकोज आणि फ्रुक्टोजचाच बनलेला असतो आणि त्यात इतर कसलीही भेसळ नसते तेव्हाच आपल्याला ती चांगली गोड लागते. एरवी तिची गोडी कमीच होण्याची शक्यता असते.''

''हो बाई, आजकाल या दुकानदारांचा काही भरवसा राहिलेला नाही. कशातही भेसळ करतात सरळसरळ. कसलीही भीती वाटत नाही त्यांना.''

''नाही काकू, मला त्या अर्थानं भेसळ नव्हतं म्हणायचं. आपल्याला साखर मिळते ती मुख्यत्वे उसापासून. चरकात घालून प्रथम उसाचा रस काढला जातो. यालाच गाळप म्हणतात. या रसात थोडी चुनखडी टाकतात. गढूळ पाण्यात तुरटी टाकली की त्यातला न विरघळलेला गाळ कसा खाली बसतो तसाच मग या रसातला न विरघळलेला गाळ खाली बसतो. तरीही या रसात विरघळलेले इतर कितीतरी पदार्थ असतात. ते काढून टाकण्यासाठी तो उकळतात. बराच उकळू देतात.''

''हो, गावातल्या गुऱ्हाळात मी बघितलंय. मोठमोठ्या काहिलीमध्ये तो उकळत असतो. चांगला तांबूस होतो.''

"पण त्या गुऱ्हाळांमध्ये गूळ तयार करतात. साखर बनवणाऱ्या कारखान्यांमध्ये तो असा उघड्यावर उकळत नाहीत. ज्यातली हवा थोडी काढून घेतली आहे अशा बंद भांड्यांमध्ये तो उकळतात. त्यातली हवा काढली गेली असल्यामुळे मग त्या रसातल्या पाण्याला उकळी आणण्यासाठी शंभर डिग्री तापमान चढण्याची वाट पाहत बसावं लागत नाही. त्या आधीच तो उकळू लागतो. त्याची दाट घट्ट काकवी तयार होते. ती इतकी घट्ट होते की तिचे खडे व्हायला लागतात. अशा वेळी मग भोकं असलेल्या भांड्यामधून ते ओलसर खडे गरगर फिरवले जातात. आपल्या

वॉशिंग मशीनमध्ये कपडे सुकवण्यासाठी कसा जाळीदार ड्रम असतो आणि तो वेगानं गरगर फिरतो, तसाच हा ड्रम असतो. तसं गरगर फिरवल्यानं कपड्यांमधलं पाणी जसं बाहेर टाकलं जातं तसंच त्या खड्यांमध्ये अजूनही काकवीचे जे काही अंश उरले असतील तेही बाहेर टाकले जाऊन ते खडे सुकतात. ही झाली तांबडी साखर किंवा ब्राऊन शुगर. तरीही त्यात यीस्ट, काही जीवाणू, माती, कडब्याची सापटी वगैरे राहतात. तेही काढून टाकण्यासाठी मग ते खडे पाण्यात विरघळवले जातात आणि त्या रसाचं शुद्धीकरण करून तो कचरा काढून टाकला जातो. असं दोन तीन वेळा केलं की मग आपल्याला हवी असलेली दाणेदार साखर मिळते. ती शुद्ध असेल तर तिची गोडी चांगली असते. पण तिच्यात काही कचरा अजूनही राहिलेला असेल तर मग ती थोडी निगोड असण्याची शक्यता असते."

"तरीच गुळाच्या ढेपेत कित्येकवेळा कडब्याच्या साली दिसून येतात."

"हो. कारण गूळ त्या उघड्यावर उकळलेला रस-गाळण्यांमधून गाळून तयार केला जातो. साखरेएवढी शुद्धीकरणाची आवर्तनं केली जात नाहीत. तो तसा निर्जंतुक असतो पण काही कचरा राहून जातो. तरीही तो रस कसा आणि किती उकळला आहे, तसंच तो शुद्ध करण्यासाठी कोणती उपाययोजना केली आहे यावर त्या गुळाचा रंग ठरतो. पिवळा, तांबूस किंवा काळपट."

''पण या काकवीपासून दारूही तयार करतात म्हणे.''

''हो. पण काकू दारू म्हणून दचकू नका. काकवीपासून तयार करतात तो मद्यार्क. त्याचा उपयोग आपलं वापरातलं स्पिरिट करण्यासाठी केला जातो, पेट्रोलमध्ये मिसळण्यासाठीही केला जातो आणि वारुणी म्हणजेच वाईन करण्यासाठीही केला जातो. इतर मद्य किंवा दारू करण्यासाठीही केला जातो.''

''पण तिकडे इतर देशात मिळणारी साखर काही उसापासून तयार केली जात नाही ना?''

''हो. तिथं शुगर बीट नावाचा एक साधारण आपल्या मुळ्यासारखा दिसणारा कंद मिळतो. आपल्याकडे मुळे मिळतात तसे हडकुळे आणि बराच पाला असणारे नाहीत. उत्तरेत मिळतात ना चांगले जाडजूड तसल्या मुळ्यासारखा हा कंद असतो.''

''तरीही त्या साखरेचे दाणे आपल्या साखरेच्या दाण्यासारखे भरदार का असत नाहीत. ते तर एकदम बारीक रव्यासारखे असतात.''

''तो तिथल्या कारखान्यांमध्ये साखरेचे स्फटिक करण्यासाठी कोणती चाळणी वापरतात त्यावर अवलंबून असतं. तसंच पाहिलं तर तिथे साखरेचे मोठे खडे – त्यांना क्यूब म्हणतात – तेही मिळतात. बहुतेक हॉटेलांमधून तेच तर दिले जातात. तुमच्या चहात किंवा कॉफीत किती साखर पाहिजे हे विचारताना आपण एक की दोन चमचे असं विचारतो. तिथं एक की दोन क्यूब असंच विचारलं जातं.''

''ही साखर जशी उसापासून किंवा तुमच्या त्या बीटपासून तयार करतात तसाच मग बंगालमध्ये गूळही ताडाच्या

झाडापासून मिळणाऱ्या रसापासूनही तयार करतात. त्यालाच ते ताडगूळ म्हणतात. त्यांच्या शोंदेश या बर्फी सारख्या मिठाईत तोच तर वापरतात. मी शिकलेय तो शोंदेश करायला.''

''वा! काकू हे तर आम्हाला माहितीच नव्हतं. चांगल्याच छुप्या रुस्तुम निघालात की तुम्ही!'' प्रभाकर म्हणाला. ''मी चांगली सुगरण आहे हाच संदेश द्यायचाय त्यांना, खरं ना काकू?''

''नाही हो ताई. ओघाओघात आलं म्हणून सांगितलं. तरीही मला एक समजत नाही. साखर गोड की निगोड हे ती कशी तयार केली आहे यावर ठरत असेल तर मग साखरेची गोडी मोजायची कशी? साखर म्हणजे गोड एवढंच माहिती आहे आम्हाला.''

''आणि ते चुकीचंही नाही. कारण कोणत्याही गोड पदार्थाची गोडी सहसा मोजली जाते ती सुक्रोजच्या गोडीच्या प्रमाणातच. सुक्रोजची गोडी एक असं मानलं जातं. त्या प्रमाणात मग फ्रुक्टोजची गोडी १.१ ते १.८ अशी असते. म्हणजे साधारण दीडपट. अस्पार्टेम नावाची एक कृत्रिम साखर आहे. ज्यांना मधुमेहाचा त्रास असतो अशांना साखर वर्ज्य असते. मग चहा, कॉफी, सरबत वगैरेत गोडीसाठी ते या कृत्रिम साखरेचा वापर करतात. तर त्यापैकी एक अस्पार्टेम. त्याची गोडी सुक्रोजच्या तब्बल १८० पट असते. म्हणून तर त्याचा एखादा दुसरा कण कपभर चहासाठी पुरेसा होतो.''

अनुक्रम	पदार्थाचं नाव	गोडीचं माप
१	ग्लुकोज	०.४६
२	लॅक्टोज	०.६८
३	सुक्रोज	१.००
४	फ्रुक्टोज	१.०८
५	सायक्लामेट	३०
६	ॲस्पार्टेम	२००
७	सॅकरिन	३००
८	सुक्रॅलोज	६५०
९	ॲलिटेम	२०००
१०	थॉमॅटिन	३०००

''पण याचा अर्थ असा झाला की सर्वांत कमी गोड तो सुक्रोज. म्हणजे जिला आपण नेहमीच गोडाचं प्रतीक मानतो ती साखर सर्वांत निगोडच ठरते.''

''तसं नाही. कारण दुधात लॅक्टोज नावाची साखर असते. तिची गोडी

सुक्रोजच्या सत्तर टक्केच असते. तीच गत माल्टोजची. पण साखरेची गोडी अधिक काटेकोरपणे मोजण्याची रसायनशास्त्रज्ञांची वेगळीच मोजपट्टी आहे.''

''ती कोणती?''

''सुक्रोज, ग्लुकोज वगैरे साखरींना रिड्यूसिंग शुगर म्हणतात.''

''पण आई साखर जास्त खाल्ल्यानं वजन वाढतं असं डॉक्टर सांगतात. म्हणजे साखर फॅटनिंग झाली. ती रिड्यूसिंग कशी असेल?''

गिरिजाच्या या प्रश्नावर सगळेच हसत सुटले.

''त्या अर्थानं रिड्यूसिंग नाही गिरिजा. ऑक्सिडेशन रिडक्शन या काही मूलभूत रासायनिक विक्रिया आहेत. एखाद्या पदार्थाचं ऑक्सिडेशन होतं म्हणजे ऑक्सिजनचा एक रेणू त्याच्याशी जोडला जातो आणि हा ऑक्सिजनचा जोड देणारा पदार्थ ऑक्सिडेटिंग एजंट असतो. पण असं करताना त्याच्याकडचा ऑक्सिजनचा रेणू मात्र त्याला गमवावा लागतो. म्हणजे त्याचं रिडक्शन होतं आणि ते घडवून आणणारा त्याचा त्या विक्रियेतला जोडीदार हा रिड्यूसिंग एजंट ठरतो. तर या सुक्रोजसारख्या साखरी रिड्यूसिंग एजंट्स आहेत. कोणत्याही साखरेची काही विशिष्ट रसायनांशी विक्रिया झाली की त्यापासून एक रंगीत द्रावण तयार होतं. त्याच्यापासून त्या साखरेत या रिड्यूसिंग साखरेची मात्रा किती आहे याचं गणित मांडता येतं. त्यावरून मग त्या पदार्थाची गोडी ठरवली जाते. उदाहरणार्थ, घट्ट काकवीत ८० टक्के घन पदार्थ असतात. त्यांची अशीच परीक्षा केली तर त्यात ३६टक्के सुक्रोज, ३६ टक्के इतर रिड्यूसिंग साखरी मिळाल्या. म्हणजे त्या ८० टक्क्यांपैकी ७२ टक्के भाग साखरेचा आणि इतर ८ टक्के भाग प्रथिनं, खनिजं किंवा राख यांचा होता.''

''पण इतका सारा खटाटोप करून शेवटी गोडी ठरवली जाते ती सुक्रोजच्या प्रमाणातच. म्हणजेच साखरेच्या पायावरच.''

''खरंय तुमचं काकू. कारण कोणत्याही पदार्थात जेवढा जास्ती सुक्रोज तेवढी त्याची गोडी जास्ती.''

''पण याचा अर्थच असा झाला की निसर्गातून मिळणारी साखर सर्वांत निगोड आणि कारखान्यात तयार केलेली कृत्रिम साखर त्याच्यापेक्षा कितीतरी पटीनं गोड.''

''त्या अस्पार्टेमवरून म्हणत असाल तुम्ही. पण आहे खरी तशी परिस्थिती. किंबहुना अशी त्यांची गोडी साखरेच्या गोडीच्या कितीतरी पट असल्यामुळेच त्यांचा वापर केला जातो. कारण अशी त्यांची गोडी अधिक असल्यामुळे जिथं नेहमीची साखर बचकभर लागते, तिथं या कृत्रिम साखरेची चिमूट पुरेशी ठरते. त्यामुळे शरीरात कमी उष्मांक जातात आणि साखरेत उतरणाऱ्या ग्लुकोजचं प्रमाण चांगलंच घटतं. मधुमेहाचा विकार जडलेल्या व्यक्तींच्या शरीराला जादा भार विनाकारण

सहन करावा लागत नाही. तरीही त्यांचा सढळ वापर करणंही घातकच असतं. शिवाय जे पदार्थ शिजवायचे असतात अशांमध्ये या कृत्रिम साखरी घालता येत नाहीत. कारण शिजवताना जे काही रासायनिक बदल घडून येतात ते या कृत्रिम साखरी घातल्यास शरीराला अपायकारक ठरू शकतात.''

''मग सगळ्यांत जास्ती गोड पदार्थ कोणता?''

''नैसर्गिक अशा बहुतेक सगळ्या साखरींची गोडी सुक्रोजपेक्षा कमीच भरते. याला अपवाद फ्रुक्टोजचा. त्याची गोडी मी मघाशी म्हटलं तशी सुक्रोजच्या दीडपट

काटेम्फे झाडाची फळे

थॉमॅटिन

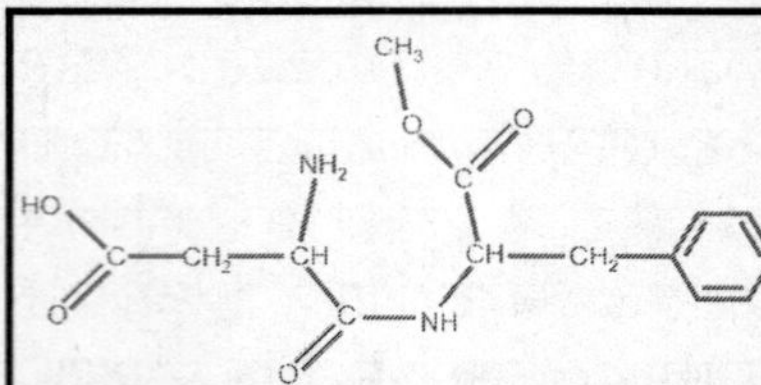

असते. सायक्लामेट ही एक कृत्रिम साखर सुक्रोजच्या तीसपट गोड असते तर सॅकरिन ही जास्ती वापरली जाणारी कृत्रिम साखर सुक्रोजच्या ३०० पट गोड असते. पण आफ्रिकेत मिळणाऱ्या काटेम्फे नावाच्या एका फळातून थॉमॅटिन नावाचा एक पदार्थ मिळवला गेला आहे. त्याची गोडी सुक्रोजच्या ३००० पट असते.''

''मग त्याचाच वापर का केला जात नाही?''

''तो करावा असंच शास्त्रज्ञ म्हणताहेत. कारण थॉमॅटिन हे एक प्रथिन आहे. म्हणजे एकाच दगडात दोन पक्षी मारल्यासारखं आहे. प्रथिनाची गरजही भागवली आणि विनाकारण जास्ती उष्मांकाचा माराही सहन करायला नको.''

''म्हणजे आमके आम आणि गुठलियों के भी दाम.''

''किंवा दुधात साखर!''

■

मिळून मिसळून

उन्हाळ्याचे दिवस. उन्हं कलली तरी अंगाची काहिली होत होती. घसा कोरडा पडत होता. वेळ चहाची असली तरी कोणालाच तो गरम चहा घ्यायची इच्छा नव्हती. काकू सर्वांसाठी लिंबाचं सरबत तयार करत होत्या. थंड पाण्यात त्यांनी लिंबाचा रस घातला. चवीसाठी चमचाभर मीठही घातलं. त्या चमच्यानंच ढवळलं. थोडा वेळच त्यांना ढवळावं लागलं. तेवढ्यातच ते चांगलं विरघळलं. त्याच चमच्यानं चार थेंब हातावर ओतून घेत त्यांनी ते चाखलं. मिठानं चव आणली होती. पण ते आंबट होतं. त्यात साखर घालण्याची आवश्यकता होती. काकूंनी साखरेची बरणी पुढ्यात ओढली आणि प्रत्येकाला एक चमचा या हिशोबानं चार चमचे साखर घातली आणि ती विरघळावी म्हणून त्या ढवळू लागल्या.

बराच वेळ त्या ढवळत होत्या. पण साखर काही संपूर्णपणे विरघळायचं नाव घेत नव्हती. प्रत्येक वेळी चमचा बाहेर काढला की त्याला अजूनही बरीच साखर चिकटलेली दिसून यायची. गौतमही त्यांच्याकडे टक लावून पाहत होता. त्यालाही ती चमच्याला अजून चिकटलेली साखर दिसत होती. प्रत्येक वेळी चमचा बाहेर काढला की चिकटलेली साखर कमी झाल्याचं दिसून येत होतं. तिच्या दाण्यांचा आकारही लहान लहान होत चालला होता. पण ती अजिबात नाहीशी झालेली नव्हती. गौतमला आता राहवेना. तो काकूंना म्हणाला, ''मघाशी मिठाची बघितलीत तशी आताही चव चाखून

पाहाना. झालं असेल ते गोड आतापर्यंत. आणखी वेळ काढलात तर ते थंडही राहणार नाही.''

''पण ही साखर संपूर्णपणे विरघळलेली नसताना गोडी कशी येईल?'' तेवढ्यात काही तरी आठवून त्या पुढं म्हणाल्या. ''आता परत त्या साखरेच्या गोडीचं पुराण लावू नकोस हं.'' तेवढ्यात बाहेर काढलेल्या चमच्याला अजिबात साखर चिकटलेली नसल्याचं त्यांना दिसलं. त्यासरशी परत चार थेंबांची चव घेत त्यांनी मिटक्या मारल्या आणि भांड्यातलं सरबत पेल्यांमध्ये ओतायला सुरुवात केली. उषाताईंच्या हातात त्यांचा पेला देत त्यांनी विचारलं, ''हे मीठ लगेच विरघळतं. पण साखर अशी आडमुठेपणा करते. असं का?''

''काकू, तुम्ही त्या भांड्यात चमचाभरच मीठ घातलंत.'' मध्येच गौतम म्हणाला, ''साखर मात्र चांगली चार चमचे घातली होतीत. ती विरघळायला साहजिकच जास्ती वेळ लागणारच.''

''ते कळतंय मला. पण समजा मी एकच प्याला सरबत केलं असतं आणि मीठ तशीच साखर दोन्ही चमचा-चमचाच घातलं असतं तरी मिठापेक्षा साखरेनं जास्ती चेंगटपणा केला असता. किती तरी वेळा पाहून ठेवलंय मी.''

''सरबत चांगलं झालंय हं काकू'' त्यांची भलावण करत उषाताई म्हणाल्या, ''आणि तुमचं निरीक्षणही चांगलंच आहे. साखरेपेक्षा सरबतात मीठ लवकर विरघळतं हे खरंच आहे आणि सरबतातच कशाला! चहात आपण मीठ घालत नाही म्हणून. नाही तर तिथंही तोच प्रकार दिसून आला असता. मीठ निमूटपणे विरघळतं. साखर मात्र अडेलतट्टूपणा करते. असं का होतं? निरनिराळ्या पदार्थांचं दुसऱ्या कोणत्यातरी पदार्थात विरघळण्याच्या बाबतीत काही नियम आहेत की हा त्या त्या पदार्थांचा लहरीपणा? हेच विचारायचंय ना तुम्हाला काकू?''

''बरोबर. अगदी माझ्या मनातलं बोललात.''

''तुम्हालाच काय पण आम्हा वैज्ञानिकांनाही हा प्रश्न किती तरी काळ छळत होता. पण नेटानं पदार्थांच्या खनपटीला बसून पदार्थांच्या विरघळण्याच्या गुणधर्मांचे म्हणजेच त्यांच्या विद्राव्यतेचे (सोल्युबिलिटी) नियम आता शोधून काढले गेले आहेत. जो पदार्थ विरघळतो ना काकू, त्याला विलेय (सोल्यूट) म्हणतात आणि तो ज्यात विरघळतो त्याला विद्रावक (सॉल्व्हन्ट) म्हणतात. यांच्या एकमेकांशी होणाऱ्या प्रक्रियेतून तयार होतं ते द्रावण म्हणजे सोल्यूशन.''

''म्हणजे, बघा हं, साखर किंवा मीठ ही झाली विलये. पाणी आहे विद्रावक. लिंबाचा रसही पाण्यातच विरघळतो. त्यामुळं तोही विलेयच आणि लिंबाचं ते सरबत म्हणजे द्रावण. बरोबर?''

''अगदी शंभर टक्के! द्रावणाच्या काही विशिष्ट आकारमानात जास्तीत जास्त

किती विलेय सामावून घेतलं जाऊ शकतं त्यावरून त्या विलेयाची विद्राव्यता ठरते. म्हणजे चमचाभर पाण्यात विरघळू शकणाऱ्या मिठाची मात्रा साखरेच्या मात्रेपेक्षा जास्ती असेल तर मग मिठाचा पाण्यातली विद्राव्यता जास्ती आहे असं म्हणता येईल.''

''असं कसं? सरबतात मीठ काय किंवा साखर काय आपण कितीही घालू शकतो. हं, आता ती विरघळायला वेळ लागेल हे खरं.''

''तसं नाही काकू. तुम्ही हवं तर करून पाहा प्रयोग. कपभर पाणी घ्या आणि त्याच्यात साखर किंवा मीठ घालत चला. तुम्ही ती घालाल तशी ती विरघळायला लागेल. त्या पाण्याची गोडी वाढत जाईल. पण त्याचबरोबर ते द्रावण अधिकाधिक दाट होत जाईल. आणखी जास्ती साखर घातलीत तर आणखीनच दाट होईल. आणि मग अशी एक वेळ येईल की त्याहून अधिक साखर घातलीत तर ती त्यात विरघळणार नाही. कितीही ढवळलीत, जंगजंग पछाडलंत तरी ती साखरेच्या रूपातच राहील. तिच्या दाण्यांचा आकारही लहान होणार नाही.''

''हे बरीक खरं हो! साखरेचा पाक करताना जेवढी साखर जास्ती घालू तेवढा तो दाट होत जातो. थोड्यावेळानं त्याला तार येते.''

''येते ना! पण पाक तयार करताना तुम्ही त्याच्यात जास्ती जास्ती साखर घालत जाता का?''

''नाही, नाही. बरी आठवण करून दिलीत. पाक तयार करताना पाण्यात नेमकीच साखर घालून मग ते द्रावण गरम करत जातो आणि गरम करता करता ते दाट होत जातं आणि त्याला तार सुटते. माझं उदाहरण चुकलंच.''

''नाही चुकलं काकू. तुम्ही जास्त साखर घालत नाही असं म्हणालात हे खरं. तरीही ते द्रावण गरम करत राहिल्यानं त्यातल्या पाण्याची वाफ होऊन ती हवेत उडून जाते. म्हणजेच साखर आणि पाणी यांच्या प्रमाणात फरक पडत जातोच ना. सुरुवातीला समजा एक लिटर पाणी होतं आणि त्याच्यात तुम्ही अर्धा किलो साखर घातलीत. तर साखरेचं प्रमाण झालं एका लिटरमागे अर्धा किलो. पण गरम होत त्यातलं पाणी आटत जाऊन निम्म्या-वर आलं की पाणी झालं अर्धा लिटर आणि साखर मात्र तेवढीच राहिली.

म्हणजे साखरेचं प्रमाण किती झालं?''

''अर्धा लिटर मागे अर्धा किलोग्राम.''

''दुसऱ्या भाषेत एका लिटरमागे एक किलोग्राम. म्हणजे साखरेचं प्रमाण वाढलं ना? म्हणून तर तो पाक घट्ट होत गेला. तसाच तो तापवत राहिलात आणि त्यातलं पाणी आटत चाललं तर मग एका क्षणी तो पाक दाणेदार होऊ लागेल. त्यातली साखर परत मूळ रूपात येऊ पाहील. कोणत्याही विद्रावकात (सॉल्व्हन्टमध्ये) किती विलेय (सोल्यूट) विरघळू शकेल याला मर्यादा असते. ती गाठली गेली की जे द्रावण तयार होतं, त्याला संपृक्त द्रावण (सॅच्युरेटेड सोल्यूशन) म्हणतात. त्याहून अधिक विलेय त्यात राहू शकेल पण विरघळणार नाही.''

''मला नाही हे पटत. कारण पाण्यात समजा मी लिंबाचा रस घालत राहिले किंवा व्हिनेगार, तर कितीही घातला तरी तो विरघळत राहतोच ना. तिथं अशी कोणती मर्यादा ओलांडली गेल्याचं दिसत नाही.''

''चांगला दाखला दिलात. कारण लिंबाच्या रसाचं, मद्यार्काचं विरघळणं आणि साखर-मीठ यांसारख्या पदार्थांचं विरघळणं यात फरक असतो. खरं तर लिंबाचा रस, व्हिनेगार किंवा मद्यार्क हे विरघळत नाहीत. तर ते पाण्यात मिसळून जातात. त्या दोघांमुळे तयार होतं ते मिश्रण, द्रावण नाही. त्यामुळे त्यांच्या या गुणधर्माला विद्राव्यता न म्हणता मिश्रणता असं म्हणतात. कारण लिंबाचा रस काय किंवा मद्यार्क काय, पाण्यात घातल्यावरही आपली ओळख राखून राहतो. पाण्याच्या रेणूच्या शेजारीच त्यांचेही रेणू मिळून मिसळून राहतात. आपापसातले बंध प्रसंगी सोडून देऊन आता पाण्याच्या रेणूशी गट्टी करतात. त्याला गळामिठी घालतात. त्याच्याशी नवे बंध जोडून घेतात.''

''मग मिठाचे रेणू काय तंटाबखेडा उभा करतात की काय?''

''नाही, पण त्यांच्या मूळ रूपात ते राहत नाहीत. आपण ज्याला मीठ म्हणतो ते खरं तर सोडियम क्लोराईड हे संयुग असतं. म्हणजेच त्यात सोडियम आणि क्लोरिन या मूलतत्त्वांचे अणू एकमेकांशी जोडलेले असतात. त्यांच्यामध्ये एक बंध

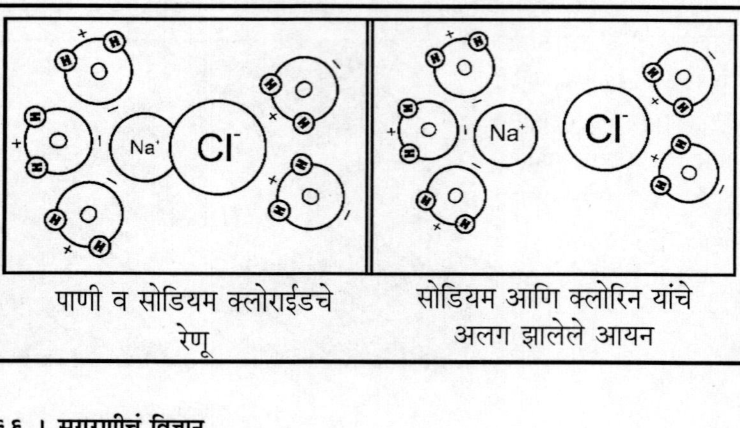

पाणी व सोडियम क्लोराईडचे रेणू | सोडियम आणि क्लोरिन यांचे अलग झालेले आयन

तयार झालेला असतो.''

''पाण्यात पडल्यानं या बंधांना काय होतं?''

''मिठातल्या सोडियम आणि क्लोरिनचे अणू एकमेकांशी त्यांच्यावर असणाऱ्या विद्युत भाराकरवी जोडलेले असतात. त्यांना आयनिक बंध म्हणतात. हे तसे मजबूत असतात. पण पाण्यात गेल्यावर हे बंध सैलावून सोडियम आणि क्लोरिनचे अणू आपापला विद्युतभार घेऊन सुटे होतात. त्यांच्याभवती मग पाण्याच्या रेणूंचा वेढा पडतो आणि त्यामुळे त्या अणूंचं हे सुटेपण तसंच राहतं. म्हणजेच पाण्यात असेपर्यंत ते मीठ या रूपात न राहता त्याचे घटक असलेल्या सोडियम आणि क्लोरिन यांच्या आयनांच्या रूपातच वावरत राहतात. तरीही जर पाण्याची वाफ करून ते उडवून लावलं तर आपल्याला त्यातून परत स्वच्छ मीठ मिळू शकतं. म्हणून मीठ हे पाण्यात विरघळतं असं आपण म्हणू शकतो.''

''पण असे बंध तर साखरेतही असतात. तेही असेच सुटे सुटे होत असतील. तसंच मद्यार्कातही. पण तुम्ही तर म्हणता की मिठाची परिस्थिती वेगळी आहे. तशी ती का?''

''साखरेचं म्हणशील तर साखर म्हणजे कर्बोदक. त्यात कार्बनचे आणि पाण्याचे रेणू एकमेकांशी जोडलेले असतात. हे जोड कोव्हॅलंट बाँडच्या स्वरूपातले असतात. ते आयनिक बंधांपेक्षा जास्ती मजबूत असतात. ते सहजासहजी तुटत नाहीत. पण या कर्बोदकांमध्ये ग्लुकोजसारख्या तुलनेने लहान लहान रेणूंच्या साखळ्या असतात. या सुट्या कड्यांना साखळीमध्ये गुंफून टाकणारे बंध मात्र मजबूत नसतात. नाजूकच असतात. पाण्यात घातल्यावर ते सहजासहजी तुटतात आणि पाणी व ग्लुकोजसारखे जे त्या रेणूचे घटक असतात, ते सुटे होतात. पण ते पाण्याच्या रेणूशी मिळून मिसळून गोडीगुलाबीनं नांदू शकतात. पाण्याच्या रेणूंच्या मधल्या मोकळ्या जागेत ते आपलं बस्तान बसवतात. पण ही मोकळी जागा काही अमर्याद असत नाही. ती भरेपर्यंत तुम्ही साखर घातलीत तर ती त्या मोकळ्या जागेत सामावून घेतली जाऊ शकते. पण एकदा का ही सगळी मोकळी जागा भरून गेली की मग नंतरच्या साखरेच्या रेणूंना सामावून घ्यायला जागाच शिल्लक राहत नाही. साखरेचं ते द्रावण संपृक्त झालेलं असतं. साखरेचे आणखी रेणू तिथं आले तर त्यांना बाहेर राहण्यावाचून गत्यंतरच नसतं.''

''पण मग हे तर मद्यार्काबाबतही झालं पाहिजे. पण आताच तर तुम्ही म्हणालात की त्याला काय किंवा लिंबाच्या रसाला काय अशी लक्ष्मणरेखा पाळावी लागत नाही. तुम्ही कितीही मद्यार्क पाण्यात टाकलात तरी तो सामावून घेतला जातो.''

''हो. कारण साखरेच्या रेणूसारखे मद्यार्काचे रेणू म्हणजे लांबलचक साखळ्या

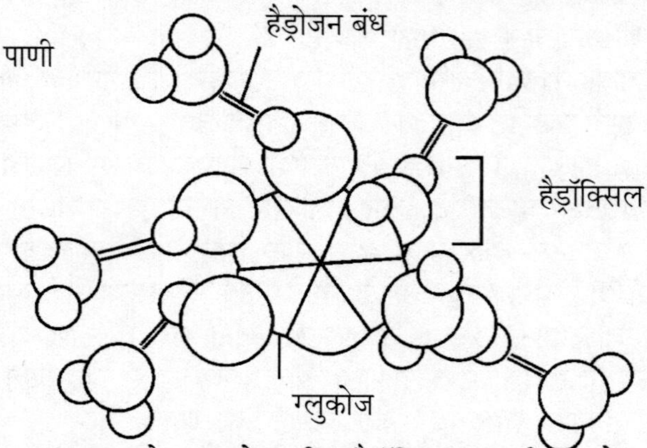

पाण्याचा रेणू ग्लुकोजमधील हैड्रॉक्सिल गटाशी कमजोर अशा हैड्रोजन बंधाने जोडला जातो.

नसतात. ते रेणू आकारानं साखरेच्या इतकंच काय पण ग्लुकोजच्या रेणूपेक्षाही लहान असतात. त्यामुळे ते सहज मोकळ्या जागेतल्या कोणत्याही सांदीफटीत सहजासहजी सामावून घेतले जाऊ शकतात.''

''एक शंका आली म्हणून विचारते. साखर पाण्यात पडली की तिचे तुकडे होऊन ते ग्लुकोजचे रेणू तिथं राहतात. तेव्हा ते पाणी गोड लागलं तर नवल नाही. पण मीठ तर आहे त्या स्वरूपात राहत नाही म्हणता. त्याचे तुकडे होऊन आता सोडियम आणि क्लोरिनचे अणू सुटे सुटे राहतात. तरीही त्या पाण्याला मिठाची खारट चव कशी येते?''

''छान, छान, काकू, झकास प्रश्न विचारलात. त्याचं कारण असं आहे की एक तर कोणत्याही पदार्थाचे भौतिक, रासायनिक आणि जैविक असे वेगवेगळे गुणधर्म असतात. त्यातल्या एकात काही बदल झाले म्हणून इतरांमध्ये तसे ते होतीलच असं नाही. याचं उत्तम उदाहरण म्हणजे ज्यांना आम्ही समस्थानिक किंवा आयसोटोप म्हणतो ती निरनिराळ्या मूलतत्त्वांची रूपं. आता आपल्या ओळखीच्या पाणी-हायड्रोजनचंच उदाहरण घ्या. नेहमीचा साधारण हायड्रोजनचा अणुभार असतो एक. पण त्याहून जड असलेल्या दोन आणि तीन अणुभाराचे हायड्रोजनही असतात. त्यांची वजनं वेगवेगळी आहेत. म्हणजेच त्यांचे भौतिक गुणधर्म वेगवेगळे आहेत. पण त्यांचे रासायनिक गुणधर्म मात्र सारखेच असतात. त्यामुळे या पैकी दोन अणुभाराचा हायड्रोजनही ऑक्सिजनशी गट्टी जमवत पाणी बनवतो. याला जड पाणी म्हणतात. त्याचे भौतिक गुणधर्म नेहमीच्या पाण्यापेक्षा वेगळे असतात. त्या जड पाण्याचा आपल्या वीज तयार करणाऱ्या अणुभट्ट्यांमध्ये मोठ्या प्रमाणावर

वापर होतो. तिथं ते अतिशय उपयुक्त ठरतं. साधं पाणी तेच काम करू शकत नाही. ते जड पाणी आपल्या नेहमीच्या पाण्याऐवजी आपण प्यालो तर आपल्या अंगाला ते लागणारच नाही. त्याची तहान भागणारच नाही. भरपूर पाणी पोटात जाऊनही माणूस पाणी पाणी म्हणत तडफडून मरेल. म्हणजेच त्याचे जैविक गुणधर्मही वेगळे असतील.''

''पण त्या जड पाण्यात साखर किंवा मीठ विरघळेल की नाही?''

''विरघळेल ना. नेहमीच्या पाण्यासारखंच ते विरघळेल. कारण त्याचे रासायनिक गुणधर्म काही बदललेले नसतील.''

''बरंच पुराण झालं पण मूळ प्रश्न तसेच राहिलेत अजून. मीठ लवकर का विरघळतं आणि साखर विरघळायला वेळ का घेते हे समजलं. पण साध्या साखरेच्या ऐवजी पिठीसाखर घातली तर ती मात्र मिठासारखी लगेच विरघळते. तीही साखरच असते ना?''

''दाणेदार साखरेऐवजी पिठीसाखर पाण्यात घातली तर ती लवकर विरघळते. पण तीच साखर टपोरे दाणे असलेली असेल, तर बराच वेळ ताटकळत ठेवते. चमच्यानं तिला ढोसून ढोसून चुचकारत राहावं, तेव्हा कुठं ती पाण्याशी संधान बांधून त्यात विरघळते. तुम्ही म्हणता ते खरं आहे, मीठही चांगलं दळलेलं असलं तर विरघळायला वेळ घेत नाही. पण खडेमीठ पाण्यात सहजासहजी विरघळत नाही. आईस्क्रीम तयार करताना जेव्हा बर्फामध्ये ते घालून थंडावा आणला जातो तेव्हाही, त्या बर्फाचं काम करकरून पाणी पाणी झालं तरी खडेमीठ आपला ताठरपणा सोडत नाही. थोडंफार ते विरघळतं, नाही असं नाही. त्यामुळे त्या खड्यांचा आकार लहान होतो. पण तेवढा तो राहतोच. हे असं होतं कारण विलेय विरघळून त्याचं द्रावण होतं तेव्हा त्या विलेयाबरोबर विद्रावकाची जी काही प्रक्रिया होते, ती केवळ पृष्ठभागावरच होत राहते. म्हणजे साखर पाण्यात विरघळताना पाण्याची आणि साखरेची जी काही आपापसात प्रक्रिया होते, ती फक्त त्या साखरेच्या खड्यांच्या बाहेरच्या पृष्ठभागावरच होत राहते. खड्यांच्या अंतरंगापर्यंत ती पोहोचत नाही. म्हणजे पाणी झिरपत झिरपत साखरेच्या दाण्याच्या आत पोहोचून त्याला विरघळवत नाही.''

''म्हणजे साध्या मिठाऐवजी आईस्क्रिम तयार करण्यासाठी बर्फात खडे मीठ घालायचं ते त्याचा उतरलेला गोठणबिंदू जास्ती वेळ टिकून राहावा म्हणून. तो थंडावा जास्ती वेळ राहून आईस्क्रिम लवकर तयार व्हावं म्हणून.''

''बरोबर. नंतर केव्हातरी सांगेन असं म्हणाले होते ना मी. ते आता ओघाओघात सांगून टाकलं आणि तुम्हाला ते समजायलाही ही वेळ चांगली होती.''

''हो ना, साखरेच्या किंवा मिठाच्या खड्याशी पाणी काय खेळ खेळतं हे समजल्याशिवाय खडे मीठ का वापरायचं हे नीटसं कळलं नसतं.''

"म्हणूनच जोवर तो खडा तसाच आहे तोवर त्याचं विरघळणंही बेतास बातच राहतं. पण त्या बाहेरच्या पृष्ठभागाचं क्षेत्रफळ वाढवलं तर विरघळण्याची क्रिया जलद व्हायला मदत होते. जेव्हा साखर दळून तिची पिठीसाखर तयार केली जाते, तेव्हा साखरेच्या दाण्यांचं रूपांतर बारीक बारीक कणात होतं. म्हणजेच एका दाण्याची जागा त्याहूनही अधिक कण घेतात. साहजिकच एकूण पृष्ठभागाचं क्षेत्रफळ वाढतं आणि मग ती पिठीसाखर लवकर विरघळते."

"आता लक्षात आलं. मीठ साखरेपेक्षा अधिक वेगानं विरघळतं याचं एक कारण म्हणजे मिठाचे दाणे साखरेच्या दाण्यापेक्षा आकारानं लहान असतात. हो ना?"

"ते तर आहेच. पण ते एकमेव कारण नाही. दुसरं महत्त्वाचं कारण मी आताच सांगितलंय. ते म्हणजे मीठ आणि साखर यांचे मूलभूत गुणधर्म. मिठात सोडियम आणि क्लोरिन यांचे अणू एकमेकांशी विद्युतभाराच्या आधारावर उभ्या असलेल्या आयनिक बंधांनी जोडलेले असतात. ते सुटतात आणि सोडियम व क्लोरिन वेगवेगळे होतात. त्याचा फायदा विद्राव्यतेला मिळतो. साखरेची परिस्थिती वेगळी असल्यानं तिची विद्राव्यता कमी असते."

"पण ताई, चहा, कॉफी, सरबत यांच्यात आपण साखर चमच्यानं घालतो.

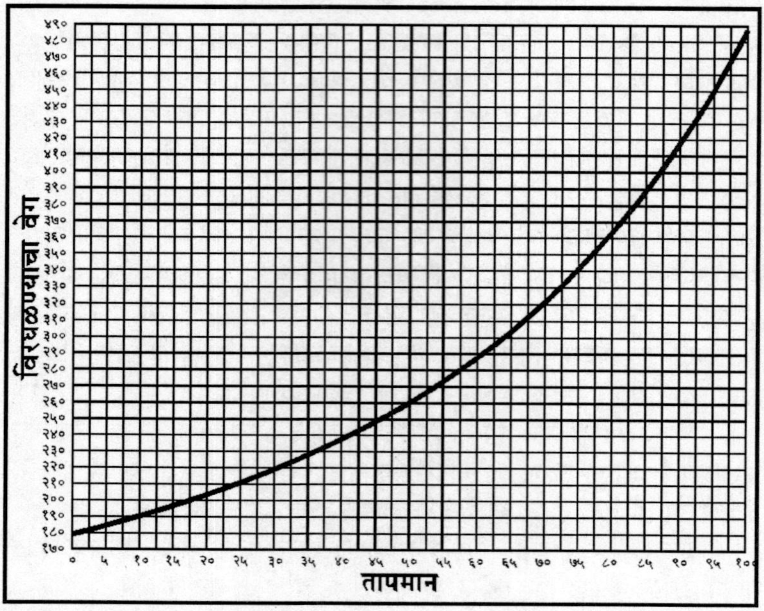

मीठही चमच्यानंच घालतो आणि तोच चमचा ढवळायलाही वापरतो. भाजी आमटीतही मीठ किंवा साखर घालताना तोच चमचा वापरतो. पण ढवळण्यासाठी

मात्र कालथा किंवा डाव वापरला जातो. तरीही ते मीठ विरघळण्याची कामगिरी पार पाडली जाते. ती कशी काय?''

''स्टेशनवर, गाडीत, विमानात किंवा विमानतळावर जेव्हा चहा किंवा कॉफी घेतली जाते, तेव्हा साखर एका कागदाच्या पुडीतून दिली जाते. ती पुडीच्या पुडी मग समोरच्या कपात रिकामी होते. ती ढवळण्यासाठी प्लास्टिकच्या एका काडीचा वापर केला जातो. थोडक्यात काय की ते विलेय ढवळण्यासाठी चमचाच हवा असं नाही. कोणत्याही साधनानं त्या साखरेच्या दाण्यांना सतत फिरतं ठेवणं हाच उद्देश असतो. तो साध्य केल्यानं त्या दाण्याच्या पृष्ठभागावरच्या प्रत्येक बिंदूला पाण्याला किंवा विद्रावकाला सामोरं जावं लागेल आणि त्याची प्रक्रिया होत राहील याची खातरजमा करून घेणं शक्य होतं. तसं केल्यानंही प्रक्रिया होणाऱ्या पृष्ठभागाचं क्षेत्रफळ वाढल्यासारखीच परिस्थिती निर्माण होते. त्यामुळे मग ते विलेय जलद आणि मोठ्या प्रमाणात विरघळण्याला मदत होते.''

''मग तशीच मदत उष्णता दिल्यानंही होत असेल. कारण थंड सरबतात विरघळायला साखर बराच चेंगटपणा करते. पण गरम चहात मात्र ती त्या मानानं लवकर विरघळते. काही जण चहाचं आधण ठेवतानाच त्याच्यात साखर घालतात. त्यावेळीही ती लवकर विरघळत नाही. ते आधण जसजसं गरम होत जातं तसतशी मात्र चटाचटा विरघळत जाते.''

''तुमचा कयास बरोबरच आहे. त्या विद्रावकाचं तापमान वाढवल्यानंही विरघळण्याच्या प्रक्रियेला वेग मिळतो. तापमान वाढवल्यानं साखरेच्या दाण्याच्या, पाण्याच्या संपर्कात येणाऱ्या पृष्ठभागाचं क्षेत्रफळ वाढत नाही. ते तेवढंच राहतं. पण तापवताना दिलेल्या उष्णतेमुळे अधिक ऊर्जा तिथं उपलब्ध होते. ती मग विलेयाच्या रेणूंमधल्या बंधाचा पीळ उलगडायला मदत करते. पाण्याच्या रेणूंशी त्या रेणूंची प्रक्रिया होण्यापूर्वी त्या बंधांमध्ये जे काही बदल होणं आवश्यक असतं, ते बदल घडवून आणले जातात. साहजिकच विलेयाचं द्रावण वेगानं व्हायला मदतच होते.''

''म्हणजे ताई कोणत्याही पदार्थात दुसरा पदार्थ विरघळणार की नाही आणि कितपत किंवा किती झपाट्यानं विरघळणार हे तीन बाबींवर अवलंबून असतं. त्या विरघळणाऱ्या पदार्थाच्या–''

''म्हणजेच विलेयाच्या.''

''हो. तर त्या विलेयाच्या रेणूंचे घटक आणि त्या रेणूंचा आकार, विलेयाच्या एकूण पृष्ठभागाचं क्षेत्रफळ आणि तापमान, या तिन्ही बाबी जिथं सर्वांत जास्ती तिथं विद्राव्यताही जास्ती. विरघळण्याचं प्रमाणही जास्ती आणि त्याचा झपाटाही अधिक.''

''बरोबर. पण आणखीही एक गुणधर्म या विद्राव्यतेवर परिणाम घडवत असतो. आता हेच पाहाना. लिंबाचा रस, मद्यार्क, व्हिनेगार पाण्यात मिसळतात.

मीठ, साखर, मिरचीची पूड पाण्यात विरघळतात. कमी अधिक प्रमाणात असतील. पण विरघळतात. पण तेल? किंवा तूप? गणपतीपूजेच्या वेळी मूर्तीला स्नान घालण्यासाठी पंचामृत तयार करता ना तुम्ही? त्या वेळी काय होतं, आठवतंय?''

''हो, चांगलंच. दुधात साखर, मध, दही लवकर विरघळतात. पण तूप काही विरघळत नाही. कितीही ढवळा, ते फटकूनच राहतं. अगदीच ढोसलं तर विरघळल्यासारखं करतं, पण त्याचा तवंग वरच्या वर राहतोच.''

''त्याचं कारण तेल-तूप पाण्यात विरघळतच नाहीत. ते पदार्थ पाण्याशी फटकूनच वागतात. उलट केळफूल किंवा फणस कापल्यानंतर हात स्वच्छ करायचे असतील तर नुसतंच पाणी आणि साबण लावून चालत नाही. आधी तेलानं हात माखावे लागतात. मगच तो चिकटा निघू शकतो. तसंच होळीच्या, धूलिवंदनाच्या वेळी जर कोणी ऑईल पेन्ट अंगाला लावला असेल तर तो काढण्यासाठीही आधी तेलानं धुलाई करावी लागते. याचं कारण ते काही पदार्थ पाण्यात विरघळत नसले तरी तेलात सहज विरघळतात आणि मग ते द्रावण साबणानं निघू शकतं.''

''म्हणजे काही पदार्थ पाण्यातच विरघळतात. उलट काही तेलातच विरघळतात. असं का?''

''विरघळण्याचा पहिला नियम म्हणजे सर्वच पदार्थ सर्वच पदार्थांत विरघळत नाहीत. समानशील पदार्थच विरघळतात.''

''समानशील म्हणजे? एकसारखे?''

''समजा तुम्ही कणीक लाटत असताना हाताला पीठ लागलंय. तर हात नुसता पाण्याखाली धरलात तरी धुवून निघेल. हो ना?''

''हो तर. पीठ सहज पाण्यात विरघळून पाण्याबरोबर वाहून जाईल.''

''पण तेच तुम्ही लाडू वळायला घेतले असताना तुमचा हात तुपकट झालाय. तर तो नुसता पाण्याखाली धरून साफ होईल का?''

''नाही हं. त्यासाठी साबणच लावायला हवा.''

''याचं कारण ते तूप पाण्यात विरघळणार नाही. तसंच हाताला काजूचा चीक लागला असेल तर साबण लावूनही तो जाणार नाही.''

''नाहीच मुळी. त्यासाठी आधी हाताला तेल लावावं लागतं.''

''कारण तो चीक तेलामध्येच विरघळतो. पाण्यात नाही. म्हणजेच चीक तेलासारखा असतो, पाण्यासारखा नाही.''

''पण हे असं का होतं? काही पदार्थच पाण्यात विर-घळतात, उलट इतर काही तेलातच विरघळतात. असं का?''

''कारण पाणी हे एक ध्रुवीय रसायन आहे. म्हणजे आपल्या पृथ्वीला कसे उत्तर ध्रुव, दक्षिण ध्रुव असतात तसेच पाण्यालाही दोन ध्रुव आहेत.''

“उत्तर आणि दक्षिण? ते कसे असतील आई? कारण पाण्याची उत्तर आणि दक्षिण ओळखायची कशी?”

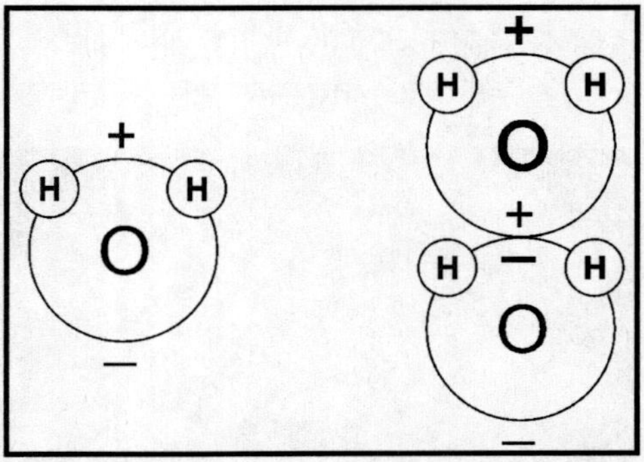

“मी एक तुम्हाला समजण्यासारखी उपमा दिली. म्हणजेच पाण्याच्या रेणूला दोन वेगवेगळी सहज ओळखता येऊ शकणारी टोकं असतात. कारण एका टोकावर असतो धनविद्युतभार आणि दुसऱ्या टोकावर असतो ऋणविद्युतभार. पण तुला जर दक्षिण ध्रुव आणि उत्तर ध्रुवच समजत असतील तर अशीच आणखी एक गोष्ट आहे. सांग पाहू कोणती ते?”

गिरिजा गप्पच बसली पण काकूंनी मात्र बिचकत बिचकत विचारलं,

“म्हणजे माझं चूकच असणार. पण परवाच गौतम काहीसं म्हणताना मी ऐकलं. लोहचुंबकालाही असेच उत्तर आणि दक्षिण ध्रुव असतात का?”

“पाहिलंस गिरिजा, सहज ऐकलेलं सुद्धा काकूंनी कसं लक्षात ठेवलंय ते. बरोबर आहे तुमचं काकू. तर असेच लहान लहान लोहचुंबक घेतले आणि काचेच्या गोट्या असलेल्या एका भांड्यात टाकले तर काय होईल?”

“काहीच होणार नाही. कारण लोहचुंबकाला काही त्या गोट्या चिकटणार नाहीत.”

“म्हणजेच गोट्या वेगळ्या राहतील आणि त्या लोहचुंबकांच्या पट्ट्या एकमेकांकडे आकर्षित झाल्यानं एकमेकांना चिकटून बसतील. त्यांचा एकच जुडगा तयार होईल. आणि तो जड असल्यानं तो त्या भांड्यात खाली बसेल. गोट्या वर राहतील. पण आता समजा त्या लोहचुंबकाच्या पट्ट्यां ऐवजी त्याच आकाराच्या लाकडी पट्ट्या टाकल्या. तर काय होईल?”

“त्या लाकडी पट्ट्या काही एकमेकांना ओढून घेणार नाहीत. त्यांचा जुडगा तयार होणार नाही. त्या त्या गोट्यांमध्ये मिळूनमिसळून जातील.”

“म्हणजेच त्या लाकडी पट्ट्या त्या गोट्यांमध्ये

विरघळल्या असं आपणम्हणू शकू नाही का?''

''हो बाई. तसं म्हणायला हरकत नाही. हे असं का झालं? तर त्या लाकडी पट्ट्यांनाही त्या काचेच्या गोट्यांसारखे उत्तर किंवा दक्षिण ध्रुव नव्हते. म्हणजे त्या लाकडी पट्ट्या गोट्यांसारख्याच झाल्या.''

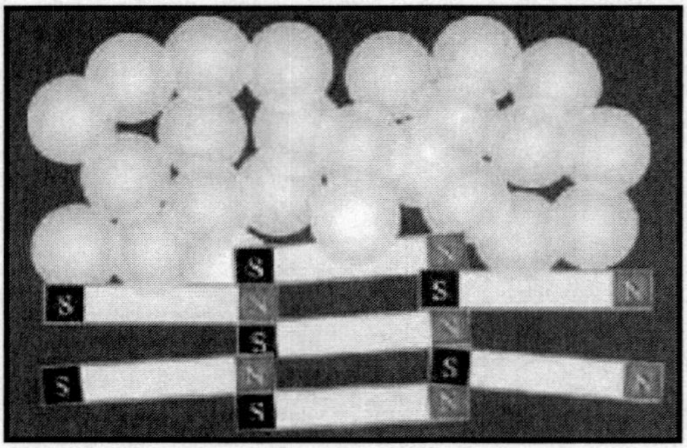

''गोट्यांशी समानशील झाल्या. पण लोहचुंबक मात्र तसे नाहीत म्हणून ते गोट्यांमध्ये विरघळले नाहीत.''

''एकदम बरोबर. तसंच पाणी हे ध्रुवीय रसायन आहे. त्याच्या एका टोकाला धनविद्युतभार असतो तर दुसऱ्या टोकाला ऋणविद्युतभार असतो. त्यामुळे तशाच प्रकारचे ध्रुवीय पदार्थ किंवा ज्यांची फोड होऊन असे विद्युतभार असलेले रेणू तयार होतात असेच पदार्थ त्याच्यात विरघळतात. जे तसे नसतात ते विरघळत नाहीत.''

''मीठ आणि साखर तसे आहेत?''

''अर्थात. म्हणून तर ते विरघळतात. तरीही त्या दोघांमध्ये काही फरक आहेच. त्यामुळे त्यांच्या विरघळण्याच्या वेगातही फरक आहे. बहुतेक रेणूंवर कोणताही विद्युतभार नसतो. पण पाण्यासारखे ध्रुवीय किंवा डायपोलर रेणू असतात, त्यांची इतर रेणूंशी होणारी विक्रियाही वेगळी होते. तेव्हा विलेय आणि विद्रावक यांचे रेणू कोणत्या प्रकारचे आहेत यावरही पदार्थ विरघळणार की नाही हे अवलंबून असतं.''

''काय बाई एकेक तरी! साधं चिमूटभर मीठ भांडंभर भाजीत टाकलं आणि थोडं ढवळलं की विरघळलं एवढंच आम्हाला माहिती. त्याच्या पाठी हे मिळून मिसळून राहण्याचं एवढं रामायण असेल याची कल्पनाही केली नव्हती.''

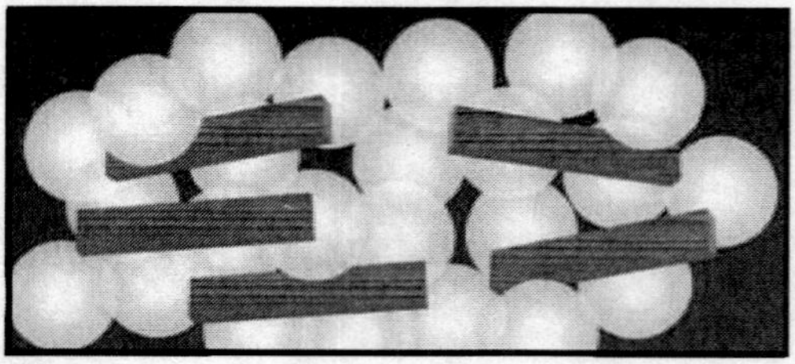

■

चहाचे अकरा नियम

गौतमला चहाची तल्लफ आली होती. पण गोदाकाकू आज त्यांच्या नात्यातल्या कोणाला तरी भेटायला गेल्या होत्या. त्या अजून परत आल्या नव्हत्या. उषाताईंची येण्याची वेळ झाली होती. पण अजून तरी त्या आल्या नव्हत्या. शेवटी गौतमनं स्वत:च चहा करण्याचं ठरवलं. स्वयंपाकघरात कधीच पाऊल न टाकल्यामुळे त्याला कुठं काय वस्तू ठेवल्या आहेत याची सुद्धा माहिती नव्हती. बरीच शोधाशोध केल्यानंतर त्यानं चहाची पावडर, साखर, दूध, पाणी आणि ते उकळण्यासाठी पातेलं एवढा जामानिमा जमवला. गॅस पेटवला आणि मग कपभर पाणी, बचकभर चहाची पावडर, एक चमचा साखर आणि थोडंसं दूध सगळं भांड्यात ओतून त्या मिश्रणाला उकळी येण्याची वाट पाहत तो बसला.

तेवढ्यात गोदाकाकू आणि उषाताई एकदमच घरात शिरल्या. आपल्याला थोडासा उशीर झाला आहे याची जाणीव गोदाकाकूंना झाली होती. त्यामुळे त्या धावतपळतच आल्या होत्या. पदरानं घाम पुसत पुसत त्या उषाताईंना म्हणाल्या,

"जरा उशीरच झाला हं ताई. बऱ्याच दिवसांनी भेटलो होतो. त्यामुळे बोलण्याबोलण्यात वेळ कसा गेला समजलंच नाही. आता आधण ठेवते हं."

"चालायचंच काकू. मीही आताच येतेय तुमच्याबरोबरच. तेव्हा काही उशीरबिशीर नाही झालेला."

"नाही कसा? हा गौतम इथं ताटकळत बसलाय. त्यालाही चहा हवा असेल. आता करते हं."

तेवढ्यात त्यांचं लक्ष गॅसकडे गेलं. भांड्यात उकळणारा तो काळसर रंगाचा द्रव पाहून त्यांनी विचारलं, "अगं बाई, हे काय कोणी उकळत ठेवलंय?"

''चहा आहे तो.''

''चहा? हा चहा? कोणी बनवला?''

''मीच केला.''

''तू?'' आश्चर्यानं उषाताईंनी विचारलं, ''तुला येतो चहा करता?''

''मग! त्यात काय कठीण आहे?'' आणि त्यानं आपण काय काय केलं ते सांगून टाकलं.

''अरे, असं सगळं एकत्र घालून उकळवलं म्हणजे चहा होत नसतो.''

''का? का? खिचडी करताना नाही का तुम्ही तांदूळ, डाळ, मीठ, पाणी, लागलंच तर थोडंसं तिखट सगळं एकत्र करून प्रेशर कुकरमध्ये ठेवत?''

''अरे पण खिचडी करायची पद्धत चहा करायला कशी चालेल?''

''का नाही? चहातही सगळं एकत्रच तर घालता ना तुम्ही? मग आधी घातलं काय आणि नंतर काय?''

''तू केमिस्ट्री शिकतोस ना? त्यातही पाण्यामध्ये ॲसिडचा थेंब टाकला काय आणि ॲसिडमध्ये पाण्याचा थेंब टाकला काय, सारखंच असतं का?''

''नाही. योग्य तऱ्हेनं ते मिश्रण नाही केलं तर स्फोटच होईल.''

''इथंही तसंच आहे. इथं स्फोट झालाच तर तू करत असलेला चहा ज्याला प्यायला देशील त्याच्या रागाचा होईल. कारण तो चहा असणार नाही, कसला तरी काढा असेल.''

''ताई, विचारेन विचारेन म्हणते. आज आता वेळच आलीय तर विचारतेच. फक्कड चहा बनविण्याची काही पद्धत आहे का?''

''म्हणजे काकू तुम्हालाही चहा कसा करायचा ते माहितीच नाही तर!'' गौतम त्यांची फिरकी घेत म्हणाला. त्यावर गोदाकाकू काही उत्तर देणार तो उषाताईच म्हणाल्या,

''अरे त्यांनाच कशाला, चक्क रॉयल सोसायटी ऑफ केमिस्ट्सधल्या वैज्ञानिकांनाही हा प्रश्न पडला होता.''

''सांगतेस काय?''

''चला ताई, अहो तुमचे ते वैज्ञानिक चहा करण्याची खटपट कशाला करायला करतील. त्यांच्या पुढे कसकसले मोठमोठे प्रश्न असतात. ते या चहा करण्यासारख्या मामुली गोष्टीकडे कशाला लक्ष देतील?''

''खरंच सांगतेय काकू आणि वैज्ञानिक नेहमी कुठंतरी आकाशात तारकापुंजांकडे किंवा एरवी डोळ्यांना न दिसणाऱ्या अणूच्या गर्भाकडेच ध्यान देऊन बसतात असं नाही. आपल्या रोजच्या रगाड्यातल्या, तुम्ही ज्याला मामुली म्हणता ना त्या, बाबींचाही शास्त्रशुद्ध विचार करत असतात.''

''पण तू त्या रॉयल सोसायटीत चहा बनवण्याचं सांगत होतीस ना.''

उषाताईंची गाडी भलतीकडेच भरकटू नये म्हणून ती परत रुळावर आणत गौतम म्हणाला.

"हं, तर तेच सांगत होते. तुला जॉर्ज ऑरवेल माहिती आहे?"

"आई तुझं आज लक्ष नाही हं. मी रॉयल सोसायटीबद्दल विचारतोय, गोदाकाकू चहा कसा करायचा हे विचारताहेत आणि तू मध्येच या जॉर्ज ऑरवेलला कुठून आणलास?"

गोदाकाकू तर काहीच न कळून आळीपाळीनं त्या दोघांकडे पाहत राहिल्या होत्या.

"तूच नीट लक्ष दे आणि तुम्हीही काकू. हा जॉर्ज ऑरवेल."

"माहिती आहे. तो एक इंग्लंडमधला विज्ञानकथालेखक होता, काकू."

"हो आणि रशियातल्या कम्युनिस्ट राजवटीत सामान्य लोकांचं आयुष्य कसं भरडून निघतंय हे दाखवणाऱ्या काही उत्कृष्ट कादंबऱ्याही लिहिल्या आहेत त्यानं."

"मी वाचलीय त्याची ॲनिमल फार्म. भन्नाट आयडिया आहे. पण तो आणि चहा?"

"सांगते. हुकूमशाहीविरुद्ध आवाज उठवणाऱ्या याच ऑरवेलनं चहा करण्याच्या बाबतीत मात्र एखाद्या हुकूमशहासारखंच फर्मान सोडलं होतं. उत्कृष्ट चहा कसा करायचा याविषयीचे एक नाही, दोन नाही, तब्बल अकरा नियम त्यानं घालून दिले होते. त्याच्या म्हणण्याप्रमाणे हे चहा कसा करायचा याविषयीचे कायदेच. त्यांचं पालन करून चहा केलात तर ठीक. नाही तर त्याला कसलं तरी पुळकवणीचं पाणी समजून ते फेकूनच द्यायला हवं, असंच तो सांगत होता."

"अग बाई! साधा चहा करायचा तर अकरा कायदे?"

"बघा ना! म्हणजे चहामध्ये सामग्री किती तर इनमीन तीन. चहा, साखर आणि दूध. पण कायदे अकरा!"

"अं हं हं गौतम, ऑरवेलच्या मते सामग्री दोनच चहा आणि दूध. साखर अजिबात नाही. चांगला चहा हवा असेल तर साखरेला दूर ठेवा असा त्याचा आग्रह होता."

ऑरवेल

"का? त्याला मधुमेह होता की काय? साखरेवर एवढी त्याची वक्र दृष्टी का?"

"कारण चहा घ्यायचा तर त्याची कडवट चव मारून कसं चालेल, असा त्याचा युक्तिवाद होता."

"ताई, हे असं अर्धमुर्धं नको. काय होते ते त्याचे अकरा नियम ते सांगूनच टाका. मग त्या सगळ्यांचाच विचार करू."

''तेच तर या रॉयल सोसायटीनं केलंय. त्यांनी त्याच्या या नियमांमध्ये कितपत तथ्य आहे हेच तपासलंय.''

''हो. पण आधी ते अकरा नियम सांगताय ना?''

''हो हो. तेच आधी सांगायला हवेत. पहिला नियम, चहाची पत्ती भारतातली किंवा सिलोनमधलीच हवी. चिनी चहा अजिबात चालणार नाही.''

''सिलोन?'' गोदाकाकूंनी विचारलं.

''म्हणजे आजची श्रीलंका. पण त्याच्या काळात त्याला अजून सिलोनच म्हणत.''

''हा नियम आपल्याला मान्य व्हायला हरकत नाही.'' गौतम म्हणाला, ''नाहीतरी चिनी मालावर बहिष्कार टाका असं काही लोक सांगत आहेत ना.''

''पण ऑरवेलच्या म्हणण्याचा रोख त्या चहाच्या पत्तीच्या खासियतीकडे होता. चहा भारतीय असला तरी तो तयार करण्यासाठी भांडं मात्र चिनी मातीचंच हवं हेही तो सांगत होता. उगीचच स्टीलचं किंवा ॲल्युमिनियमचं भांडं नको. शिवाय ते भांडं थेट चुलीवर ठेवूनच उबदार करायचं.''

''फक्त उबदार? पण पाणी उकळलं की ते तर चांगलंच गरम होईल.''

''अ हं हं. पाणी त्यात उकळायचं नाही. ते स्वतंत्रपणे किटलीतच उकळायचं. ही किटली ॲल्युमिनियमची असली तर उत्तम. कारण ते पाणी लवकर उकळेल.''

''पण मग ते भांडं? त्याचं काय करायचं?''

''त्यात चहाची पत्ती टाकायची आणि चांगली इकडे तिकडे ढवळायची. पत्तीही भरपूर घालायची. एक लिटर पाण्यामागे सहा चमचे पत्ती.''

''बाई, बाई,बाई, इतकी?''

''हो. त्याला चहा चांगला कडक लागायचा. हे झाले पहिले पाच नियम. यात सामग्री कोणती आणि कशी वापरायची हे सांगितलं आहे. आता प्रत्यक्ष कृतीला सुरुवात. नियम नंबर सहा. ते उबदार केलेलं चिनी मातीचं भांडं आता त्या किटलीजवळ न्या आणि त्यातलं पाणी त्या भांड्यात ओता. आतली पत्ती त्यात चांगली शेकून निघू द्या.''

''पण ती पत्ती त्या उबदार केलेल्या भांड्यात राहिलेली असल्यामुळे तिचं

तापमानही थोडंसं चढेलच असणार, नाही का?''

"बरोबर बोललात काकू. तरीही तिचं तापमान उकळत्या पाण्याच्या तापमानापेक्षा कमीच असणार. तेव्हा आता ते पाणी ढवळायचं. म्हणजे मग ती पत्ती व्यवस्थित सगळ्या बाजूंनी त्या पाण्याकडून शेकली जाईल. तिचा अर्क काढला जाईल आणि तो त्या पाण्यात मिसळेल.''

"म्हणजेच झाला की चहा.' गौतम म्हणाला.

"छे! एवढ्यात कुठं झाला. त्यात दूध घालायचंय, झालंच तर साखर, वाटल्यास वेलची वगैरे मसाला.'' काकू म्हणाल्या.

"नाही हं काकू. ही झाली आपली गावरान पद्धत. इंग्रज साहेबांप्रमाणे म्हणजेच ऑरवेलप्रमाणे तो घ्यायचा तर मसाला अजिबात नाही. दूध घालायला ऑरवेलची हरकत नव्हती. मात्र ते साय नसलेलं म्हणजेच त्यातून साय काढून टाकलेलं हवं असा त्याचा कायदा होता. झालंच तर ते दूधच चहात घालायचं.''

"दूधच घालायचं. आणखी काय?'' गोंधळून जाऊन गौतमनं विचारलं.

"ऑरवेलचा कायदा म्हणजे चहात दूध घालायचं. दुधात चहा नाही.''

"हं हं असं होय.''

"पण त्यानं काय फरक पडतो ताई? दोन्ही एकमेकात मिसळायची तर आहेत.''

"फरक पडतो काकू. कसा ते सांगतेच. पण त्याआधी ऑरवेलचा शेवटचा आणि त्याच्या म्हणण्याप्रमाणे सर्वांत महत्त्वाचा नियम ऐका. चहात अजिबात साखर घालायची नाही. घातलीत तर बघा, असा सज्जड दमच भरला आहे त्यानं.''

"बापरे! म्हणजे चहा बनवणं हे भलतंच त्रांगडं दिसतंय.''

"मग? सांगत नव्हतो आम्ही. पण तुला आमच्यासारख्या अडाणी बाईचं कुठं पटायला? तुला कोणत्या तरी साहेबानं सांगितल्यावरच पटायचं.'' त्यानं मगाशी घेतलेल्या फिरकीची परतफेड करत काकू म्हणाल्या आणि मग तिथं उषाताईही आहेत याची आठवण होऊन त्यांनी जीभ चावली. पण उषाताई हसत होत्या. त्या काकूंना सामील होत म्हणाल्या, "बरोबर बोललात काकू. तरी बरं या साहेबाचे हे

कायदे फजूल आहेत असं आता त्याच्याच देशातल्या त्या रॉयल सोसायटीच्या डॉ. ॲन्ड्रू स्टेपली यांनी सांगितलं आहे. त्यांनी सामग्रीसंबंधीच्या त्याच्या नियमांबाबत फारशी शहानिशा केली नाही. पण कृतीमधल्या त्याच्या बऱ्याच नियमांची वैज्ञानिक तपासणी करून काही बाबी स्पष्ट केल्या आहेत.''

''त्याच्या त्या साखरेबद्दलच्या कडवटपणाबद्दल काय म्हणताहेत तुमचे हे नवे साहेब?''

''त्यात काहीच अर्थ नाही असंच सांगितलं आहे यांनी. साखर न घालायला काहीच वैज्ञानिक आधार नाही हे त्यांनी स्पष्ट केलं आहे. साखर घालायची की नाही आणि घातलीच तर किती घालायची हे ज्याचं त्यानं आपापल्या आवडीनुसार ठरवावं असंच स्टेपली यांचं म्हणणं आहे. मात्र पाक होईपर्यंत साखर घालू नये हेही त्यांनी सुचवलंय.''

''हो बाई. चहाची तुरट कडवट चव जाईपर्यंत साखर घालावी हे ठीक. ती जास्त झाली तर चहा गुळचटच लागतो.''

''चहाच्या पत्तीवर उकळतं पाणी ओतावं हा ऑरवेलचा नियम मात्र त्यांना मान्य आहे. पत्ती आणि पाणी एकत्र घालून उकळलं तर पत्तीचं तापमान पाण्याच्या वाढत्या तापमानाबरोबरच वाढत जातं आणि मग त्यातला सारा अर्क त्या मिश्रणात उतरतो. त्याबरोबर मग चहातली इतर काही अयोग्य रसायनंही त्या मिश्रणात उतरतात. त्याची चव तर बिघडवतातच पण प्रसंगी ती घातकही असू शकतात. आधीच थोड्याफार तापलेल्या पत्तीवर उकळतं पाणी ओतलं जातं तेव्हा त्या दोन तापमानातला फरक त्या मानानं कमी असतो. त्यामुळे पत्तीला तापमानाचा शॉक बसत नाही आणि त्यातली लज्जत वाढवणारी रसायनं हलकेच त्या मिश्रणात उतरतात.''

''म्हणजे लग्नात नवऱ्या मुलीला कसं हलकेच हाताला धरून संथपणे आणतात, खेचून धसमुसळेपणानं आणत नाहीत, तसंच की नाही?''

''वा! काय उपमा दिलीत काकू. पण बरोबरच आहे. हळुवार हातानं पत्तीकडून तिच्यातली लज्जत पाण्यात उतरवावी, ती ओढूनताणून घेऊ नये असंच स्टेपली यांना सुचवायचं आहे. पण ऑरवेलनं सांगितलेलं एका लिटरला सहा चमचे पत्ती हे प्रमाण त्यांना उधळपट्टीचंच वाटतंय. एक चमचा पुरे असंच त्यांनी सांगितलं आहे. विशेषत: भारतातल्या आसाम चहाची पत्ती वापरत असाल तर मग त्यापेक्षा जास्ती नकोच. कारण हा चहा मूळचाच कडक असतो.''

''आणि मगाशी ते दूध आणि चहा यांच्या मिसळण्याबद्दल सांगत होतात, त्याचं काय?''

''आपण दूध तापवून घेतो आणि मगच ते चहात घालतो. तसं करत असाल

तर फारसा फरक पडत नाही. पण आपणही नेहमीच तसं करतो असं नाही आणि साहेबाच्या देशात तर बहुधा थंड, अगदी फ्रीजमधून काढलेलं दूधच चहात घालतात. एक तर तिथं कार्टनमधून दूध मिळतं आणि ते तसंच फ्रीजमध्ये ठेवलं जातं. हवं तेव्हा हवं तेवढं काढून घ्यावं. ते तापवून फ्रीजमध्ये ठेवण्याची पद्धत नाही. तेव्हा असं थंड दूध असेल तर मात्र त्याची धार त्या गरमागरम चहाच्या मिश्रणात धरू नये,

असंच स्टेपली सांगताहेत.''

''का? त्याला काही कारण असेलच की नाही?''

''दुधात मोठ्या प्रमाणावर प्रथिनं असतात हे तर तुम्हाला माहिती आहेच. ही प्रथिनं म्हणजे त्यातल्या घटक पदार्थांच्या– अमिनो आम्लांच्या लांबलचक साखळ्याच असतात. अमिनो आम्लांचे रेणू छोटेखानी असतात. पण ते एकत्र जोडून मात्र लांबलचक साखळ्या बनू शकतात.''

''म्हणजे एकेक फूल छोटंच असतं. पण त्यांना एकत्र गुंफून मात्र मोठमोठे हार तयार केले जाऊ शकतात. तसंच ना?''

''अगदी बरोबर. किंवा एकेक मणी छोटाच असतो. पण असे कितीतरी मणी एकाच धाग्यात गुंफले तर त्यांच्यापासून बनणारी मण्यांची माळ आपल्या गळ्यापासून पायापर्यंतही पोचू शकते. तर अशाच या प्रथिनांच्या साखळ्या असतात. त्यात परत त्यातला एक मणी त्याच्यापासून दूर असलेल्या दुसऱ्या मण्याशी हातमिळवणी करतो. त्यामुळे होतं काय तर या साखळ्या नुसत्याच सरळसोट न राहता त्यांची मुटकुळी बनतात. जोवर ही प्रथिनं अशी मुटकुळी करून असतात तोवर त्यांचे सारे गुणधर्म शाबूत असतात.''

''साहजिकच ती आपल्याला गुणकारी ठरतात. हो ना आई?''

''अगदी तसंच. थंड दुधात ती अशी मुटकुळं करून वावरत असतात. पण त्यांचं तापमान वाढलं की मुटकुळ्यांची ही मोटली उलगडली जाते. प्रथिनांच्या साखळ्या सरळ होत ताणल्या जातात. त्यांची ओढाताण होते. प्रसंगी त्या तुटतातही. यालाच वैज्ञानिक डीनेचरेशन म्हणतात. थोडक्यात काय तर त्यांच्या नैसर्गिक अवस्थेची हानी.''

''आणि तसं झालं की ती आपले गुणधर्म हरवून बसतात.''

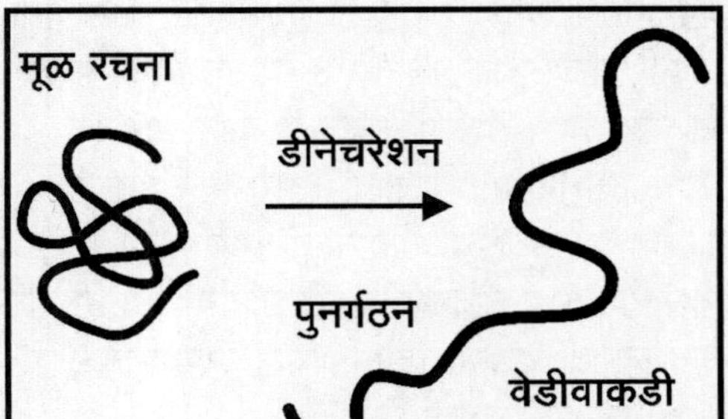

"अगदी असंच."

"पण मग आई, आपण एरवीही दूध तापवतो ते. तसं केल्यानं नाही का या प्रथिनांची मोडतोड होत?"

"नाही. कारण तेव्हा आपण त्यांना फ्रीजमधल्या थंडाव्यातून काढून एकदम गरमागरम, जवळजवळ उकळत्या, चहाच्या पाण्यात टाकत नाही. तापमानात एकाएकी असा फरक पडल्यानं त्या प्रथिनांना टेम्परेचर शॉक बसतो आणि त्यातूनच त्यांची मोडतोड होते. एरवी ते तापवताना आपण त्यांना हळूहळू उष्णता देत असतो."

"तीही ठरावीक मर्यादेतच देतो, ताई. एकदा उकळी आली की चुलीवरून उतरवतो. चहाच्या पाण्यासारखं उकळवतच बसत नाही."

"हो ना. म्हणूनच तर त्यांची मोडतोड होणंही मर्यादेतच राहतं."

"म्हणूनच तर स्टेपली सांगतात की दूध घालायचंच झालं तर ते थंडगार दूध कपात आधी ओतावं आणि त्याच्यावर मग हलकेच गरम चहाच्या मिश्रणाची धार धरावी. त्यामुळे मग चहाचं तापमानही उतरतं."

"आणि दुधाचं तापमान हळूहळू वाढवत नेल्यानं त्यातल्या प्रथिनांची मोडतोड होणं टळतं."

"बरोबर बोललास गौतम. तरीही इतर काही जणांनी चहा कोराच प्यावा, त्यात दूध घालू नये असाही सल्ला दिला आहे."

"ते का?"

"कारण त्यामुळे चहामध्ये आपल्या आरोग्याला उपकारक असे जे काही गुणधर्म आहेत ते नष्ट होतात."

"पण मग ज्यांनी जगभर चहा इतका लोकप्रिय केला तो इंग्रज साहेब तर नेहमीच दूध घालून चहा घेतो."

"खरंय. पण दुधाशिवायचा कोरा चहा पिण्याचा सल्ला दिलाय तो मात्र जर्मनांनी. बर्लिनमधल्या एका इस्पितळात काम करणाऱ्या डॉ. व्हेरेना स्टॅन्जी यांनी चहा पिणाऱ्या काही जणांवर तसंच उंदरांवरही प्रयोग केले. त्यांना असं दिसून आलं की चहामध्ये कॅटेशिन्स नावाचे जे घटक असतात, ते नायट्रिक ऑक्साईड नावाच्या रसायनाची निर्मिती करतात. ही रसायनं आपल्या रक्तवाहिन्या रुंदावण्याचं काम करतात. त्यामुळे त्या चोंदण्याचं प्रमाण कमी होतं. साहजिकच ज्यांना अशा अरुंद झालेल्या किंवा चोंदलेल्या रक्तवाहिन्यांपोटी हृदयविकारासारख्या व्याधींना सामोरं जावं लागतं अशांना चहा पिण्यानं आराम मिळू शकतो."

"पण मग दुधाचं काय?"

"दुधामध्ये केसिन नावाची जी प्रथिनं असतात ती या कॅटेशिन्सशी प्रक्रिया

करून त्यांना नाकाम करून टाकतात. साहजिकच असा चहा पिण्यानं रक्तवाहिन्यांवर कोणताही भला परिणाम होत नाही.''

''पण आई, मुळात या रक्तवाहिन्या चोंदतात त्याचं कारण आपल्या आहारात आपण तेलातुपाचा भरपूर वापर करतो, तळलेले पदार्थ पुष्कळ खातो असं मी वाचल्याचं आठवतंय. ते टाळावेत. मग चहात दूध घातलं तरी हरकत नाही.''

''हो ना. इतर बऱ्याच वैज्ञानिकांचं हेच म्हणणं आहे. शिवाय चहातला उपकारक असा कॅटेशिन हा एकमेव घटक नाही. असे तब्बल दोनशे घटक असल्याचं दिसून आलंय. त्या सर्वांनाच दुधामुळे अटकाव होतो की काय, असाही सवाल त्यांनी केलाय. त्यामुळे त्याचं उत्तर सापडेपर्यंत इंग्रजांसारखा दूध घातलेला चहा पिण्याऐवजी लिंबू पिळलेला चिनी चहा पिण्याचं फारसं कारण नाही. हं आता काही जणांना हा लेमन टी आवडत असेल तर बाब वेगळी.''

''मी आईस टी घेतलाय आई. त्यात लिंबाचा रसच असतो आणि त्यामुळे त्या थंडगार पेयाला चांगलीच चवही येते.''

''हो बाई. दुधाचा चहा थंड झाला तर बेचवच लागतो. तेव्हा गौतम, ताई, हे आधण आता चांगलं उकळलंय. तेव्हा गरम असेपर्यंतच हा चहा पिऊन टाका कसे!''

■

रंग माझा वेगळा

"हिरव्यागार केळीच्या पानावर वाढलेला पांढराशुभ्र भात, त्यावर पिवळं धम्मक वरण, समोर निळ्यानिळ्या वांग्याची रसरशीत भाजी, जांभळट किरमिजी रंगाची बीटची कोशिंबीर, लालसर तळलेली बटाट्याची काचरी, बाजूच्या वाटीत केशरी श्रीखंड."

"अग काय वाचते आहेस, गिरिजा? पेशवाईतल्या पंगतीच्या थाटाचं वर्णन आहे की काय?" उषाताईंनी विचारलं.

"छे ग! एका रंगाच्या कंपनीची जाहिरात आहे ही."

"मग मोठी कल्पक दिसते आहे ही जाहिरात."

"ती कशी काय ताई? रंगांचा आणि जेवणाचा काय संबंध?"

"तीच तर खरी गंमत आहे काकू," उषाताईंनी काही सांगायच्या आधी गिरिजाच म्हणाली. "या जाहिरातीत म्हटलं आहे. जेवणाचे रंग निसर्गच बनवतो. पण इतर सगळीकडचे आम्हीच."

"ते खरंच आहे. तरीही जेवणाचा आणि रंगांचा संबंध काय हा माझा प्रश्न तसाच राहिलाय."

"काकू, आपण कोणताही पदार्थ आपण आवडीनं खातो तेव्हा फक्त आपली जीभच काम करत असते असं नाही."

"मग काय कान-नाक वगैरेही काम करत असतात असं म्हणायचंय का तुला आई?"

"अर्थात. आपण डोळ्यांनी तो पदार्थ पाहतो तेव्हा त्याचं रंगरूप आपल्याला आवडावं लागतं. हातानं तो पदार्थ हाताळतो तेव्हा त्याचा स्पर्श आपल्याला सुखावणारा असावा लागतो. आपण त्याच्या गंधाचाही विचार करतो. समजा

आंब्याचा रंग केशरी नसता, काळाकुट्ट असता तर आपल्याला तो तेवढाच आवडला असता का? बासमती तांदूळ शिजताना जो सुवास दरवळतो त्याऐवजी दुर्गंधी आली असती तर तो आपण तितक्याच चवीनं खाल्ला असता का?''

''हे मात्र खरंय बरं का ताई. आपलं अन्न शिजताना त्याचा जो दरवळ सुटतो त्यानंच तोंडाला पाणी सुटतं.''

''सुटतं ना? जे अन्नाच्या सुवासाच्या बाबतीत खरं आहे तेच त्याच्या दिसण्याच्या बाबतीत. आपलं जेवण रंगीबेरंगी असलं तर ते अधिक रुचतं. सगळे पदार्थ एकाच रंगाचे असते किंवा रंगहीन असते तर त्या ताटावर बसायची इच्छा आपल्याला झाली असती का?''

''पण ताई पदार्थ शिजताना त्याचा रंगही बदलत जातो त्याचं काय? कच्च्या भाज्या किंवा डाळी भलेही निरनिराळ्या रंगाच्या असतील पण शिजल्यानंतर त्यांचा रंग टिकून राहणार नसेल तर काय उपयोग?''

''खरं आहे तुमचं म्हणणं. तरीही ते रंग टिकवून धरणं हाही पाकशास्त्राचा महत्त्वाचा भाग आहे.''

"पण आई मुळात ते रंग बदलतातच का? परवा कुरल्या आणल्या होत्या दादांनी. बाजारातून आणल्या तेव्हा कशा काळ्या कुळकुळीत होत्या. दगडासारख्याच दिसत होत्या."

"कारण त्या मड क्रॅब जातीच्या होत्या. समुद्रकिनाऱ्यावरच्या किंवा खाडीतल्या चिखलात सापडणाऱ्या. त्यांचा रंगही थोडाफार त्या चिखलासारखाच असतो. पण इतर अनेक रंगांचे खेकडे असतात. ब्लू स्विमर जातीच्या खेकड्यांचा रंग निळसर असतो. दुसऱ्या एका जातीचे खेकडे पांढऱ्या रंगाचे असतात पण त्यांच्यावर तपकिरी ठिपके असतात."

"हो. पण काकूंनी शिजवल्यावर जेव्हा ते पानात आले तेव्हा त्यांचा रंग लालभडक झाला होता."

"अगं कुरल्याच कशाला गिरिजा, कोळंबीही बघ ना, मुळात वेगवेगळ्या रंगाची असते. पण शिजल्यानंतर सगळ्या कोळंब्या एकाच रंगाच्या, बदामी किंवा काय म्हणता तुम्ही–"

"ऑफ व्हाईट."

"अगदी तशाच. सिल्कच्या कापडाचा रंग असतो ना तसाच."

"तेच तर म्हणते मी. आई, हा असा रंगात बदल का होतो?"

"ते तर पाहूच या आपण. पण मुळात मूळचे रंग कशामुळे येतात त्याचाही विचार करायला हवा आपण."

"खरंच किती वेगवेगळे रंग असताना ना आई?"

"हो, तसे असतात खरे. पण भाज्या पाहा ना ताई, सगळ्या एकाच हिरव्या रंगाच्या असतात."

"त्या फक्त पालेभाज्या काकू. पालेभाज्या म्हणजे झाडांची पानंच असतात. ती हिरव्या रंगांची असणारच."

"पालेभाज्याच नाही हं, गिरिजा. फळभाज्याही पुष्कळ हिरव्या रंगाच्याच असतात. दुधी भोपळा, पडवळ, झालंच तर परवर, तोंडली, भेंडी, अगदी आपला मटार सुद्धा. सगळ्या हिरव्या रंगाच्याच असतात."

"खरंय तुमचं म्हणणं काकू. हे नव्हतं माझ्या ध्यानात आलं."

"तुमचं म्हणणं काही अंशीच खरं आहे काकू. भाज्यांमध्येही कितीतरी रंग आहेत. कॉलीफ्लॉवर पांढरा असतो. टोमॅटो कच्चा असला तर हिरवा असतो पण नंतर कसा लालभडक होतो. कच्ची केळी भाजीला घेता तीही अशी हिरव्या सालीचीच असतात. पण पिकल्यावर पिवळीधम्मक होतात. उंधियोमध्ये अशी पिकलेली केळीच वापरतात."

''उंधियोमध्येच कोनफळही वापरतात. त्याच्यावरूनच तर त्या रंगाला कोनफळी हे नाव पडलेलं आहे.''

''झालंच तर केळफूलही किरमिजी रंगाचं असतं.''

''पण ते झालं त्याचं वरचं साल. आतला जो गर आपण खातो तो पांढरट रंगाचा असतो. वांगी निळीही असतात, काळसरही असतात, पांढरीही असतात आणि पालेभाज्याही सगळ्या हिरव्या नसतात बरं का गिरिजा, लाल माठ हा तर नावाप्रमाणेच लाल रंगाचा असतो.''

''हो आई, आणि आता भोपळी मिरचीही पिवळ्या, तांबड्या रंगाची मिळते.''

''गाजर. ते तर विसरतच होते मी. ते कसं तांबडं किंवा केशरी रंगाचं असतं.''

''खरंय काकू. शिवाय बऱ्याचशा भाज्या हिरव्या रंगाच्या असल्या तरी त्यातही किती छटा दिसतात. पोपटी, गडद हिरवा, फिका हिरवा. खरं तर त्या सगळ्या छटांचं वर्णन करायचं तर शब्द नाही मिळायचे. त्यासाठी आमच्या विज्ञानात वापरतात तशा त्या हिरव्या रंगाच्या प्रकाशलहरींची तरंगलांबीच सांगावी लागेल.''

''पण आई, हे सगळे रंग झाले शाकाहारी लोकांच्या जेवणासाठी. मांसाहार करणाऱ्यांना या रंगांची अपूर्वाई नाही.''

''हे बरीक खरंय ताई. मटनाचा रंग तांबडा आणि चिकनचा पांढरा. बस्स! आणि मासे वरून काळे किंवा करडे, फार फार तर चंदेरी. बाकी आतलं मांस सगळं एकाच, पांढरट रंगाचं.''

"का? का? आताच आपण कुरल्यांविषयी बोलत होतो. त्यांचे तर वेगवेगळे रंग असतात. शिवाय कोळंबी पांढरी असते, तांबडी असते, काळीकुळकुळीत असते आणि ती छोटी तुडतुडी करड्या रंगाचीही असते."

"हे इतके रंग दिसत असले ना तरी ते बहाल करणारी रंगद्रव्यं आहे तीनच जातकुळींची."

"क्काय? फक्त तीन?"

"हो तीन. त्या तीन जातीच्या रसायनांमध्ये असलेले मामुली फरक आणि त्यांचं निरनिराळं प्रमाण आपल्याला दिसणारे वेगवेगळे रंग तयार करतात. यापैकी एक प्रकारचं रंगद्रव्य तर तुला माहितीच आहे गिरिजा."

"हो. पानांमध्ये असणारं क्लोरोफिल किंवा हरितद्रव्य."

"बरोबर. त्याच्या नावाप्रमाणेच ते हिरव्या रंगाचं वरदान देतं. दुसरा गट आहे कॅरोटिनॉईड्सचा."

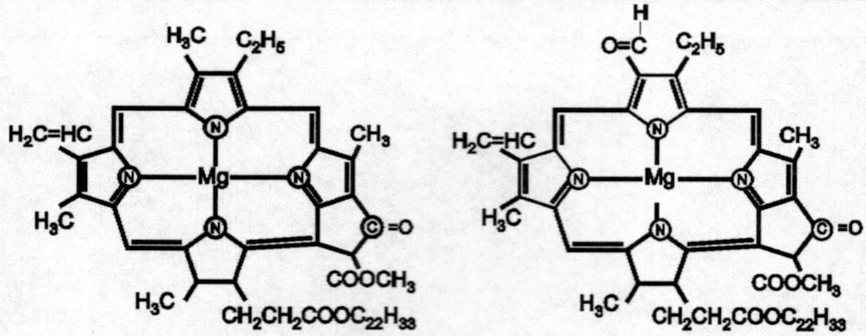

क्लोरोफिल ए क्लोरोफिल बी

"त्याच्यामुळे नारिंगी किंवा केशरी रंग मिळत असेल."

"अरे वा, काकू! बरोबर ओळखलंत."

"मी आपला एक अंदाज केला हो. गाजरांना इंग्रजीमध्ये कॅरट म्हणतात ना? ऐकलंय तुमच्या तोंडूनच. आता या रंगद्रव्याच्या गटाचं नाव सांगितलंत ते त्याच्याशी मिळतं जुळतं होतं. म्हटलं सांगावं अनमानानं."

"पण योग्य अंदाज केलात. गाजरांमध्ये असलेलं ते महत्त्वाचं आणि मोठ्या प्रमाणातलं रंगद्रव्य. त्या शिवाय फ्लेवोनाईड्स म्हणून तिसरा गट आहे. त्यामध्ये ॲन्थोसायॅनिन, बीटाझॅन्थिन, बीटाझायॅनिन वगैरे रंगद्रव्यांचा समावेश होतो. ती असली तर मग जांभळा, कोनफळी वगैरे इतर रंगछटा दिसून येतात."

"पण काय उपयोग इतक्या रंगछटांचा? कच्च्या भाज्यांमध्ये त्या दिसतात.

पण त्याच भाज्या शिजवल्या की...''

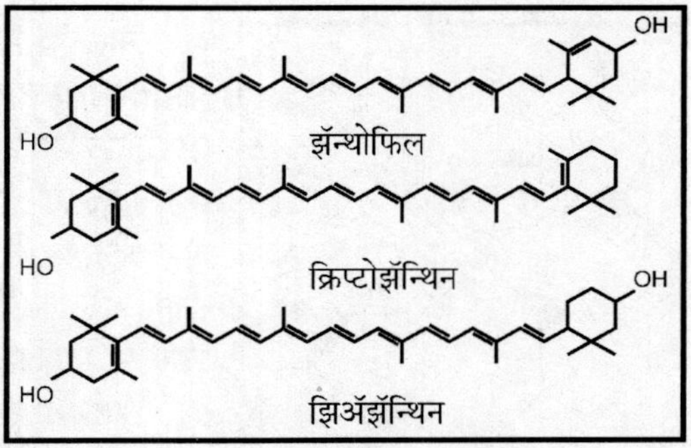

''ते रंग बदलून जातात. मुळात असतात तसे राहत नाहीत.''

''मुळाबरहुकूम नसले तरी बऱ्याच प्रमाणात तसे ठेवणं शक्य आहे. त्यासाठी भाज्या शिजवताना विशेष काळजी घ्यायला हवी.''

''पण आई, हे रंग असे पक्के का नसतात? ते फिके का पडतात?''

''त्याची दोन मुख्य कारणं आहेत. एक म्हणजे शिजवताना आपण देत असलेली उष्णता. त्यामुळे या पदार्थांचं तापमान वाढतं आणि तापमान वाढलं की भाज्यांच्या पोतातही फरक पडतो आणि आतल्या रंगद्रव्यांमध्येही. त्या शिवाय या भाज्यांमध्ये असलेली आम्लं आणि अल्कली यांच्यामुळेही फरक पडतो. काही वेळा शिजवण्यापूर्वी भाज्यांवर आपण जी प्रक्रिया करतो, त्या मॅरिनेट करतो त्यावेळी बाहेरून काही आम्ल किंवा अल्कली घालत असतो.''

''ती घालायची की नाही हे आपल्यावर अवलंबून आहे. त्यांच्याशिवाय शिजवायचं म्हटलं तर तसं करता येईल. पण उष्णता देणं कसं टाळता येईल ताई?''

''टाळायचं असं कुठं म्हटलं मी. फक्त ती कशी द्यायची यावर या रंगांचं टिकणं अवलंबून असतं. आता हिरव्या रंगांचंच घ्या. हा रंग येतो तो...''

''क्लोरोफिलमुळे. आताच गिरिजा सांगत होती.''

''आणि ते असतं वनस्पतींच्या म्हणजेच त्या भाज्यांच्या पेशींमध्ये. या पेशींभोवती असतो हवेचा थर. भाज्या शिजवताना जेव्हा आपण उष्णता देतो तेव्हा प्रथम ती या हवेच्या थराला मिळते. तो थर प्रसरण पावतो आणि ती हवा तिथून निसटून जाते. त्यामुळे आतल्या क्लोरोफिलच्या हिरवेपणाला झळाळी चढते. भाज्या जास्तच हिरव्यागार, तजेलदार दिसतात.''

''म्हणजे थंडीत धुकं पडलेलं असेल तर त्याच्या आड लपलेलं सगळं दृश्य धूसर धूसर दिसतं. उन्हं पडली की धुकं पळतं आणि मग आतला परिसर स्वच्छ दिसायला लागतो. तसंच म्हणाना.''

''अगदी योग्य दाखला दिलात काकू. पण आणखी उष्णता दिली की तिची आच त्या क्लोरोफिलला मिळायला लागते. हे तसं नाजूक रसायन आहे. त्यामुळे या उष्णतेनं ते मोडून पडतं. त्याची रया उतरते आणि रंगही. ते मिलिटरीच्या

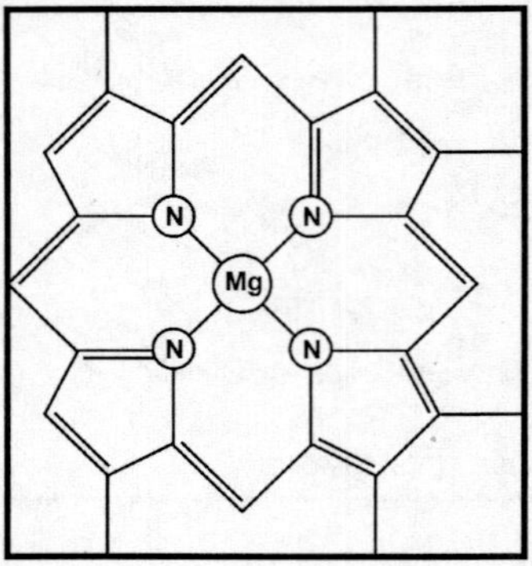

युनिफॉर्मसारखं मळखाऊ हिरवं किंवा ऑलिव्ह ग्रीन व्हायला लागतं. जास्ती उष्णता मिळाली तर पिवळसरही पडतं. याचं मुख्य कारण म्हणजे क्लोरोफिलच्या मध्यभागी मॅग्नेशियमचे अणू असतात. ते त्या रसायनाची सारी इमारत तोलून धरतात. ते अणूच जर तिथून निखळून पडले तर मग तो डोलारा कसा टिकून राहावा?''

''म्हणजे एखाद्या तंबूचा मधला खांबच उखडून पडला तर होईल तशातलाच प्रकार म्हणेनास आई.''

''हं तसंच म्हणायला हरकत नाही.''

''पण याचा अर्थ असा झाला की शिजवलेल्या भाजीचा रंग कधीच टिकून राहणार नाही.''

''तसंच नाही काही काकू. मी मघाशीच म्हणाले नाही का की सुरुवातीला दिलेली उष्णता मुख्यत्वे हवाच शोषून घेते. ती निघून जाईपर्यंतच शिजवलं तर मग रंग टिकूनच राहणार नाही तर उलट उजळेल. म्हणजेच भाजी जास्त वेळ शिजवायची नाही. तसं केल्यानं या भाजींच्या पेशीच्या बाहेर जे सेल्युलोजचं कवच असतं ते मोडून पडत नाही आणि त्यामुळे त्यातली जीवनसत्त्वंही टिकून राहतात. शिवाय क्लोरोफिल काय, जीवनसत्त्वं काय किंवा भाज्यांमधली प्रथिनं काय, ६६ अंश ते ७९ अंश या तापमानाला कोलमडून पडतात. तेव्हा तापमानाचा तो पट्टा जर टाळला तरी काम होईल.''

''तो पट्टा टाळायचा म्हणजे भाजी जास्त गरम होऊ द्यायची नाही असंच ना?''

''तो एक उपाय झाला.''

''एक? दुसरा कोणता असू शकतो?''

''त्या पट्ट्यात जास्त वेळ भाजी राहणार नाही अशी व्यवस्था करायची. म्हणजे उकळत्या पाण्यातच भाजी टाकायची. उकळत्या पाण्याचं तापमान–''

''शंभर अंश असं मी म्हणणार होते. पण तुम्ही त्या दिवशी ती बिरबलाच्या खिचडीची गोष्ट सांगता सांगता पाण्याच्या उकळण्याच्या तापमानाचं बरंच पुराण सांगितलंत ते आठवून जीभ चावली मी.''

''वा काकू! चांगलंच लक्षात ठेवलं आहेत की. पण आजच्या या अध्यायासाठी शंभर अंश समजायला हरकत नाही. तेव्हा अशा उकळत्या पाण्यात जर भाजी टाकलीत तर तिचं तापमान चटकन चढेल. त्या धोक्याच्या पट्ट्यात जास्त वेळ राहणार नाही. त्यामुळं क्लोरोफिलची मोडतोड आटोक्यात राहील.''

"पण अशी भाजी शिजवून झाल्यावर तरी तिला देत असलेली उष्णता बंद करावीच लागेल आई आणि त्यानंतर ती खाण्याइतपत थंड करायला गेलो की परत त्या धोक्याच्या पट्ट्यात येईलच. त्याचं काय?"

"छान प्रश्न विचारलास गिरिजा. त्यासाठी शिजवून झाली की भाजी लगेच बर्फाच्या थंड पाण्यात टाकायची. म्हणजे मग तापमान जसं झटकन चढलं तसंच झटकन उतरेल आणि तिचा रंग टिकून राहील."

"ताई, तुम्ही हे काही सांगताय ते तुमच्या त्या प्रयोगशाळेत ठीक आहे. किंवा साहेबाच्या खाण्यात ठीक आहे. नाहीतरी ती मंडळी भाज्या नुसत्या उकडूनच खातात. पण आपण शिजवतो म्हणजे तिच्यात मसाले टाकतो. बटाटा, पनीर असे पदार्थही टाकतो. कधी तर डाळीचाही समावेश करतो. त्या साऱ्या मिश्रणाला तुमचं हे उकळत्या पाण्यात टाकणं आणि नंतर एकदम बर्फाच्या थंडगार पाण्यात मिसळणं कसं शक्य होईल?"

"खरंय तुमचं म्हणणं काकू. पण तशी शिजवलेली भाजी असलेलं भांडं आपण दुसऱ्या त्याहूनही मोठ्या आणि ज्यात बर्फाचे खडे ठेवलेले आहेत अशा भांड्यात ठेवू शकतो की. तरीही एवढं सव्यापसव्य करायचंही कारण नाही. रंग टिकावा यासाठी आपल्याकडे भाजी नुसती परतून शिजवायचा उपाय आहेच किंवा वाफेवर शिजवावी. तसं केल्यानं तुम्ही भाजीला जास्ती उष्णता देत नाही. म्हणजे मग क्लोरोफिलमधले बदल कमी प्रमाणात होतात आणि भाजीचा रंग विटका होत नाही. यातलं इंगित असं आहे की भाजीला दिलेली उष्णता झपाट्यानं सगळीकडे पसरली की क्लोरोफिलशी जास्त वेळ तिची प्रक्रिया होत नाही. तेव्हा सात मिनिटांपर्यंत तुम्ही भाजी शिजवलीत तरी रंगात फारसा फरक पडणार नाही."

"तरीही काही भाज्या अशा नुसत्या परतून पुरेशा शिजत नाहीत. दोडकी, कारली वगैरे भाज्या चांगल्या शिजवाव्या लागतात. झालंच तर अळूही. नाहीतर तो खवखवतो."

"खरंय. त्यासाठी मग विटक्या रंगाची किंमत द्यायलाच हवी आपल्याला."

"पण आई, काकू म्हणतात ते खरंच आहे. आपण काही भाज्या नुसत्याच उकडून किंवा सॅलडमध्ये कच्च्याच घालून खात नाही. त्यांना मसाल्याचं चाटण लावतोच."

"बरी आठवण केलीस. म्हणूनच हे रंग फिके पडण्याची दुसरी कारणंही सांगितली पाहिजेत."

"घ्या. म्हणजे तिला द्यायच्या उष्णतेची सोय केली तरी रंग विटायचं काही थांबणार नाहीच."

"उष्णतेबरोबरच आम्लाच्या प्रमाणाचाही भाग असतो या रंग विटण्यामध्ये.

कोणत्याही भाजीत काही प्रमाणात ही आम्लं असतातच. उष्णता मिळाल्यावर भाजीच्या पेशींच्या आसपासची हवा जशी उडून जाते तशीच ही आम्लंही सुटी होतात. त्यांच्याशी प्रक्रिया झाली म्हणजेही क्लोरोफिलची मोडतोड होतेच. त्यातल्या मॅग्नेशियमच्या अणूंची हकालपट्टी करून त्यांची जागा त्या आम्लांमधले हायड्रोजनचे अणू घेतात. त्यापायी फिओफायटिन नावाची रसायनं तयार होतात. विटक्या रंगाला ती कारणीभूत ठरतात.''

''म्हणजे मग भाजी शिजवताना त्यात लिंबाचा रस किंवा व्हिनेगार न घातलेलंच बरं नाही का? कारण ही आम्लंच असतात असं तुम्हीच सांगितल्याचं आठवतंय मला.''

''ते बरीक खरंच आहे. लिंबाच्या रसात सायट्रिक आम्ल असतं आणि व्हिनेगारमध्ये ॲसेटिक आम्ल. म्हणजे भाजीत मुळातच असलेली आम्लं सुटी झाली नाहीत तरी बाहेरून घातलेल्या या आम्लांमुळे परत क्लोरोफिलची मोडतोड व्हायचीच.''

''पण आई या आम्लांना अटकाव करण्याचा दुसरा एक उपाय आहेच की. त्यात अल्कली टाकावं. म्हणजे मग त्या आम्लांचा प्रभाव नाहीसा होईल.''

''तेही करून पाहिलं आहे काही बल्लवाचार्यांनी. ते खाण्याचा सोडा घालायचे भाजीत. तो अल्कली आहे. त्यामुळे आम्लांना तो अटकाव करायचा. क्लोरोफिलमधल्या मॅग्नेशियमच्या अणूंचा तो बचाव करायचा. त्यांची जागा घेण्यापासून हायड्रोजनला रोखून धरायचा. त्यामुळे रंगही चांगला रसरशीत हिरवागार व्हायचा.''

''मग माशी कुठं शिंकली?''

''अगं त्या अल्कलीमुळे भाजीच्या पेशीवरचं सेल्युलोजचं किंवा पेक्टिनचं कवचही विरघळून पडतं आणि त्यामुळे सगळा लगदाच होतो. म्हणजे हिरव्यागार रंगानं डोळ्यांना सुखावलं तरी जिभेला त्या लगद्याचा वीटच यायचा.''

''शिवाय ते कवच विरघळल्यामुळे क्लोरोफिलही बाहेर पडत असेल. तसं झालं तर मग भाजीचा रस्साही हिरवागार होईल.''

''नाही गिरिजा. कारण क्लोरोफिल हे क्लोरोप्लास्ट नावाच्या पेशीच्या उपांगांमध्ये असतं. त्यामुळे ते तसं सहजासहजी सुटं होत नाही आणि झालंच तरी ते पाण्यात विरघळत नसल्यामुळे रश्श्याला त्याचा रंग येणं टळतं.''

''तरीही केवळ रंग टिकावा म्हणून सोडा घालण्यात काही अर्थ नाही.''

''पण ताई ही झाली केवळ हिरव्या रंगाच्या भाजीची गत. बीट किंवा वांगी किंवा तांबडी मिरची यासारख्या भाज्यांच्या रंगांचं काय? ते विटत नाहीत की काय?''

''विटतात ना. पण त्यांचे रंग क्लोरोफिलमुळे नसतात. त्यामुळे तिथे दुसऱ्याच प्रक्रिया आपली करामत दाखवत असतात. या भाज्यांमधला तांबडा रंग ॲन्थोसायॅनिनपोटी आलेला असतो तर निळा रंग बीटासायॅनिननं बहाल केलेला असतो. या भाज्या

शिजवताना मात्र त्यात लिंबाचा रस घातलेला बरा. कारण आम्ल या ॲन्थोसायॅनिनची मोडतोड होऊ देत नाही. एखाद्या खुंटाला बांधून ठेवावं तसं त्या रंगाला जखडून ठेवतं. ही गंमत बघायची असेल ना काकू तर पुढच्या वेळेला बाजारात जाल तेव्हा आता सहज मिळणारा जांभळट रंगाचा कोबी आणा.''

''त्यानं काय होईल?''

''तो पहिल्यांदा नुसताच पाण्यात शिजवायला लागा, काकू. त्या जांभळ्यातलं ॲन्थोसायॅनिन डगमगायला लागेल आणि त्याचा रंग निळाशार व्हायला लागेल. त्या क्षणी त्यात लिंबू पिळा. त्याचा रस त्यात मुरायला लागला की ते आम्ल त्या तांबड्या रंगाला आपल्याकडे खेचून घेईल आणि ती भाजी परत चांगली लालभडक दिसायला लागेल.''

''म्हणजे मग आई, कुरल्या शिजवल्यानंतर तांबड्या पडतात त्या याच्यामुळेच की काय?''

''नाही, नाही. त्याची कारणं वेगळीच आहेत. कुरल्या किंवा मघाशी तू विचारत होतीस त्या कोळंब्या काय, क्रस्टेशियन या प्राणिवर्गात मोडतात. आपल्या शरीरात आतल्या बाजूला शरीराला तोलून धरणारा सांगाडा असतो. पण या प्राण्यांमध्ये तो बाहेरच्या बाजूला असतो. त्यालाच एक्झोस्केलेटन असं म्हणतात.''

''म्हणजे त्यांच्या अंगावरचं कवच, हो ना आई?''

''हो ते कवचच. पण कोळंबीचं कवच त्या मानानं मऊ असतं तर कुरल्यांचं भलतंच कडक. आपल्या दातांनी सुद्धा ते तुटणार नाही.''

''हो ना, म्हणून तर त्या खाताना चक्क अडकित्ताच वापरावा लागतो.''

''असे वेगळे अडकित्ते आणि त्यांच्या डेंग्यांमधलं मांस काढण्यासाठी खास प्रकारचे चमचेही मिळतात आजकाल.''

''आई ऽऽ ते चमचे राहू देत बाजूला. त्यांच्या रंगाचं सांगत होतीस ना!''

''हो बाई. पण गिरिजा आपण कोळंबी शिजवताना त्यांच्या अंगावरचं ते कवच काढून टाकतो. चिनी स्वयंपाकात कवचासह कोळंबी शिजवतात. तिथं मात्र तू म्हणतेस त्याप्रमाणे कोळंबीचा मूळचा रंग कोणताही असो, शिजवल्यानंतर तो लालसरच होतो. पण आपण ते कवच काढूनच टाकत असल्यामुळे त्या कोळंबीच्या मांसाचा जो रंग असेल तोच शिजवल्यानंतर आपल्याला दिसतो. पांढरट, ऑफ व्हाईट किंवा तांबूडसर.''

''हे खरंय हं ताई. पण कुरल्यांच्या बाबतीत तसं होत नाही. आपण नेहमी आणतो त्या काळ्या म्हणजे तुम्ही म्हणालात ते मड क्रॅब तर तांबडेलाल पडतातच पण एकदा तुम्ही त्या निळसर ठिपकेवाल्या आणल्या होत्यात, त्याही तशाच लालीलाल पडल्या होत्या.''

"त्याचं कारण म्हणजे त्या कुरल्यांच्या पाठीवरच्या त्या कठीण कवचात बरेच रंग असतात. ॲस्टाझॅन्थिन हा त्यातला प्रमुख रंग. पण हे सारे रंग प्रथिनांच्या वेटोळ्यात लपेटलेले असतात. त्यामुळे मूळचे रंग आपल्याला दिसतच नाहीत. दिसतात ते त्या प्रथिनांचे काळपट किंवा इतर कोणते असतील ते रंग. शिजवण्यासाठी आपण त्यांना उष्णता दिली की ही प्रथिनांच्या साखळ्यांची वेटोळी उलगडायला लागतात. त्या साखळ्या सरळसोट होतात, मोडूनही पडतात. त्यामुळे मग त्यांच्यामध्ये लपेटलेले ते मूळचे रंग आपल्याला दिसायला लागतात."

"आणि त्यांच्यामध्ये त्या ॲस्टाझॅन्थिनचं प्रमाण जास्ती असल्यामुळे त्यांचा लालभडक रंग उठून दिसायला लागतो. खरं ना, ताई?"

"हो, एकदम बरोबर."

"पण मटन काय किंवा चिकन काय शिजवल्यावर सहसा तपकिरी रंगच चढतो त्यांच्यावर."

"नाही हं काकू, आपल्या स्वयंपाकातलं चिकन चांगलं शिजल्यानंतरसुद्धा पांढरंच राहतं. फक्त चिकन टिक्का केला तर तो तांबडा होतो. तोही त्याला लावलेल्या तंदुरीच्या रंगामुळे. बाकी कोणतंही मांस नुसतंच भाजलं की तांबडं होतं. याला कारण त्याचं तापमान १५४ अंशापेक्षा जास्ती झालं की तिथं मैलार्ड रिॲक्शन नावाची रासायनिक प्रक्रिया होते."

"मैलार्ड रिॲक्शन? ही काय भानगड आहे?" गिरिजा आणि काकू दोघींनीही एकाच सुरात विचारलं.

"भानगड वगैरे काही नाही. लुई कामिल मैलार्ड नावाचा एक फ्रेंच रसायनशास्त्रज्ञ होता. त्यानं या प्रक्रियेचा शोध लावला म्हणून त्याच्या नावानं ती ओळखली जाते. प्रथिनांचे घटक असलेली अमिनो आम्लं आणि साखर एकजात भाजली गेली की त्यातून खरपूस भाजलेल्या मांसाला ती विशिष्ट चव आणि स्वाद देणारे पदार्थ तयार होतात. त्यांचा रंग तपकिरी असतो म्हणून मग त्या मांसखंडाचा रंगही तोच होतो."

"तरीच आपण कितीही शिजवलं तरी चिकन पांढरंच राहतं."

"राहणारच. कारण आपण ते पाण्यात शिजवतो आणि पाणी उकळतं-"

"शंभर अंशावर नसेल." काकूंना मध्येच अडवत गिरिजा म्हणाली, "पण काही झालं, अगदी प्रेशर कुकरमध्ये घातलं तरी उकळत्या पाण्याचं तापमान काही १५४ अंशाच्या पलीकडे पोहोचायचं नाही. म्हणजे मग मैलार्डची अखेरची झोप चाळवण्याचा प्रश्नच नाही."

"थोडक्यात काय, गिरिजा, जोवर आपण अन्न शिजवण्यासाठी उष्णताच देणार असू तोवर आपल्या अन्नपदार्थांचा रंग बदलणं काही टळणार नाही."

"पण अन्नाचा रंग बदलण्यासाठी उष्णताच द्यावी लागते असं कोणी सांगितलं

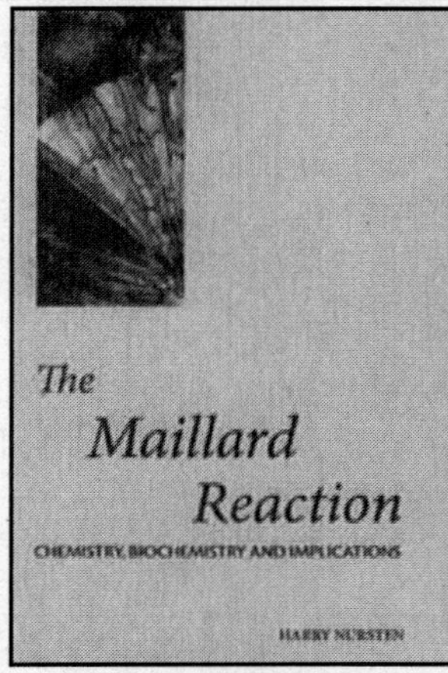

तुम्हाला काकू?''

"म्हणजे? इतका वेळ आम्ही ऐकत होतो ते रामायण कुठलं? रामसीतेचंच ना?''

"हो, पण त्याच रामायणात उर्मिलाही होती, हनुमानही होता. रामायण म्हटल्यावर तुम्हाला फक्त रामसीतेचीच आठवण होते. हनुमानाची क्वचित होते. तर उर्मिलेची होतच नाही.''

"हे बरीक खरं. पण उष्णतेशिवाय अन्नाचा रंग कधी बदलतो?''

"असं काय करता काकू? मीही ओळखलंय. सांगेन पण मग तुमच्या हातची पुरणपोळी खिलवावी लागेल. बोला हरलात म्हणून.'' त्यांची गंमत करत गिरिजा म्हणाली.

"पुरणपोळी काय, केव्हाही करेन. पण थांब मला जरा विचार करू दे. हं आठवलं. आपण सफरचंद किंवा पेअर कापून ठेवलं की काही वेळानं ते तपकिरी पडतं. त्याचीच गोष्ट करत होतात ना ताई?''

"आऽऽई, धिस इज नॉट फेअर.'' उषाताईंनीच काकूंना हळूच ते सांगितलं अशा समजुतीनं गिरिजेनं तक्रार केली. तिची पुरणपोळी आता हुकणार होती.

"अग पण माझ्यावर का चिडतेस? मी कुठं काकूंना काय सांगितलं? त्यांनीच ते ओळखलंय. काकू, तुमचं म्हणणं अगदी खरं आहे. पण सफरचंदाच्या किंवा नास्पतीच्या, झालंच तर बटाट्याच्या देखील तपकिरी पडण्यात या मैलार्ड रिॲक्शनचा अजिबात वाटा नसतो हं.''

"कसा असेल, आई? त्यासाठी लागणारा तो १५४ अंशांचा टप्पा कुठं गाठला जातो त्यात? ती फळं तर आपण आपल्या आसपासच्या म्हणजेच रुम

टेम्परेचरलाच ठेवत असतो.''

''तरीही ती तपकिरी पडतात याचं कारण म्हणजे ही फळं चक्क गंजतात म्हणेनास.''

''गंजतात? चला, आमची फिरकी घेताय ना ताई?''

''नाही. कारण या फळांमध्ये असलेल्या लोहाची हवेतल्या ऑक्सिजनशी प्रक्रिया होते आणि त्यातून मग त्या लोहाचं ऑक्साईड तयार होतं. त्याचंच पूट त्या कापलेल्या फळांवर चढतं. कापल्यानंतर जर ती फळं तुम्ही प्लास्टिकच्या हवाबंद डब्यात ठेवलीत तर तितकी तपकिरी नाही होत. कारण त्या डब्यात फारच थोडी हवा असते आणि ती सगळ्याच लोहाचं ऑक्सिडीकरण करू शकत नाही.''

''आणखीही एक असाच उष्णतेशिवायचा रंगबदल होत असतो. गिरिजा आता तू ओळखायचंस आणि हरलीस तर पुरणपोळी तू करायचीस.'' तिला आव्हान देत काकू म्हणाल्या.

''आऽऽई...''

''धिस इज नॉट फेअर.'' तिला बोलू न देता तिची नक्कल करत उषाताई म्हणाल्या.''

''आता का? मघाशी काकूंना चॅलेंज देत होतीस ना? आता त्यांनी दिलाय. बाकी आता हरलीस तर निदान काकूंकडून पुरण-पोळ्या करायला तरी शिकशील.''

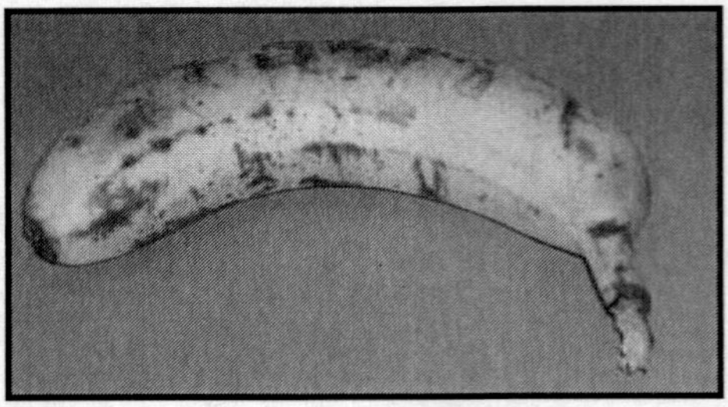

''नाही ग गिरिजा. मीच करीन पुरणपोळ्या.'' तिला कुशीत घेत काकू म्हणाल्या, ''अग केळी नाही का जास्ती दिवस ठेवली तर काळी पडतात. फ्रीजमध्ये ठेवली तर उलट लवकरच काळवंडतात. हिरवी आणली आणि नुसती उघड्यावर ठेवली तर दुसऱ्यातिसऱ्या दिवशीच पिवळीधम्मक होतात.''

''झालंच तर आंबे बाजारातून आपण हिरवटसर आणतो आणि घरी आढी घालून ठेवले की कसे रसरशीत पिवळे केशरी होतात.''

''हा सारा रंगबदल फळं पिकण्याच्या प्रक्रियेतून होत असतो. तीही एक रासायनिक प्रक्रियाच आहे. तिचीच कृत्रिम नक्कल करत काहीजण आंबे पिकवल्यासारखे दाखवतात. त्यांचा रंग तेवढा बदलतो पण आतून कच्चेच असल्यामुळे त्यांच्यात गोडी काही येत नाही.''

''म्हणूनच तर आपले संत म्हणून गेलेत, कारे भुललासी वरलिया रंगा?''

''झकास, काकू! उत्तम निरूपण केलंत. हे असं वरलिया रंगा न भुलता या रंगबदलाच इंगित जाणून घेऊन स्वयंपाक केला का मग कशी साग्रसंगीत रंगत पंगत बसवता येते.''

■

अंडे का फंडा

कसलासा आवाज झाला. मोठ्ठा. काही तरी फुटल्यासारखा. दबलेला स्फोट झाल्यासारखा. उषाताई धावतधावत स्वयंपाकघरात आल्या. गोदाकाकू मायक्रोवेव्ह ओव्हन उघडून बसल्या होत्या. वरचा स्विच त्यांनी ऑफ केला होता. मायक्रोवेव्हमध्ये कसलातरी पांढरट पिवळट रंगाचा चिकट द्रव पसरला होता. आतला सगळा भाग त्यानं माखून टाकला होता. हातात फडकं घेऊन काकू तो सगळा चिखल साफ करायला लागल्या. "काय झालं, काकू? आवाज ऐकला मी आता?"

उषाताई तिथं आलेल्या काकू पहिल्यांदाच पाहत होत्या. दचकून त्यांनी त्यांच्याकडे पाहिलं आणि परत आपलं लक्ष मायक्रोवेव्हकडे वळवत त्या तो साफ करू लागल्या. "काही नाही, ताई. माझाच मेलीचा जरा डोळा लागला होता. त्यात–"

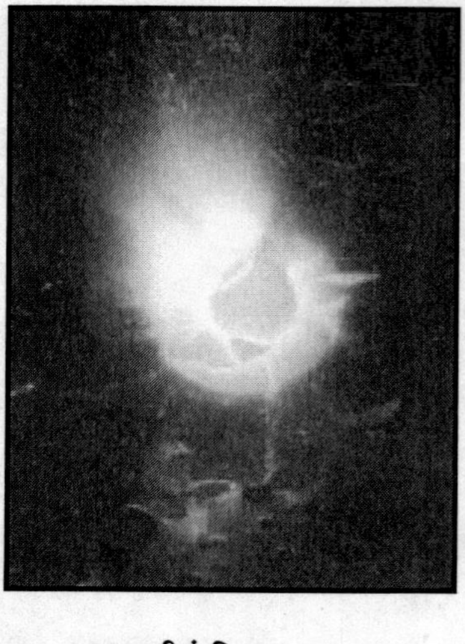

"त्यात काहीही चूक नाही. काल बरंच काम पडलं होतं तुम्हाला. सगळी आवराआवर करायला उशीरही झाला होता. दमला असणार तुम्ही. जराशी झोप आली त्यात वावगं काही नाही. पण इथं आवाज कसला झाला मग?"

"तेच तर सांगत होते मी. म्हणजे झालं काय, की माझं तसं जरासं लक्षच नव्हतं म्हणाना, तरीही असं काही होईलसं."

आपल्या प्रश्नाचं सरळसरळ उत्तर द्यायला काकू अळंटळं करताहेत हे उषाताईंनी ओळखलं. त्या जरा दरडावून त्यांना विचारणार तो तिथं शेजारीच मान खाली घालून अपराधी चेहऱ्यानं उभी असलेली गिरिजा त्यांना दिसली. काय प्रकार झाला असावा याची कल्पना उषाताईंना आली. गिरिजानं काही तरी घोळ घालून ठेवला असणार आणि आता काकू तिला पाठीशी घालायचा प्रयत्न करत सगळी तोहमत स्वत:वरच ओढवून घेत आहेत हे त्यांच्या ध्यानात आलं. त्यांनी सरळच काकूंना विचारलं.

"काकू काय झालं ते नीट सांगा बघू. उगीचच गिरिजाला पाठीशी घालण्याचा प्रयत्न करू नका."

त्याबरोबर गिरिजाच रडवेल्या चेहऱ्यानं पुढं झाली.

"आऽऽई, मला भूक लागली होती. काकूंना कशाला उठवा म्हणून मी फ्रीजमधलं अंड घेऊन ते उकडायला गेले तर." पुढं न बोलता ती एकदम रडायलाच लागली.

"अगं मग त्यात रडण्यासारखं काय आहे? आणि अंडं उकडत होतीस तर आवाज कसला झाला? काही बाऊल वगैरे फुटला का? आणि त्या मायक्रोवेव्हला काय झालंय?"

"तेच तर सांगत होते." डोळे पुसत आणि हुंदके आवरत गिरिजा म्हणाली, "अंडं पटकन उकडावं म्हणून आणि गॅस पेटवायला नको म्हणून मी ते एका बाऊलमध्ये घेतलं आणि मायक्रोवेव्हमध्ये ठेवलं. एक मिनिटासाठी."

"आणि तो काचेचा बाऊल तडकला, असंच ना? जुना झाला असेल किंवा त्याला आधीच तडा गेला असेल."

"नाही तो बाऊल ठीक आहे. हा काय!" मायक्रोवेव्हमधल्या त्या द्रवपदार्थानंच माखलेला काचेचा बाऊल दाखवत गिरिजा म्हणाली.

"मग? ओ ऽ ह, आय सी. म्हणजे–"

"ते अंडंच फुटलं. त्याचाच स्फोट झाला." आईच्या सुरात सूर मिसळून गिरिजाही म्हणाली.

"आणि तोच चिखल इथं सगळीकडे पसरलाय." गोदाकाकू दुसरं फडकं घेत म्हणाल्या. "साफ करून ठेवीन मी. पण हा मायक्रोवेव्ह ओव्हन बिघडला नाही म्हणजे मिळवली."

"काही नाही बिघडत. ही उपकरणं तशी तगडी असतात. मात्र हलक्या हातानं आणि ओल्या फडक्यानं सगळं व्यवस्थित साफ करून घ्या म्हणजे झालं आणि तसं ते पुसलंत की त्यातला पाण्याचा हलकासा थर वाळून जाईपर्यंत तो वापरू नका. मग आपण त्याची टेस्टच घेऊ."

"आई, माझ्यामुळे झालं सगळं. आय ॲम सॉरी." गिरिजा अजून रडवेलीच

होती.

"हरकत नाही गिरिजा. उलट तू एक प्रयोग केलास आज. फसला तो. पण त्यातून तू काही धडा शिकणार आहेस. आमच्या प्रयोगशाळेत असे कितीतरी प्रयोग फसतात. अगदी लहानसहान स्फोटही होतात."

"म्हणजे तू रागावली नाहीस?"

"तशी रागावलेय पण त्याचं कारण वेगळं आहे. म्हणजे चूक तुझी आणि तिचं खापर फोडत होतीस काकूंवर."

"नाही हो ताई. ती बिचारी अगदी घाबरूनच गेली होती. तिनं काही सांगितलं नाही मला."

"पण मी आल्यावर जेव्हा काय झालं हे विचारलं तेव्हा गप्पच राहिली. तुम्हीच बोलू लागलात. पण तुम्हालाही कळलं नाही काय झालंय ते."

"खरंच नाही ताई, का फुटलं अंडं ते?"

"कारण ते उकडण्यासाठी गिरिजानं जी पद्धत वापरली ती चुकीची होती म्हणून. तिनं त्या भांड्यात पाणी घालून त्यात ते अंडं ठेवलं असतं तर उकडलं गेलं असतं. त्याचा असा स्फोट नसता झाला."

"पण पाण्याची गरजच काय आई? तूच तर सांगत होतीस ना की मायक्रोवेव्ह पदार्थाच्या अगदी आतपर्यंत पोचतं आणि त्याला शिजवतं म्हणून. मग मीही विचार केला की ते अंड्याच्या आत पोचून आतला भाग शिजवून टाकेल. परवा ते मक्याचं कणीस नाही का दादांनी नुसतंच प्लास्टिकच्या त्या रॅपरमध्ये गुंडाळून मायक्रोवेव्हमध्ये शिजवलं."

"पण मक्याचं कणीस आणि अंडं यांच्यामधला फरक तू नाही ध्यानात घेतलास. अंड्याची ॲनॅटॉमी नाही ध्यानात घेतलीस."

"ॲनॅटॉमी? तो तर आपल्या शरीरातल्या हाडांचा अभ्यास. शेजारची दीपालीताई करते ना मेडिकल कॉलेजात."

"ती शिकते ह्युमन ॲनॅटॉमी. मी अंड्याच्या ॲनॅटॉमीबद्दल बोलत होते. कोणत्याही सजीवाच्या शरीरातली अंतर्गत रचना म्हणजे त्याची ॲनॅटॉमी. अंड्याची आतली रचनाही लक्षात घ्यायला हवीस तू."

"माहिती आहे ती मला. वरचं हे कवचाचं टरफल आणि त्याच्या आत असतो पांढरा विसविशीत धड पारदर्शकही नाही आणि धड अपारदर्शकही नाही असा एक द्रवपदार्थ आणि त्याच्या आत पिवळा बलक. झालं."

"ही सगळी वरवरची बात झाली. त्यांचा विशिष्ट रचनाबंध असतो अंड्यामध्ये. ते पलीकडचं पुस्तक घे." तिला शेल्फवरचं एक पुस्तक आणायला सांगत उषाताई म्हणाल्या. तिनं ते आणताच त्यातलं हवं ते पान उघडून त्यांनी समोरच्या टेबलावर

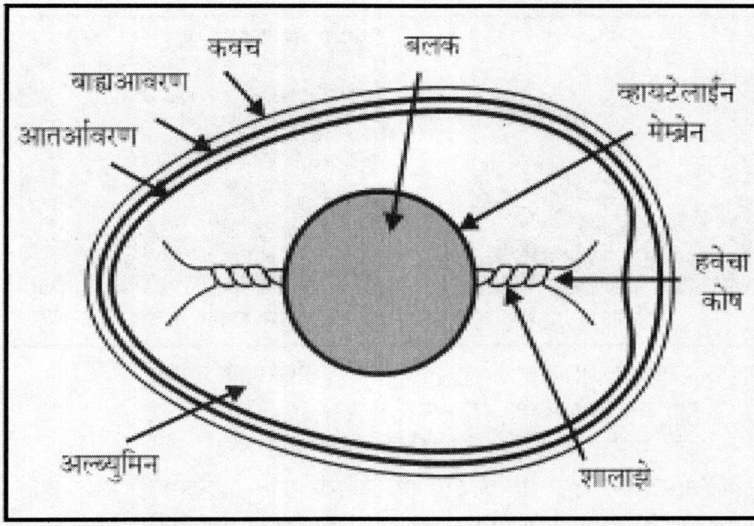

ठेवलं. गिरिजा आणि गोदाकाकू दोघीही त्यात डोकावून पाहू लागल्या.

"हे पाहा, सर्वांत बाहेर असतं हे कवच."

"हाताला ते जरा खरखरीत लागतं तसंच त्याच्यावर अधूनमधून थोडे उंचवटे असतात आणि एकदम हवाबंद असतं."

"नाही हं. हवाबंद मुळीच नाही. कॅल्शियम कार्बोनेट या क्षाराच्या बनलेल्या या कवचाला बारीक बारीक छिद्रं असतात. टाचणीच्या टोकापेक्षाही लहान. किती असतील?"

"असतील शे सव्वाशे."

"नाही काकू. आई असं विचारतेय याचा अर्थ त्याहून जास्ती असणार. पाचशे हजार?"

"तब्बल सतरा हजार आणि त्यातून हवा तसंच बाष्प आरपार जाऊ शकतं. म्हणून तर अंडी अगदी फ्रीजमध्ये ठेवलीत, पण तिथं आलं-लसणाच्या जवळ ठेवलीत, तर अंड्याला त्यांचा वास यायला लागतो. कारण आलं-लसणापासून निघणारी आणि हवेत सहज उडून जाणारी गंधयुक्त रसायनं अंड्याच्या आत जातात."

"तरीच अलीकडच्या नव्या फ्रीजमधल्या अंड्यांच्या कम्पार्टमेन्टला कव्हर असतं."

"चांगलंच सूक्ष्म निरीक्षण केलंयत हं काकू. पण या कवचाच्या आत एक पातळ

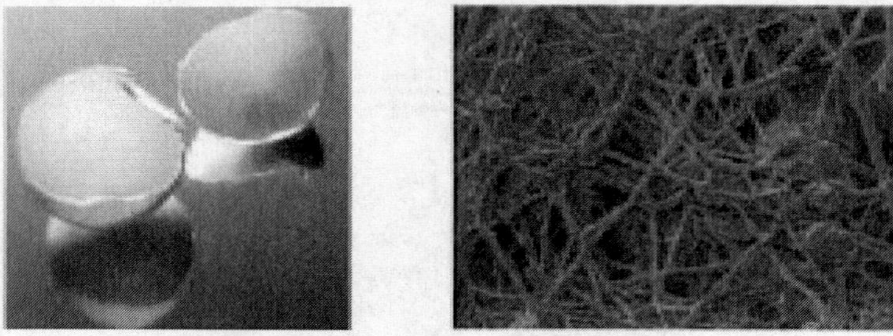

अंड्याचं टरफल व त्याचा सूक्ष्मदर्शकातून घेतलेला वेध

पापुद्राही असतो. तो जीवाणूविषाणूंपासून अंड्याचं संरक्षण करतो.''

''पण मग कधी कधी अंडं नासतं ते का?''

''अंडं नासतं काकू? मी तर पहिल्यांदाच ऐकते आहे.''

''नासतं तर. असं नासकं अंडं उकडलं तर आत नेहमीप्रमाणे पांढरा आणि पिवळा थर दिसत नाही. काहीतरी गच्च गोळा झालेला असतो आणि वासही मारतो त्याला.''

''त्याचं कारण ते अंडं गरम वातावरणात राहिलं तर थोडं फार उबतं आणि त्याच्या आत पिलाच्या जन्माच्या वेळच्या प्रक्रिया व्हायला सुरुवात होते. ते नासतं कारण त्यातला भ्रूण अर्धवट वाढीला लागायला लागलेला असतो. पण आपण या आतल्या रचनेबद्दल बोलत होतो. ते अर्धवटच राहिलं.''

''आई, या चित्रात बऱ्याच काही गोष्टी दाखवलेल्या आहेत. मला वाटलं होतं की पांढरं अल्ब्युमिन आणि पिवळा बलक एवढंच असतं अंड्यामध्ये.''

''म्हणून तर ही सगळी ॲनॅटॉमी दाखवते आहे तुला. तू म्हणतेस तसा हा पिवळा बलक या पांढऱ्या अल्ब्युमिनच्या द्रावणात असतो. पण तो तिथं तरंगत राहू नये, इकडे तिकडे भटकू नये म्हणून त्याला या दोन पीळदार दोऱ्यांनी जखडून ठेवलेलं असतं. यांना शालाझे म्हणतात. ते प्रथिनांचे बनलेले असतात. शिवाय हा पांढरा द्रव आणि पिवळा बलक यांनाही विशिष्ट रचनाबंध असतो. या पांढऱ्या अल्ब्युमिनचे दाट आणि विरळ असे चार थर आलटून पालटून असतात.''

''तरीच ताई आपण ते वेगळं करतो तेव्हा पाण्यासारखा किंवा तेलासारखा एकच एक द्रव हातावरून ओघळतो आहे असं वाटत नाही.''

तसंच तो आणि आतला पिवळा बलक एकमेकात मिसळू नये म्हणून या बलकाभोवतीही एक पापुद्रा असतो. त्याला व्हिटेलाईन मेम्ब्रेन म्हणतात.

''काही काही वेळेला उकडलेल्या अंड्यामध्ये तो दिसूनही येतो. घट्ट झालेला

बलक त्यातून वेगळा काढता येतो.''

"पाहिलंस गिरिजा, काकूंनी पदार्थ शिजवता शिजवता कसं बारीकसारीक लक्ष दिलेलं आहे ते. तर या पिवळ्या बलकात बरेच वेगवेगळे पदार्थ असतात. पांढऱ्या भागापेक्षा त्यात पाणी कमी असतं. प्रथिनांची रेलचेल असते. पण त्यात काही स्निग्ध पदार्थही असतात. कोलेस्टेरॉल असतं. झालंच तर जीवनसत्त्वं असतात. लोहासारखी खनिजं असतात.''

"मग तर तो सर्वांत पौष्टिक भाग असणार. तरीही कित्येक ठिकाणी तो टाळून पांढरा भागच खावा असं का सांगतात?''

"त्याचं कारण गिरिजा त्यात असलेला कोलेस्टेरॉलचा अंश. ज्यांना चरबीयुक्त पदार्थ खायला बंदी आहे, ज्यांच्या रक्तात कोलेस्टेरॉलचं प्रमाण वाढीव असतं त्यांनाच तसं सांगितलं जातं. इतरांना, विशेषत: एखाद्या गंभीर आजारानंतर किंवा महत्त्वाच्या शस्त्रक्रियेनंतर अतिशय अशक्तपणा आलेला असतो तेव्हा तर उलट अंडं खायला सांगतात.''

"पण ताई तुम्ही पिवळा बलक म्हणालात. काही काही अंड्यांमधला बलक तर चक्क नारिंगी रंगाचा असतो.''

"त्याचं कारण म्हणजे निरनिराळ्या जातीच्या कोंबड्यांच्या अंड्यांमधला फरक. आपण सगळेजण कुठं एकसारखे असतो?''

"कितीतरी फरक असतो. कुणाचं नाक फताडं असतं. कुणाच्या केसांच्या रिबिनीच असतात. कोणी काळंकुळीत असतं.''

"तेच कुणाचं नाक तरतरीतही असतं गिरिजा. केस कसे लांबसडक आणि रेशमी असतात आणि गोरेपणा तर काही विचारूच नका. पलीकडची ती सोनाली. खरोखरीच सोन्यासारखी कांती आहे तिची.''

"हा आणखी एक धडा गिरिजा. कोणाच्याही वैगुण्याकडे पाहण्याऐवजी त्याच्या चांगल्या गुणांकडेच लक्ष द्यावं. पण या सगळ्या गप्पांमध्ये गिरिजा तुझ्या दृष्टीनं सर्वांत महत्त्वाची बाब राहून जात होती. अंड्याच्या रुंद टोकाकडच्या कवचाच्या आत असलेल्या या दोन पापुद्र्यांमधली ही जागा पाहिलीस? इथं एक पोकळी असते आणि तिच्यात हवा भरलेली असते.''

"म्हणजे ताई अंडं उकडल्यावर वरच्या रुंद बाजूला खळगा पडतो बघा तो या पोकळीमुळेच असेल का?''

"अगदी बरोबर ओळखलंत. उकडल्यानंतर तिथली हवा निघून गेली की तिथं खळगा पडतो. पण आता ही सगळी ॲनॅटॉमी पाहिल्यावर तुला तुझी चूक कळून आली की नाही गिरिजा?''

"म्हणजे इथली ही हवा तापल्यावर प्रसरण पावली आणि तिचा स्फोट झाला?''

''नाही. तू नेहमीसारखं अंड उकडतेस तेव्हा उष्णता मिळते ती ज्या पाण्यात अंडं ठेवलेलं असतं तिला. ती मग हळूहळू अंड्याच्या आत झिरपत जाते. पसरत जाते. अंड्यामध्ये जे पाणी असतं ते निरनिराळ्या भागात पसरलेलं असतं. ते निरनिराळ्या वेळी उकळतं आणि त्याची वाफ होते. एकाच वेळी सर्व ठिकाणच्या पाण्याची वाफ होत नाही. त्यामुळे एकदम सगळीकडे तिचा दाब निर्माण होत नाही. अंडं हळूहळू उकडत जातं . पण तू जेव्हा ते मायक्रोवेव्ह ओव्हनमध्ये नुसतंच ठेवतेस तेव्हा ती उष्णता थेट आत शिरून सगळीकडच्या पाण्याची एकाच वेळी वाफ करते. तिचा दाब वाढत जातो आणि ती वाफ कोंडून ठेवणं बाहेरच्या कवचाला शक्य होत नाही. त्याचा स्फोट होतो.''

''पण ताई काही वेळेला पाण्यामध्ये उकडलेल्या अंड्याचं कवचही तडकतं.''

''छान. छान सांगितलंत! त्याचंही कारण हेच आहे. म्हणून तर मग अंडं उकडण्यापूर्वी त्याला सेफ्टी व्हाल्व्ह बसवायचा.''

''सेफ्टी व्हाल्व्ह? तो कसा काय?''

''आणि तो मिळणार कुठं?''

''मला सांगा काकू, आपल्या प्रेशर कुकरला असतो की नाही सेफ्टी व्हाल्व्ह? आतली वाफ मर्यादेबाहेर जाऊ नये, कोंडलेल्या हवेचा दाब मर्यादेबाहेर वाढू नये म्हणूनच तो बसवतात ना?''

''हो बाई. त्या शांता ताईंच्या कुकरचा व्हॉल्व्ह बिघडलेला होता तर स्फोट होऊन वरचं झाकणच उडालं. आत त्यांनी पालकची भाजी ठेवली होती ती तर कुठंच दिसेना?''

''म्हणजे तिचीही वाफ होऊन ती उडून गेली की काय?''

''छे ग. अशी कशी तिची वाफ होईल? शोध शोध शोधलं. दुसऱ्या दिवशी सहज वर लक्ष गेलं तर आढ्याला चिकटून बसलेली तिची गवरी.''

''पण आई प्रेशर कुकरचं ठीक आहे. त्याचा व्हाल्व्ह तो फॅक्टरीतून तयार होऊन येतानाच बसवलेला असतो किंवा बिघडला तर नंतर दुसरा मिळतो आणि बसवून घेता येतो. पण अंड्याला कसा बसवायचा तो?''

''तो कशाला बसवायला हवा?''

"पण आताच तर तू म्हणालीस की अंड्याला सेफ्टी व्हाल्व्ह बसवायचा म्हणून!"

"अग तो बसवायचा म्हणजे तशी व्यवस्था करायची. वाफ मर्यादेबाहेर कोंडून राहणार नाही अशी व्यवस्था करायची. त्यासाठी अंडं उकडायला ठेवण्यापूर्वी या रुंद टोकाला टाचणीनं हलकंसं एक भोक पाडलं की झालं. वाफ नुसतीच आत कोंडून पडत नाही. त्या तिथल्या भोकातून ती बाहेर पडते आणि मग ते कवच तडकत नाही."

"चला म्हणजे मग गिरिजा आता येईल ना व्यवस्थित अंडं उकडायला तुला?"

"नुसतं उकडता येऊन चालणार नाही काकू. अंडं शिजवायच्या सगळ्या तऱ्हा तिला यायला हव्यात. म्हणून आता मी तिच्याकडून एक प्रयोगच करून घेणार आहे. डेव्हिल्ड एग्ज हा पदार्थच तिच्याकडून करून घेणार आहे."

"आणि तो बिघडला तर?"

"तिनंच खायचा आणि चांगला झाला तरी तिनंच खायचा. पण बिघडला तरी तो करता करता बरंच काही शिकता येईल तिला."

"आताच्या या स्फोटातून शिकता आलं तसं!"

"बरोबर.

"तर मग गिरिजा सांग उकडणं हा अंडं शिजवण्याचा एक मार्ग झाला. त्याशिवाय आपण काय काय करू शकतो?"

"तसे तर खूप पदार्थ आहेत. अंड्याचं ऑमलेट करता येतं. त्यात कांदा-मिरची तर असतंच पण टोमॅटो, चीज वगैरे काहीकाही घालता येतं. झालंच तर अंडं फ्राय करता येतं. परवा काकूंनी त्याचेच कटलेट बनवले होते. आणखीही काही असतील."

"आहेत ना. स्वतंत्र पुस्तकंच आहेत फक्त अंड्याच्या पाककृतींवरची. पण त्या सगळ्या लक्षात घेतल्या तरी अंडं शिजवायचे मुख्य असे केवळ चारच मार्ग आहेत. त्यातला एक आहे."

"ते उकडण्याचा. दुसरा फ्राय करण्याचा, त्यातच तुझं ऑमलेटही आलं."

"पण आई फ्राय आणि ऑमलेट यात मग इतका फरक कसा? ऑमलेट कसं एकजीव झालेलं असतं. फ्राय केल्यावरही त्या अंड्याच्या ॲनॅटॉमीत तसा फारसा

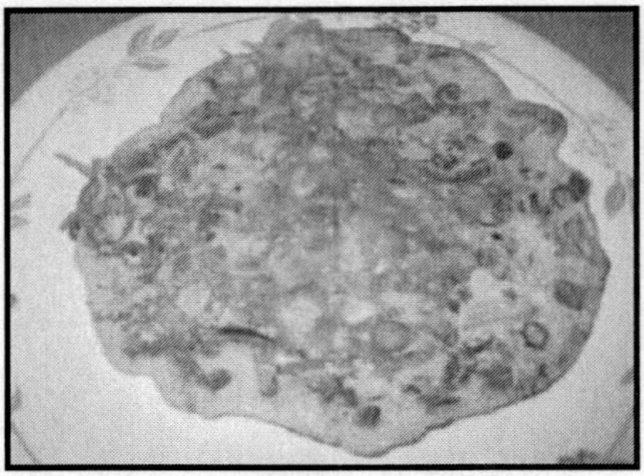

फरक होत नाही. पिवळा भाग मध्येच राहतो आणि पांढरा आजूबाजूला पसरलेला असतो.''

''खरंय गिरिजाचं ताई. तरीही एक फरक आहेच हं गिरिजा. पांढऱ्या भागाचा पोत आणि पिवळ्या भागाचा पोत यात फरक असतोच. पांढऱ्या भागाला तर कधीकधी चांगली जाळीही पडते. पिवळ्या भागाला तशी पडलेली दिसत नाही. कधी तर तो तसाच थलथलीत राहतो आणि घट्ट झालाच तरी फळांच्या गरासारखा होतो.''

''पाहिलंस गिरिजा, काकूंनी किती बारकाईनं निरीक्षण केलंय ते. तुमचं म्हणणं खरं आहे काकू. याला कारण म्हणजे तो पांढरा भाग आणि पिवळा बलक यांचे घटकही वेगवेगळे आहेत आणि म्हणूनच त्यांचे रचनाबंधही. पांढरा भाग हा अल्ब्युमिन या प्रथिनाचा बनलेला असतो. अंड्यातलं प्रथिन जास्ती करून याच भागात असतं. उलट पिवळ्या भागात स्निग्ध पदार्थ आणि मुख्य म्हणजे कोलेस्टेरॉल जास्ती असतं.''

''म्हणूनच का डायट करणाऱ्यांना पिवळा भाग टाकून फक्त पांढराच भाग खायला सांगतात.''

''अगदी खरंय आणि तो पांढरा भागही उकडलेला, फ्राय केलेला नाही. जेव्हा आपण अंडं फ्राय करायला घेतो तेव्हा ते फोडून जसंच्या तसं तव्यावर टाकतो. तव्यावर थोडंसं तेल किंवा तूप असतं तेवढंच.''

''कारण अंड्याला जी उष्णता द्यायची ती तापलेल्या तेलामधून मिळेल अशी व्यवस्था करावी लागते. नाहीतर ते अंडं तव्यालाच चिकटून बसेल. कोणतंही प्रथिन हे अमिनो आम्लांच्या साखळ्यांचं बनलेलं असतं. पण या साखळ्या सरळसोट राहत नाहीत. त्यांची वेटोळी बनलेली असतात. शिवाय ही अमिनो आम्लंही दोन वेगवेगळ्या प्रकारांची असतात. त्यातली काही पाण्याशी गट्टी करणारी असतात तर दुसरी पाण्याशी बट्टी करणारी असतात.''

''अय्या! गट्टी आणि बट्टी?''

''ते तुला समजेल अशा भाषेत सांगितलं मी. आमच्या भाषेत आम्ही त्यांना हैड्रोफिलिक आणि हैड्रोफोबिक म्हणतो. म्हणजे काहींचे रेणू पाण्याच्या रेणूंशी संधान बांधू शकतात. पण इतरांच्या रेणूंना पाण्याशी संबंध नको असतो. मग ते पाण्यापासून फटकून राहू पाहतात. यामुळे या अल्ब्युमिनमधली जी अमिनो आम्लं अशी पाण्यापासून दूर राहू पाहतात ती मध्यभागी असतात आणि त्यांच्या वर त्या

पाण्याशी जवळीक सांधणाऱ्या अमिनो आम्लांचा थर असतो. जेव्हा तुम्ही उष्णता देता तेव्हा ती सर्वच रेणूंना मिळते. त्यांच्याकडून मिळालेल्या ऊर्जेमुळे हे रेणू जास्ती उत्तेजित होतात. ते इतस्तत: धावू पाहतात. त्यामुळे त्यांच्यामधले नैसर्गिक बंध तुटतात. वेटोळी सुटतात आणि नवीन बंध तयार होऊ पाहतात. ते होताना पूर्वीसारख्याच जोड्या न जमता इतरांशीही जोड्या जमतात. त्यांचं एक जाळंच तयार होतं.''

''तरीच, ती जाळी दिसते.''

''हो, फार मोठ्या प्रमाणावर जाळं तयार झालं तर ते असं नजरेलाही पडतं. पिवळ्या भागात अशी जाळी तयार होत नाहीत. त्यातल्या मेदाम्लांना उष्णता मिळाल्यानंतर त्यांचे एकमेकांशी सरळ साधे बंध तयार होतात. त्यामुळेच तुम्ही म्हणालात काकू तसे त्यांचे पोत वेगवेगळे होतात.''

''पण मग ऑमलेट असं एकजीव कसं होतं?''

''कारण ते तयार करण्या पूर्वी तुम्ही पांढरा आणि पिवळा भाग एकजीव करता म्हणून. उष्णता मिळाल्यावरही त्यांना वेगळं होता येत नाही. त्यातल्या अमिनो आम्लांचे बंध इतर कोणाशीही अगदी तुम्ही त्यात घालता त्या कांद्यातल्या किंवा टोमॅटोतल्या घटकांशीही जुळतात. म्हणून ते एकजीव होतं. पण त्याचा शिजवण्याचा प्रकार फ्राय सारखाच असतो.

''ठीक आहे. हे झाले दोन प्रकार.''

''तिसरा प्रकार पोच करण्याचा आणि...''

''पोच करण्याचा? म्हणजे? मी नाही समजले ताई.''

''म्हणजे ते फोडून हलक्या हातानं उकळत्या पाण्यात सोडायचं. त्या पाण्यात चमच्यानं भोवरा निर्माण करायचा. म्हणजे मग ते उकडलं जातं पण त्याच्या कवचाशिवाय. म्हणजे त्यात ज्या काही रासायनिक प्रक्रिया होतात त्या उकडताना होतात तशाच असतात. पण ते दिसतं जणू काही फ्रायच केलेलं आहे. त्याची चवही फ्राय केल्यासारखीच लागते. पण तेलाशिवाय ते शिजवलं

असल्यामुळे आपल्या आहाराविषयी जास्ती काळजी घेणाऱ्या मंडळींची त्याला पसंती असते.''

''ठीक आहे. तरीही प्रकार झाले तीन. तू चार म्हणाली होतीस.''

''चौथा प्रकार म्हणजे ते फोडून झाल्यानंतर व्यवस्थित फेटून त्यात निरनिराळे काही पदार्थ घालून शिजवणं. तू काकूंनी केलेल्या त्या कटलेटची आठवण काढलीस. तेही याच प्रकारातले. झालंच तर त्याची आमटी करता येते. मसाला एग्ज बनवता येतात.''

''हो. पण आमटी करता-नाही ती तशी पाण्यातच शिजवली जातात. म्हणजे मग ती उकडली तरी जातात किंवा पोच केली जातात. मग तो प्रकार वेगळा कसा काय?''

''तुमच्या म्हणण्यातही तथ्य आहे, काकू. कारण मग होणाऱ्या रासायनिक प्रक्रिया फारशा वेगळ्या नसाव्यात. तरीही अंडं आधी फेटल्यामुळे शिजण्यापूर्वी त्याच्या रचनाबंधात फरक झालेला असतो. म्हणून तो प्रकार वेगळा.''

''पण आई, असा काय फार मोठा फरक पडणार आहे? त्या बलकाला जखडून ठेवणाऱ्या त्या दोऱ्यांसारख्या अल्ब्युमिनच्या साखळ्या तुटत असतील आणि अल्ब्युमिनचे थर एकमेकांमध्ये मिसळून ते दाट आणि पातळ न राहता सगळं मिश्रण एकच एक दाट होत असेल. दुसरं काय?''

''गुड गिरिजा, तूही चांगला विचार करायला लागली आहेस. तुझं म्हणणंही खरं आहे. पण अर्धसत्य आहे. अंड्यातला पांढरा भाग म्हणजे मुख्यत्वे पाण्यात तरंगणारे अल्ब्युमिनचे छोटे छोटे गोळे असतात. आम्ही अशा पदार्थाला कोलॉयडल सस्पेन्शन म्हणतो. दूधही तसंच असतं. त्यातही पाण्यात दुधाच्या स्निग्ध पदार्थाचे गोळे असतात. जेव्हा आपण अंडं फेटतो तेव्हा हे गोळे फुटतात आणि पाण्यापासून फटकून वागू शकत नाहीत. त्या गोळ्यांमधल्या प्रथिनांच्या साखळ्याही तुटतात. प्रथिनांच्या या साखळ्या नुसत्याच एखाद्या हारासारख्या लांबलचक नसतात. त्यांची वेटोळी तयार होतात. पूजेसाठी जानवी मिळतात आज बाजारात. ती पाहिली आहेत कधी काकू तुम्ही?''

''हो तर. ती असतात लांबलचक. पण बाजारात मिळतात ती लहान लहान

वेटोळी. स्वत:भोवतीच वेढे घेत ती अशी बनतात.''

''रेशमाच्या लडी किंवा लोकरीचे गुंडेही असेच असतात. तरीही त्यांची ती वेटोळी किंवा गुंडाळी नियमित असतात. प्रथिनांच्या बाबतीत काय होतं तर एकमेकांपासून दूर दूर असलेल्या त्यांच्या घटकांवरच्या विद्युतभारापोटी ते एकमेकांकडे आकर्षित होऊन त्यांचे बंध तयार होतात. त्यामुळे ती वेटोळीही वेडीवाकडी होतात. एकमेकांवर चढतात.''

''फेटताना मग ते बंध तुटत असतील. साखळ्यांची गुंडाळी उलगडत असेल. वेटोळी सरळ होत असतील.''

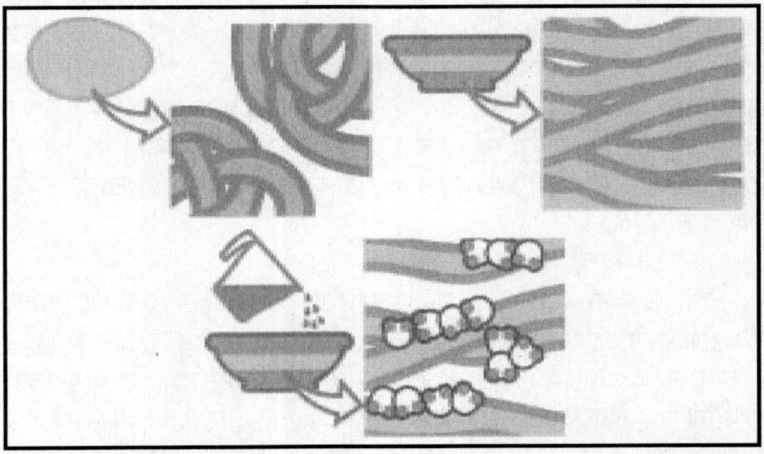

''अगदी बरोबर. एवढंच नाही तर त्या सुट्या झालेल्या साखळ्या तुटतातही. त्यांचे लहान लहान तुकडे तर होतातच पण साखळ्या तुटल्यामुळे काही वेळा त्याचे घटकही वेगवेगळे होतात. त्यातले काही पाण्यात विरघळू शकतात. ते विरघळतात. पण त्याहून महत्त्वाचं म्हणजे फेटताना आपण त्या मिश्रणात भरपूर हवा मिसळत असतो.''

''हवा? मिसळतो म्हणजे पाणी किंवा एखादा मसाला मिसळावा तसं?''

''हो. कोणताही पदार्थ घुसळताना त्यात आपण हवाच मिसळत असतो. इथं जोरजोरानं फेटल्यामुळे पाणी आणि अल्ब्युमिन यांची एकमेकात मिसळण्याची जी प्रक्रिया होत असते, तिला वेग येतो. हवेचे बुडबुडे तयार होतात. ते मोठमोठे होत जातात. जेवढा घुसळण्याचा वेग अधिक तितके बुडबुडेही मोठे आणि संख्येनं जास्ती. अर्थात त्यामुळे त्या मिश्रणाचं एकंदरीत आकारमानही वाढतं.''

"म्हणजेच ते फुगतं."

"अगदी तुमच्या शब्दात सांगितलंत काकू. आणि फुगतं म्हणजे तरी किती? आठपटसुद्धा फुगू शकतं. ते तसं फुगतं म्हणूनच अंडं फेटताना मोठं भांडं घ्यावं. ते कोरडं असावं. त्यात पाण्याचा किंवा तेलाचा अंश असू नये. कारण तेल काय किंवा पाणी काय, हवेच्या मिसळण्यात बाधा आणतात. त्यामुळे मग बुडबुडे व्यवस्थित तयार होत नाहीत. बुडबुडे जितके लहान तितके ते अधिक ताकदवान असतात."

"हे तर उलटंच झालं आई. नेहमी आपण पाहतो की लहान तितके कमजोर आणि मोठे तितके ताकदवान."

बुडबुड्यांच्या बाबतीत मात्र ही अशी उलटी गंगा आहे. म्हणूनच आपण जेव्हा ते अंडं फेटतो तेव्हा ते तीन निरनिराळे टप्पे पार करतं. पहिल्या टप्प्यात बराच फेस तयार होतो. प्रथिनांच्या सुट्या साखळ्यांमधली जागा हवा घेते. मोठे बुडबुडे तयार होतात. खरं तर यावेळी ते द्रवपदार्थ आणि फेस यांचं मिश्रण असतं. यावेळी जर ते फेटण्यासाठी वापरलेला फोर्क किंवा चमचा किंवा एगबीटर बाहेर काढला तर त्याला चिकटून तो पांढरा द्रवपदार्थही वर येतो आणि ओघळून परत खाली पडतो. त्याला तार येत नाही."

"म्हणजे साखरेच्या पाकाला तार येते तशी?"

"जवळजवळ तशीच काकू. म्हणजेच तो द्रवपदार्थ त्या बीटरबरोबर उचलला जातो आणि त्याला एक टोक येतं. मोठे बुडबुडे फुटून लहान लहान होत जातात. बुडबुडे म्हणजे काय? तर द्रवपदार्थांच्या भिंती असलेली हवेची पोकळी. या भिंती जाड होत जातात. त्यामुळे त्या टिकून राहतात. असं चांगलं फेटलेलं अंडं शिजल्यावर जास्ती फुगत नाही. पण ते व्यवस्थित फेटलं गेलं नाही तर मग जे काही पाणी किंवा स्निग्ध पदार्थ मुळातच अंड्यात असतात ते प्रथिनांच्या तुटलेल्या साखळ्यांच्या अध्येमध्ये येऊन त्यांचं एक जाळंच तयार करतात. तिथं हवा जात नाही. म्हणूनच तर शिजल्यानंतर ते अंडं थलथलीत राहत नाही. दाट होतं."

"पण मग आपण स्क्रॅम्बल्ड एग करतो, आकुरी करतो तेव्हा तर उलट दूध घालावं असं म्हणतात. आता दुधात तर पाणीही आहे आणि स्निग्ध पदार्थही आहेत."

"चांगलं विचारलंत काकू. हे पदार्थ मी आताच म्हटल्याप्रमाणे प्रथिनांच्या

तुटलेल्या साखळ्यांच्या मध्येमध्ये येऊन त्यांचं जाळं बनवतात. त्यांचं प्रमाण जितकं जास्त तितकं ते जाळं दाट न होता थोडं विरळ होतं. त्यामुळे मग ते स्क्रॅम्बल्ड एग थलथलीत होतं. त्याचे गच्च गोळे होत नाहीत. जिभेलाही असा थलथलीत पदार्थ चांगला लागतो.''

''पण परवाच काकूंनी आकुरी बनवली होती ती तर तू म्हणतेस तशी थलथलीत न होता चांगलीच पाणथळ झाली होती.''

''खरंय. त्या दिवशी मी त्यात टोमॅटो आणि पालकही घातला होता. पण ते घालताना ते थोडे वाफवून घ्यायला हवे होते. ते राहिलं आणि मग ती आकुरी पाणथळ झाली.''

''वाफवल्यामुळे त्यांच्यामधलं पाणी निघून गेलं असतं. म्हणजे मग त्या फेटलेल्या मिश्रणातलं पाण्याचं प्रमाण मर्यादेत राहिलं असतं. प्रथिनांचं ते जाळं एकदम विसविशीत झालं नसतं.''

''पण ताई, एकदा मी अंडी फ्रीजमधून काढून ताबडतोब फेटायला घेतली तेव्हाही ती नीटशी फेटली गेली नव्हती. भांडं कोरडं होतं. सगळं तुम्ही म्हणता तसंच होतं. तरीही.''

''त्याचं कारण ती अंडी चांगलीच थंड होती. उबदार वातावरणात प्रथिनं सहजासहजी मोकळी होतात. त्यामुळे मग त्यांचं जाळं चांगलं बनतं. ती अंडी थोडावेळ बाहेर ठेवून मग तुम्ही फेटायला घेतली असतीत तर तसं झालं नसतं.''

''पण आता या गप्पा पुरे झाल्या. गिरिजा, चला कामाला लागा. तू आता डेव्हिल्ड एग्ज बनवणार आहेस.''

''मग त्यासाठीची सामग्री काय ते सांग पाहू.''

''चार अंडी, पाणी, बर्फ.''

''बर्फ? म्हणजे स्वीट डिश आहे की काय ही?'' तोंडाला पाणी सुटल्यासारखी गिरिजा म्हणाली.

''नाही. तरीही बर्फ हवंय. का ते कळेलच. शिवाय थोडंसं दूध किंवा साय. वाटलंच तर मेयॉनेज, झालंच तर मिरपूड. मीठ. तुला हवं तर चिली सॉसही घालू शकतेस.''

''आता आणते. तवर गिरिजा तू भांडं घे तिकडचं.''

''अं हं हं काकू. तुम्ही आणि मी दोघींनीही इथं बसून राहायचं. सगळं काही गिरिजाच करणार आहे. आमच्या प्रयोगशाळेतला हा पहिला नियम. प्रत्येकानं स्वत:च्या प्रयोगाची सारी सामग्री स्वत: तयार करायची असते. अगदी काचेची भांडी धुण्याविसळण्यापासून. तेव्हा तुम्ही इथं स्वस्थ बसा. गिरिजा, चल पटापट सगळं सामान आण आणि काकूंनी एक क्ल्यू तर दिलाच आहे तुला. मी सांगितलेल्या

सामानाव्यतिरिक्त भांडी, चमचे, फोर्क वगैरेही लागेल. सगळ्याची तयारी कर.''

गिरिजा ती सगळी तयार करेपर्यंत उषाताई आणि गोदाकाकू तिच्याकडे गमतीनं पाहत बसून होत्या. गिरिजेची धावपळ चालली होती. अंडी फ्रीजमध्ये असतात एवढंच तिला माहिती होतं. बाकी कुठं काय ठेवलं आहे याचा पत्ता नव्हता. मग विचारत विचारत तिनं सगळं सामान एकदाचं जमवलं आणि मग उषाताईंना म्हणाली.

''ही झाली सगळी तयारी.''

''पूर्वतयारी.''

''बरं बाई, पूर्वतयारी. आता?''

''आता ती अंडी उकडायची. काय करशील सांग पाहू.''

''मी जरा फडकं वगैरे घेऊन बसते.'' काकू तिची चेष्टा करत म्हणाल्या.

''म्हणूनच तर काकू मी तिला आधी विचारतेय का ती अंडा कशी उकडणार ते.''

''तो धडा चांगलाच शिकलेय मी. आता मी पाण्यात अंडी ठेवणार आणि ते भांडं गॅसवर ठेवून पाणी उकळायला लावणार.''

''मुळीच नाही. म्हणजे तू भांडं ठेव गॅसवर आणि उकळ पाणी. पण फक्त पाणीच. ते उकळेपर्यंत अंडी त्यात घालू नकोस. शिवाय पाणीही चांगलं अंडी व्यवस्थित बुडतील एवढं घे. थोडं जास्तीच. कारण पाणी उकळायला लागलं की आटतं.''

''अग पण काय फरक पडतो अंडं आधी घातलं की नंतर घातलं म्हणून?''

''मीही तेच विचारणार होते ताई.''

''काकू, तुम्हीही? अहो कोणता पदार्थ केव्हा घालायचा, किती घालायचा, कसा घालायचा याचं तारतम्य तर चांगलंच पाळता तुम्ही. परवाच गौतमला चहा करताना हेच सांगत होतात ना? मग?''

''खरंच. विसरतच होते मी. तरीही नेमका काय फरक पडतो ते सांगाच तुम्ही.''

''एक म्हणजे तुम्ही जेव्हा अंडं पाण्याबरोबर उकळवता तेव्हा पाणी आणि अंडं दोघांचंही तापमान हळूहळू चढत जातं. पण उकळत्या पाण्यात जेव्हा अंडं सोडता तेव्हा त्या पाण्याचं तापमान जवळजवळ शंभर अंश असतं तर अंड्याचं पंचवीस किंवा त्याहूनही कमी.

त्यामुळे अंड्यातल्या द्रवाचं तापमान चढण्याची प्रक्रिया वेगवेगळी होते. शिवाय अंड्यातलं अल्ब्युमिन म्हणजे पांढरा भाग ६० ते ६५ अंशालाच घट्ट होतो.''

''आणि पिवळा बलक?''

''तो ६५ ते ७० तापमानाला. कारण दोन्हीतल्या प्रथिनांचं स्वरूप आणि रचना वेगवेगळी असते. जेव्हा तुम्ही अंडं पाण्याबरोबरच उकळवता तेव्हा दोन्हींचं तापमान १०० अंशापर्यंत चढवता. तोपर्यंत अंड्यातला द्रवपदार्थ भलताच घट्ट, थोडाफार वातडच झालेला असतो. पण उकळत्या पाण्यात जेव्हा अंडं ठेवता तेव्हा त्यातला द्रवपदार्थ एकजीव झाला की ते बाहेर काढता येतं. त्यामुळे तो द्रव घट्ट बनतो पण जेलीसारखा किंवा हलव्यासारखा. त्याचा पोत असा चांगला राहिल्यामुळे मग तो खायलाही बरा वाटतो.''

''हे बघ आई, पाणा आता चांगलं उकळायला लागलंय. आता सोडू अंडी त्यात?''

''सोड. हलक्या हातानं. नाहीतर फुटतील आणि तो गॅस बंद कर. भांड्यावर झाकणही ठेव.''

''ते कशाला?''

''म्हणजे पाण्याचं तापमान उतरणार नाही आणि त्याच्यामधली उष्णता वहनाच्या मार्गानं अंड्याला रीतसर मिळत राहील.''

''पण आई, तू सांगतेस त्याप्रमाणे अंड्याचं तापमान ७० अंशापर्यंत पोचलंय हे ओळखायचं कसं?''

''अनुभवानं ते जमतं. असं व्यवस्थित उकडलेलं अंडं पाण्यात फिरत नाही. एकाच जागी स्थिर राहतं. तरीही अनुभवानंच हेही सिद्ध झालंय की उकळत्या पाण्यात अडीच ते तीन मिनिटं ठेवलेलं अंडं व्यवस्थित उकडलेलं असतं. तू खरं तर तो टायमर वापरायला हवा होतास. पण मी लक्ष ठेवलंय घड्याळाकडे.''

अडीच मिनिटं झाली तशी उषाताई गिरिजाला म्हणाल्या.

''हं, झाली अडीच मिनिटं. आता ती अंडी काढ बाहेर आणि त्या बर्फ टाकलेल्या थंड पाण्यात ताबडतोब सोड.''

''आई, तू तर त्या अंड्यांना सौना बाथच देते आहेस.''

''सौना बाथ? ही काय भानगड आहे?'' काकूंनी विचारलं.

त्यावर हसत हसत उषाताई म्हणाल्या,

''अहो तिकडे युरोपात अशी आंघोळ करतात. प्रथम गरमागरम अगदी वाफेचे धुमारे असलेल्या खोलीत बसून अंगातून घामाच्या धारा वाहू देतात आणि मग एकदम थंड बर्फाळ पाण्याच्या हौदात बुडी मारतात.''

''बाई ग! त्यामुळं सर्दीपडसं नाही होत?''

''मुळीच नाही. उलट आरोग्य चांगलं राहतं. शरीर चांगलं स्वच्छ आणि

ताजंतवानं होतं. अंगातला थकवा पार पळून जातो.''

''मग आता या अंड्याचं आरोग्य असंच नीट राहावं म्हणून का सांगते आहेस त्यांना थंड पाण्यात ठेवायला.''

''तसंच म्हणेनास. कारण त्या थंड पाण्यात ठेवल्याबरोबर त्यांचं तापमान झपाट्यानं उतरतं. त्यामुळे त्या प्रथिनांवर आणखी जास्ती प्रक्रिया होणं टळतं. त्यांची तयार झालेली जाळी तशीच्या तशी टिकून राहतात. ती वातड होत नाहीत. शिवाय त्यांची टरफलं तडकत नाहीत. अशी अंडी सोलणंही सोपं जातं. त्या टरफलांना आतले पापुद्रे चिकटून बसत नाहीत.''

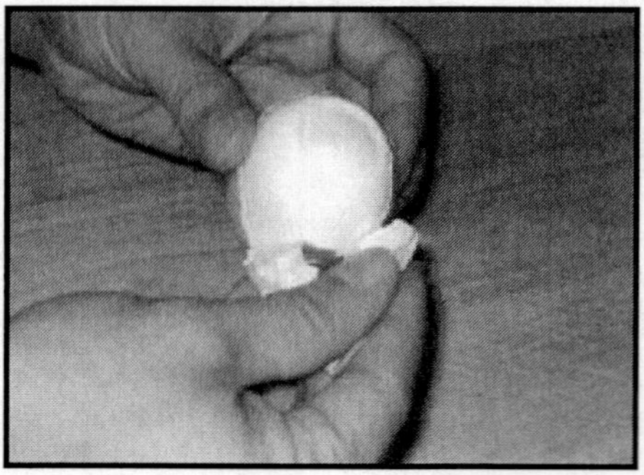

''हो बाई. ते पाहिलंय मी. कधीकधी एखाद्या अंड्याचं टरफल जाम सुटत नाही. सोललेलं अंडं कुरतडल्यासारखं दिसतं.''

''आणखीही एक फायदा आहे अंडी थंड पाण्यात टाकण्याचा.''

''कोणता?''

''तसं केल्यानं पिवळा बलक हिरवट पडत नाही.''

''मी आता विचारणारच होते. मला हा अनुभव आलाय. त्या पिवळ्या बलकाच्या कडा हिरवट होतात. काही वेळा तर सगळा बलकच हिरवट होतो. कुजका वास येतो तो वेगळाच.''

''म्हणूनच तर मी ते उकडलेलं अंडं ताबडतोब थंड पाण्यात टाकायला सांगतेय. पिवळ्या बलकात असतं लोह आणि पांढऱ्या द्रवात असतं सल्फर. उष्णता मिळाली की त्यांची एकमेकांशी प्रक्रिया होऊन त्यातून आयर्न सल्फेट तयार होतं. त्याचाच तो रंग असतो. तसंच पांढऱ्या द्रवातील हायड्रोजन आणि सल्फर यांच्या हातमिळवणीतून हायड्रोजन सल्फाईडही तयार होतं. त्याचाच तो कुजका वास येतो. थंड पाण्यात टाकल्यानं या साऱ्या प्रक्रियांना अटकाव होतो आणि मग रंगही येत नाही की वासही.''

''आई, ही अंडी आता थंड झाली आहेत. सोलायला घेऊ?''

''हरकत नाही. मघाशी काकू म्हणाल्या तशी न कुरतडता सोलता आली पाहिजेत तुला.''

गिरिजानं तशी ती सोलताच उषाताई म्हणाल्या. ''गुड! आता ती उभी चीर. बरोबर दोन भाग झाले पाहिजेत.''

गिरिजाला वाटलं की हे काय सोप्पं आहे. पण कापण्यावर सगळं लक्ष न केंद्रित केल्यामुळं ती तशी वेडीवाकडीच कापली गेली. एका अंड्याचे तर असे दोन भाग झाले की एका भागात सगळा बलक गेला आण दुसरा फक्त पांढरा पातळ भाग राहिला.

"बघितलंस गिरिजा, साधी अंड्याचे दोन बरोबर भाग करण्याची कामगिरी. पण तीही किती काळजी-पूर्वक करायला हवी! खास करून जो पदार्थ आता बनवते आहेस त्यासाठी तरी ही खबरदारी घ्यायलाच हवी. कारण आता त्या कापामधला पिवळा भाग चमच्यानं खवून बाहेर काढायचा आहे."

"एवढंच ना? मग या भागातला हा सगळा बलक बाहेर काढला की झालं. काहीच कमी पडणार नाही."

"बघूया. आता ते सगळे बलक एकजीव करून त्यांचं सारण तयार करून घे. त्यात मिरपूड, चिली सॉस, मेयॉनेज जे काही तुला घालायचंय ते घाल."

ते सगळं मिश्रण व्यवस्थित कालवून झाल्यावर उषाताई म्हणाल्या, "आता ते अंड्याच्या बलकांचं सारण परत त्या पांढऱ्या भागातल्या रिकाम्या खळग्यांमध्ये भरायचंय. भरलंस? झाली तुझी डेव्हिल्ड एग्ज तयार."

"झाली? सोप्पी आहे मग ही रेसिपी."

"सोप्पी वाटतेय तुला. पण आताच तर खरी परीक्षा आहे तुझी. त्या तुझ्या पदार्थांची चव, तिचं रंगरूप, तिचा पोत सगळं कसं आहे यावर तू ती सोप्पी रेसिपीही अवघड तर करून टाकलेली नाहीस ना हे ठरणार आहे."

"तुम्ही दोघी घेणार ही परीक्षा?"

"नाही. तुझी तूच घेणार आहेस ती. सुरुवातीलाच मी म्हटलं नव्हतं का की पदार्थ चांगला झाला तरी तूच खायचाहेस आणि बिघडला तरीही. नाहीतरी तुला भूक लागली होती म्हणून तू ते अंडं उकडायला आली होतीस ना? तर मग तुझी भूकही भागेल आता. काय?"

भीतभीत चमच्यानं अंड्याचा एक काप उचलत गिरिजानं जिभेवर ठेवला आणि तो आवडून तिनं मिटक्या मारत खायला सुरुवात केलेली पाहून काकूंनाही धीर आला. इतका वेळ त्यांनी रोखून धरलेला श्वास त्यांच्या नकळत बाहेर पडला. ते पाहून उषाताईही समाधानानं हसल्या.

■

मोडपुराण

"हं, मग काय बेत आहे आजचा?"

काकू एकदम दचकल्या. सगळी मंडळी कसल्याशा कार्यक्रमाला गेली होती. घरात काकू एकट्याच होत्या. त्या आपल्या कामात दंग होत्या. सगळीजणं परत आली याचा त्यांना पत्ताच नव्हता. "अगबाई, दादा तुम्ही! केव्हा आलात? माझं मेलीचं लक्षच नव्हतं."

"हरकत नाही, काकू. पण तुम्ही एवढ्या कशात गढून गेला होता?"

"आताच दादांनी विचारलं ना की काय बेत आहे. त्याचाच विचार करत होते. मी ठरवलं होतं डाळिंबीची उसळ करायची."

"वॉव! डाळिंबी! ग्रेट!" गौतम म्हणाला.

"पण हे बघा ना काल रात्रीपासून भिजत घातले होते वाल. मोड यावेत म्हणून. पण आहे तस्से आहेत. मोडच आलेले नाहीत त्यांना. आता तसेच शिजवायचे तरी चांगले भिजलेले आहेत."

"जाऊदे. येतील उद्यापर्यंत मोड. थंडी आहे ना, काल रात्री तर चांगलीच पडली होती. त्यामुळे मोड नसतील आले."

"उषा, मी म्हणतो चांगली संधी आहे. आपण आज बाहेरूनच का नाही काहीतरी मागवायचं? काकूंनाही सुटी मिळेल तेवढीच."

"गुड बाबा. फाडानी खिचडी मागवूया शीतलमधून." गिरिजानं बाबांच्या सूचनेला अनुमोदन देत म्हटलं. "माझ्यामुळे हा सगळा घोटाळा झाला. मी सकाळीच बघायला हवं होतं मोड आले आहेत की नाही ते आणि दुसरी कसलीतरी व्यवस्था करायला हवी होती."

"तुमचा दोष नाही काकू. सगळ्यांनाच काही तरी चेंज हवाच होता. खरं तर आम्ही बाहेरूनच जेवून येणार होतो. पण तुम्ही वाट पाहत असाल म्हणून घरी आलो."

"पण आई, नुसत्या वालांचीही उसळ, आमटी होते तर मग मोड आणण्याचा खटाटोप कशाला करायचा?" प्रभाकरनी ऑर्डर दिल्यानंतर सगळे बसले असताना गिरिजानं विचारलं.

"होते ना. तसंच पाहिलं तर किती तरी भाज्या न शिजवता कच्च्या सुद्धा खाता येतात. चवीलाही चांगल्या लागतात."

"तरीही आपण त्या शिजवतो. का शिजवतो ताई?"

"त्याची तशी बरीच कारणं आहेत. काकडी, टोमॅटो आपण न शिजवताही कच्चे खातो."

"किंवा त्यांची कोशिंबीर करतो."

"बरोब्बर. ज्यावेळी नुसतीच ही खायची असतात तेव्हा ती शिजवण्याचा खटाटोप आपण करत नाही. पण इतर कोणत्या तरी पदार्थांमध्ये जेव्हा घालतो तेव्हा त्या पदार्थाबरोबर ते शिजवले जातात."

"हो आई. परवा काकूंनी मला आकुरी करायला शिकवलं. तिच्यात असेच टोमॅटो घातले होते मी. ते शिजवलेही अंड्याबरोबर. पण कोथिंबीर मात्र शिजवली नाही. नंतर वरून घातली."

"चांगलं सांगितलंस. अंडं शिजवायचं होतं. म्हणून त्याच्याबरोबर टोमॅटोही शिजवले गेले. त्याचा स्वाद मग त्या शिजवलेल्या अंड्यात मिसळून गेला. आकुरीला चव आली. ते नुसतंच स्क्रॅम्बल्ड एग्जसारखं लागलं नाही."

"पण मग कोथिंबीर नुसतीच घातली ती?"

"कारण कोथिंबीर हा मसाल्याचा पदार्थ आहे. त्याची चव नुसतीच पेरूनही लागते. जशी मिरपूड किंवा जायफळ आपण नुसतंच वरून पेरतो तशी."

"पण अंडंही आपण कच्चं खाऊ शकतो, उषा." प्रभाकरनं आता मध्येच मल्लीनाथी केली.

"याक्! मागे डॉक्टरनी सांगितलं होतं म्हणून आठवडाभर कच्चं अंडं खात होतो मी. याक!" अंगावर शहारे आल्यासारखं करत गौतम म्हणाला.

''आलं ना लक्षात प्रभाकर, आपण अंडं का शिजवतो ते?''

''म्हणजे पदार्थ चवदार व्हावा म्हणून आपण तो शिजवतो तर?''

''हो काकू. काही काही पदार्थ शिजवल्यावर अधिक चवदार लागतात. त्यांच्यातले रस व्यवस्थित पदार्थात उतरतात. म्हणून आपण ते शिजवतो. पण शिजवण्याचं ते एकमेव कारण नाही. इतरही आहेत.''

''ते कोणते?''

''गौतम, आपण शेंगदाणे कच्चेच खाऊ शकतो. तसेच मक्याचे दाणे कच्चे खाऊ शकू का?''

''हं आता पैजच लावलीस तर येतील तसेही खाता. पण भाजल्यावर किंवा उकडल्यावर जितक्या सहजपणे ते खाता येतील तसे कच्चे नाही खाता येणार.''

''हे दुसरं कारण झालं. म्हणजे तो खायला सोपं जावं म्हणूनही काही पदार्थ आपण शिजवतो. कधी नुसतेच उकडतो. कधी भाजतो. कधी तळतो.''

''मुख्य म्हणजे पदार्थाला उष्णता देतो. शिजवण्यासाठी आपण नेहमी एवढंच करतो. फक्त ती उष्णता देण्याची पद्धत वेगवेगळी असते. खरं ना ताई?''

''वा काकू! चांगलं ध्यानात ठेवलं आहेत.''

''पण पालकची भाजी किंवा कुठलीही भाजी शिजवताना आपण आधी ती कापतो. ती कशासाठी मग?''

''संपूर्ण भाजीत उष्णता व्यवस्थित शिरत नाही किंवा ती शिरायला खूप वेळ लागतो. तिचे तुकडे केले की ते छोटे असल्यामुळे थोड्या वेळात पुरेशी उष्णता त्याच्यात शिरते. उष्णता मिळाल्यानं त्याच्या आत ज्या काही विक्रिया व्हायच्या असतात त्या पटकन होतात. त्यासाठी लागणाऱ्या ऊर्जेचं प्रमाणही कमी असतं.''

''तरीही भरताचं वांगं आपण अख्खंच भाजतो. भरली वांगी करतानाही त्याचे तुकडे करत नाही.''

''ते भाजीभाजीवर अवलंबून असतं.''

''म्हणजे त्यांची ॲनॅटॉमी कशी आहे यावर अवलंबून असतं, असंच ना आई?''

''वा हं गिरिजा, तू त्या दिवशीचा धडा चांगलाच गिरवलेला दिसतोय.''

''भाजीची ॲनॅटॉमी?'' प्रभाकरनी आश्चर्यानं विचारलं. ''माणसांची ॲनॅटॉमी ऐकली होती. पण–''

''त्या दिवशी गिरिजाही असंच म्हणाली. पण आता तिला कळलंय की प्रत्येक पदार्थाला ॲनॅटॉमी असते. म्हणजेच त्या पदार्थाच्या अंतरंगातला रचनाबंध. अंड्याचा कसा असतो हे त्या दिवशी शिकलीय ती. आज भाजीचा.''

''आय सी! म्हणजे फ्लॉवरची भाजी आणि वांगी किंवा भेंडी यांचं अंतरंग

वेगवेगळं असतं हेच.''

"तेव्हा पदार्थ शिजवण्याचं हे आणखी एक कारण झालं. पण सर्वांत महत्त्वाचं कारण वेगळंच आहे. मांसाहारी पदार्थ मग ते मटण असो, चिकन असो वा मासे असोत, शिजवावेच लागतात. कच्चे खाता येत नाही. त्याचीही दोन कारणं आहेत. पहिलं म्हणजे या पदार्थांमध्ये काही जीवाणू असण्याची शक्यता असते.''

"कारण ते उघड्यावर कापले जातात, ठेवले जातात म्हणून?''

"नाही. आजकाल ब्रॉयलर चिकन मिळतं. ते कारखान्यांमध्ये व्यवस्थित, स्वच्छतेचे सारे नियम पाळून तयार केलेलं असतं. त्यानंतर ते त्याच स्वच्छ अवस्थेत पॅकबंद करून थंड तापमानात ठेवलेलं असतं. त्याच्यात जीवाणू असण्याची शक्यता नसते. पण तू म्हणतोस त्यात तसं थोडं तथ्य आहे. शिजवताना मिळणाऱ्या उष्णतेमुळे असलेच तर त्या जीवाणूंचा बंदोबस्त होतो.''

"पण मग दुसरं कारण कोणतं ताई?''

"कारण यापैकी किती तरी पदार्थ आपण कच्चेच पचवू शकत नाही. पचन होण्यासाठी त्यांच्या घटकांची, प्रथिनांची, गुंतागुंतीच्या कर्बोदकांची, चरबीची फोड करण्यासाठी आवश्यक ती विकरं आपल्या पचनसंस्थेत नसतात.''

"हे झालं मांसाहारी पदार्थांबाबत. पण भाजीपाल्याचं काय? तेही कशाला शिजवायचे?''

"कारण त्यांच्यातही सेल्यूलोज असतं. ते आपण नाही पचवू शकत. ते शक्य असतं तर मग गुरांसारखं आपण गवतही खाऊ शकलो असतो. पण गवत खाल्लं तर ते आपण पचवू शकत नाही.''

"म्हणजे या अन्नांचं व्यवस्थित पचन व्हावं म्हणून आपण ते शिजवतो. पचनक्रियेपैकी काही काम तोंडात टाकण्यापूर्वीच पार पाडतो.''

"अगदी बरोबर बोललात काकू. शिजवलेलं अन्न म्हणजे असं अर्धवट पचवलेलं अन्नच असतं. त्यातल्या घटकांची अर्धी फोड आपण केलेली असते. खास करून जे आपल्या पचनसंस्थेत होऊ शकत नाही ते शिजवण्याच्या प्रक्रियेत पार पाडलेलं असतं.''

"ते सगळं ठीक आहे उषा, पण तूही आपल्या टीव्हीवरच्या मराठी मालिकांसारखी कुठल्या कुठं भरकटत गेलीयस असं नाही तुला वाटत?''

"कशा काय, दादा?''

"काकू, या सगळ्याची सुरुवात झाली गौतमनं विचारलेल्या प्रश्नापासून. त्यानं काय विचारलं होतं?''

"मी विचारलं होतं की नुसत्याच वालाची उसळ किंवा आमटी करता येते तर मग त्यांना मोड कशाला आणायचे?''

''हो आई, गौतमनं हाच प्रश्न विचारला होता.''

''आणि माझ्या तो लक्षातही आहे. कारण मोड आणतानाही आपण अर्धपचनाचीच क्रिया पार पाडत असतो.''

''ती कशी काय ताई? कारण मोड आणताना आपण काही त्या दाण्यांना उष्णता देत नाही.''

''नाही कशी! उष्णता तर द्यावी लागतेच. नाहीतर कालच्या थंडीत तुमच्या वालांना मोड का नाही आले?''

''हो आणि दुधाचं दही करतानाही आपल्याला तशी थोडी ऊब द्यावीच लागते.''

''लागते ना. नीट मोड यायचे तर तशी ऊब मिळावीच लागते. तापमान कमी असलं तरी तेवढी ऊब एकतर मिळत नाही किंवा ती मिळायला खूप वेळ लागतो.''

''तरीही मोड येताना आपण ते बाहेरच ठेवतो. ते काही तापवत नाही.''

''काकू, कोणत्याही पदार्थाला उष्णता नेहमीच मिळत असते. कोणत्याही तापमानाला. ज्याला आम्ही रूम टेम्परेचर म्हणतो त्या तापमानालाही. म्हणजे घरात जेवढं तापमान सामान्यतः असतं त्या तापमानालाही. फक्त ती मिळण्याचा वेग मंद असतो. हळूहळू ती मिळत जाते. पण मोड येण्यासाठी ज्या विक्रिया त्या दाण्यांमध्ये होतात त्यांचा वेगही तसा संथच असतो.''

''तसंच जर आहे आई, तर मग मोड आलेले दाणे आणखी शिजवण्याचा उद्योग कशाला करायचा?''

''तसा करायलाच हवा असं नाही. कारण काही मोड आलेली कडधान्यं तशीच कच्ची खाल्ली तरी चालतं. अनेक प्रकारच्या सॅलडमध्ये अशी मोड आलेली कडधान्यं असतात.''

''खरंय तुझं म्हणणं उषा. अलीकडे अनेक लग्नांमधल्या जेवणांमध्ये एक सॅलड टेबल असतं. त्यात पाच सात प्रकारची सॅलड ठेवलेली असतात. त्यातलं एकतरी तू म्हणतेस तसं नुसतंच मोड आलेल्या मुगाचं किंवा हरबऱ्याचं असतं.''

''तरीही आपण ती कड-धान्यं शिजवतो याचं कारणही तसंच आहे. ही कडधान्यं किंवा डाळी हा शाकाहारी

जेवणातला सगळ्यांत जास्ती पौष्टिक पदार्थ आहे. कारण या डाळींच्या दाण्यात प्रथिनं, कर्बोदकं, मेदाम्लं यांची कोठारंच असतात. अनेक प्रकारच्या जीवनसत्त्वांचीही त्यात रेलचेल असते. डाळी म्हणजे या कडधान्यांच्या बियाच असतात. त्यांच्यामध्ये त्या डाळीच्या संपूर्ण रोपट्याला घडवण्याची क्षमता सुप्त स्वरूपात वावरत असते. जेव्हा शेतात आपण हे डाळीचं बियाणं पेरतो तेव्हा पहिल्यांदा त्याला अंकुर फुटतात. त्या अंकुरांचंच हळूहळू रोपट्यात आणि मग पूर्ण रोपात रूपांतर होत असतं. मोड येणं म्हणजे अंकुर फुटणंच असतं.''

''आणि ते तसेच न शिजवता खाल्ले तर पोटात त्यांचं रोपटं होऊन रोपात रूपांतर व्हायला लागतं की काय?''

''छे छे गिरिजा,'' हसत हसत उषाताई म्हणाल्या. ''काल तू ती जिंगल ट्यूनची सीडी पाहिलेली दिसतेस. त्यात गोष्ट आहे पोटामध्ये बी गेल्यावर झाड

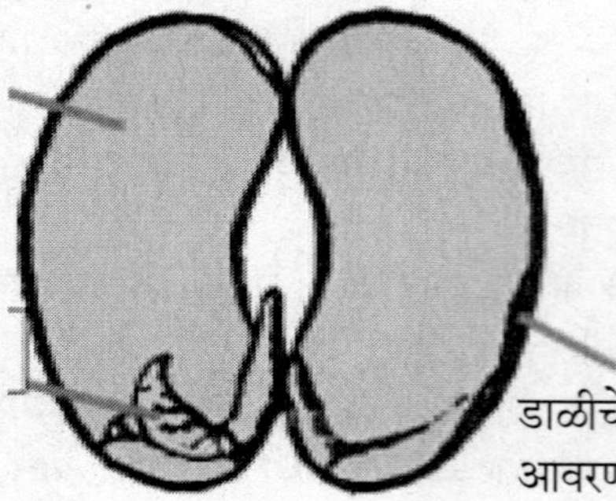

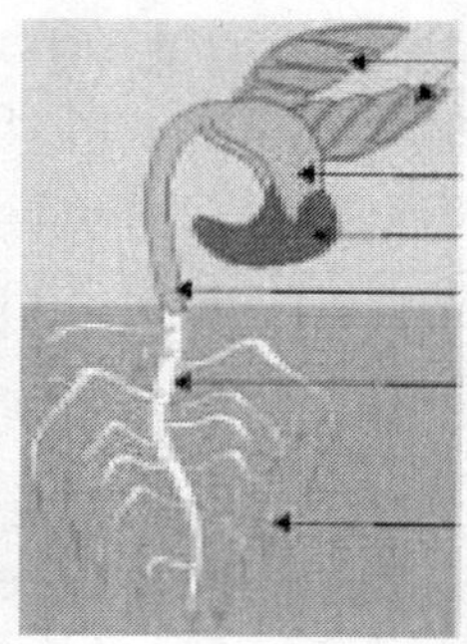

बीजांकूर

फुटल्याची. तसं काही होत नाही. पण अंकुर फुटेपर्यंतच्या साऱ्या प्रक्रिया घडण्याची शक्ती त्या बियांमध्येच असते. एकदा तो अंकुर जमिनीवर (डाळीमधील अन्नाचा) येऊन त्याचं रोपटं तयार झालं की मग सूर्यप्रकाश, वातावरणातला कार्बनडाय ऑक्साईड आणि पाणी यांच्या मदतीनं कर्बोदकं तयार करण्याची प्रकाशसंश्लेषणाची प्रक्रिया वगैरे सुरू होते. पण तोवर त्या बियांमध्ये साठवलेल्या पोषणसामग्रीवरच गुजराण करावी लागते. त्यामुळे मोड येतो तेव्हा सर्वांत प्रथम त्या बियांमधल्या पोषक पदार्थांच्या कोठाराची फार मोठ्या प्रमाणावर वाढ होते.''

''किती वाढ होत असेल ताई?''

''तीनशे ते बाराशेपट वाढ होते.''

''म्हणजे बेडकी फुगून फुगून बैलाइतकी होते म्हण की!''

"हं तसंच काहीसं म्हणायला हरकत नाही. पण या पोषक पदार्थांच्या मात्रेत केवळ वाढच होत नाही तर त्यांचं विभाजनही होतं. प्रथिनांचं त्यांच्या घटक असलेल्या अमिनो आम्लांमध्ये, मेदाम्लांचं त्यांच्या छोट्या छोट्या घटकांमध्ये, गुंतागुंतीच्या कर्बोदकांचं त्यांचे घटक असलेल्या ग्लुकोजसारख्या साध्या शर्करेच्या रेणूमध्ये. त्यामुळे त्यांचं पचन सहज होतं. शिवाय या बियांमध्ये अनेक खनिजंही असतात."

स्निग्ध पदार्थ

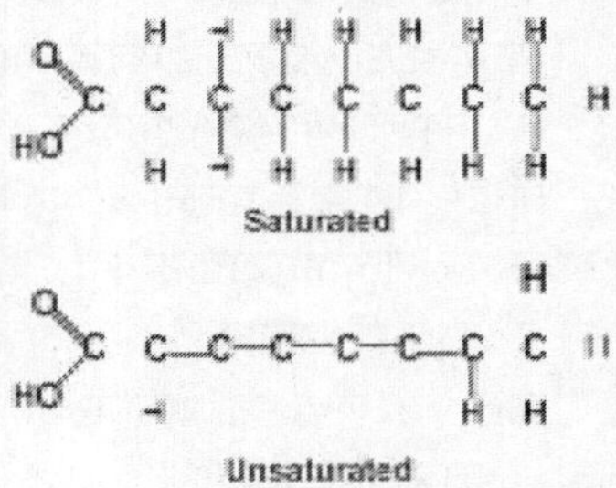

स्निग्धाम्ल

"खनिजं? ती तर खाणींमध्ये मिळतात ना? त्यांच्यापासून आपल्याला लोखंड, ॲल्युमिनियम वगैरे धातू मिळतात."

"हो. पण ती बियाण्यांमध्येही असतात. छोट्या प्रमाणात त्यांची आपल्याला गरजही भासते. रक्तातल्या हिमोग्लोबिनमध्ये लोह असतं. हाडांमध्ये कॅल्शियम आणि फॉस्फरस असतात. पचनात मदत करणाऱ्या अनेक विकरांमध्ये मॅग्नेशियम सारखे धातू असतात किंवा त्यांचं कार्य सुरळीतरीत्या व्हावं यासाठी या धातूंची गरज असते. आयोडिनचीही आपल्याला गरज असते. त्याची कमतरता भासली तर गलगंडासारखे विकार जडतात."

प्रथिनयुक्त पदार्थ

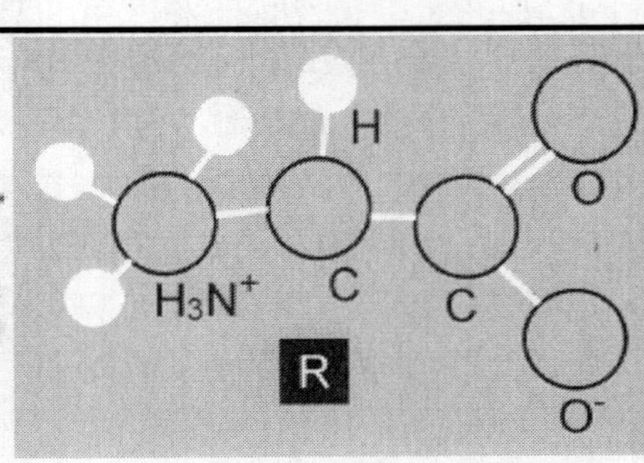

अमिनो आम्ल

"म्हणूनच मिठामध्ये आयोडिन मिसळतात तर."

"हो काकू. ही सारी खनिजं आपल्याला भाज्यांमधून, कडधान्यांमधूनच मिळतात. मोड येताना ही खनिजंही सुटी होतात. मग त्यांच्यामध्ये आणि प्रथिनांचे तुकडे पडून तयार झालेल्या अमिनो आम्लांमध्ये काही प्रक्रिया होऊन त्यांच्या जोड्या जमतात. त्यामुळे मग त्या अमिनो आम्लांचा वापर करणं आपल्या शरीराला सोपं जातं. हे सगळे बदल होत असताना साहजिकच त्या डाळींच्या पोषणमूल्यात वाढ होते. म्हणजेच मोड आलेल्या धान्यांमुळे आपलं पोषण अधिक चांगलं होतं."

"त्यासाठी साध्या डाळींऐवजी मोड आलेल्या डाळी खाणं चांगलं हे खरं. तरीही त्या शिजवाव्या का लागतात हे नाही सांगितलंस."

"सांगते. पण मोड येताना आणखीही काही बदल होतात. या डाळींमध्ये, तसं म्हटलं तर कोणत्याही अन्नधान्यात, काही आम्लं असतात, काही विषारी पदार्थ म्हणजे टॉक्सिन्स असतात."

"काय, आपल्या या अन्नधान्यात विष असतं? मग ते आपण खाऊ कसं शकतो? पचवू कसं शकतो?"

"विषारी पदार्थ म्हणजे सापाच्या गरळासारखं किंवा सायनाईडसारखं मिनिटाभरात जीव घेणारं विषं समजू नकोस. पण ते पदार्थ अपायकारक असतात. पचनामध्ये अडथळा आणू शकतात. तसं त्यांचं प्रमाण जास्ती नसतं. तरीही त्यांचा व्यवस्थित बंदोबस्त झाला नाही, निचरा झाला नाही तर त्यांच्यापासून काही अपाय होऊ शकतो."

"पण हा निचरा करणार कोण?"

"आपलं शरीरच ते करत असतं. अन्न शिजवताना काही विषारी पदार्थांवर प्रक्रिया होऊन त्यांच्यातल्या विषाचं निर्धोक पदार्थांमध्ये रूपांतर होतं. पचन होत असतानाही त्यातल्या काहींचा बंदोबस्त करणाऱ्या प्रक्रिया होत असतात. पण मोड येताना बियांमध्ये शिरलेल्या पाण्यामुळे हे पदार्थ विरळ होतात. त्यातल्या काहींचा निचरा होतो. हाही एक मोड आणण्याचा फायदा आहे."

"थोडक्यात ताई, मोडांमध्ये प्रथिनं आणि सगळ्याच पोषक पदार्थांची रेलचेल असते असंच म्हणा की. मग आपण फक्त डाळींनाच का मोड आणतो? गहू, तांदूळ, ज्वारी, झालंच तर भाज्या, सगळ्यांनाच का नाही मोड आणत?"

"कारण डाळींच्या मोडांमध्ये पोषक पदार्थांची जेवढी वाढ होते, जेवढी रेलचेल होते तेवढी इतरांमध्ये होत नाही. पालक किंवा लेट्यूस यांची पानं आपण कच्चीही खातो. सॅलडमध्ये ती घातलेली असतात."

"पण त्या पानांमध्येही मिळत नाही एवढं प्रथिन आपल्याला सोयाबीन, मूग, मसूर, मटकी, वाल, हरभरा यांच्या मोडांमध्ये मिळतं. चिनी खाद्यपदार्थांमध्ये तर

बीन स्प्राऊट्सचा म्हणजेच मूग, मटकी, मसूर वगैरेंसारख्या डाळींच्या मोडांचा मुक्तहस्ते वापर केलेला असतो. अल्फाअल्फा नावाचं एक गवतासारखं झुडूप आहे. त्याच्या मोडांचा तर कच्चेपणीच फडशा पाडला जातो. या सॅलडमध्ये वापरल्या जाणाऱ्या मोडांमध्ये तर माशांपेक्षाही जास्ती प्रमाणात खनिजं मिळतात.''

बीन स्प्राऊट्स

''ते सगळं खरं आई, तरीही ते शिजवावे का लागतात?''

''सगळेच शिजवावे नाही लागत. चिनी पदार्थांमधले बीन स्प्राऊट्स तर कच्चेही खाता येतात. पण मी सुरुवातीलाच म्हटल्याप्रमाणे आपल्या नेहमीच्या कडधान्यांना मोड आणणं म्हणजे अर्धपचन करण्यासारखंच असतं. पचन अर्धंच झालेलं असतं. पूर्ण नाही आणि ते पूर्ण होतं आपल्या पचनसंस्थेतच. ते काम सोपं करायचं तर शिजवणं आवश्यक असतं. कारण मोड आल्यामुळे त्या कडधान्यांमधल्या प्रथिनांमध्ये वाढ झालेली असली, त्यातल्या स्टार्चचं प्रमाण कमी झालेलं असलं तरी ती अजूनही कच्ची कडधान्यंच राहिलेली असतात. विशेषतः वाल, पावटे, राजमा, डबल बी यांसारख्या बियांना मोड आणले तरी ती तशी टणकच राहिलेली असतात. त्यामुळे शिजवल्याशिवाय ती खाल्ली तर अपचन होण्याचा संभव असतो. तरीही अशा मोड आलेल्या कडधान्यांमधल्या वाढीव पोषणशक्तीचा नाश न करता ती शिजवायची तर त्यासाठी मंद आचेवर शिजवणंच योग्य. एकदम उकळी आणून ती शिजवण्यानं त्यातल्या पोषक पदार्थांची वासलात लागते. त्याऐवजी मंद आचेवर ती शिजवत ठेवणंच योग्य. त्यातलं पाणी सगळं उडून जाणार नाही याची काळजी घ्यायला हवी. आच वाढवून ती शिजवायची तर

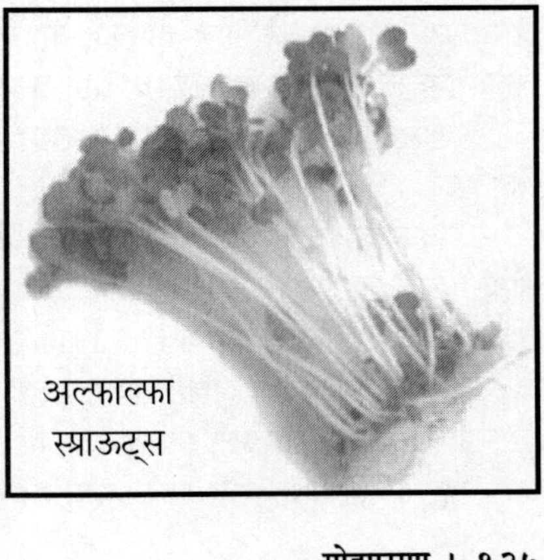

अल्फाल्फा स्प्राऊट्स

त्यासाठी स्टरफ्रायचा म्हणजेच वरवर परतून ती शिजवण्याचा उपायच चांगला.''

"हो ताई, अशा परतलेल्या कडधान्यांच्या उसळी फारच चांगल्या होतात.''

"तुम्हालाही आहे ना अनुभव काकू? तुम्ही अनुभवातून जे शिकलात तेच वैज्ञानिकांनी प्रयोगशाळेत प्रयोग करून अजमावलंय. त्या डाळी चांगल्या शिजल्या आहेत याची खात्री करून घ्यायची तर त्या मऊ झाल्यात हे पाहायला हवं. या सगळ्यामध्ये एक बाब लक्षात आली का तुमच्या काकू?''

"हो आली तर. मोड आलेल्या कडधान्यांना जास्ती शिजवावं लागत नाही. त्यामुळे ती शिजवण्यासाठी तुम्ही काय म्हणता ती ऊर्जा कमी खर्च करावी लागते. म्हणजे ती बचतच झाली म्हणायची.''

"वाऽ ह काकू, तुम्ही तर आता वैज्ञानिकांचीच भाषा बोलायला लागलात. ऊर्जा आणि बचत, वाऽ ह!''

"तुम्ही पण दादा!'' काकू लाजत म्हणाल्या, "ताईंच्या तोंडून नेहमी हे कानावर पडत असतं. त्यातलंच थोडंसं माझ्याही जिभेवर चढलं. बस्स!''

"पण तुम्ही म्हणालात ते बरोबरच आहे. मोड आणण्याचा हाही एक फायदा आहेच.''ऊ

"पण ताई, तुम्ही मगाशी म्हणालात की वाल, पावटे वगैरेंना मोड आले तरी ते शिजवायलाच हवेत. म्हणजे मूग, मटकी, मसूर यांना शिजवलं नाही तरी चालेल?''

"हो, थोडक्यात सांगायचं तर मूळ डाळीचा आकार जितका जास्ती तितकी त्यांना शिजवण्याची गरजही जास्ती. मूग, मटकी आकारानं लहानच असतात. त्यामुळे मोड आल्यानंतर न शिजवताही ती खाता येतात. पण त्यांचे मोड एखाद्या शेपटासारखे लांबलचक असायला हवेत. कमीत कमी चार पाच सेंटीमीटर लांबीचे तरी मोड हवेत. आपण तेवढे लांब मोड येईपर्यंत सहसा थांबत नाही. त्यामुळे मग शिजवण्याचा पर्याय नेहमीच चांगला. अर्थात आताच तुम्ही म्हणालात त्याप्रमाणे त्यांना शिजवण्यासाठी आणखीच कमी ऊर्जा लागेल.''

"पण आई, सुरुवातीला तू म्हणालीस की तांदूळ, गहू यांनाही मोड आणता येतात.''

"नक्कीच येतात. कारण मोड म्हणजे बीला फुटलेला अंकुर. तांदूळ, गहू ही धान्यं म्हणजे त्या पिकांचं बियाणंच आहे. ते पेरल्यानंतर त्यांनाही अंकुर फुटल्याशिवाय त्यांची रोपं तयार होत नाहीत. तेव्हा त्यांनाही मोड आणता येतातच. पूर्वी घटस्थापनेच्या दिवशी एका भांड्यात थोडीशी माती घालून त्यात गव्हाचे दाणे टाकत. साधारण दसऱ्यापर्यंत त्यांची छोटीशी रोपं तयार होत. हा एक घरातल्या शेतीसारखाच प्रयोग असे. मोड येण्याची अवस्था अधलीमधली. त्या मातीबाहेर डोकावणाऱ्या इवल्याशा

अंकुरांच्या रूपात ते दिसत असत.''

''पण डाळींसारखे त्यांना मोड आणून ते शिजवता येत नाहीत.''

''खरंय काकू, तसं नाही करता येत. पण अशा मोड आलेल्या गव्हाचं पीठ करून ते आंबवून त्याच्यापासून एक प्रकारचा पाव तयार करतात. तो चांगलाच पौष्टिक असतो. आपण पावापेक्षा चपाती, रोटी यासारख्या गरमागरम पदार्थांचा आपल्या जेवणात वापर करतो. त्यामुळे आपण अशा मोड आलेल्या धान्याचा फारसा वापर करत नाही.''

''पण तसे चांगले मोड आणायचे तर काय करायला हवं? म्हणजे आजच्या या वालांसारखी माझी फसगत नाही व्हायची.''

''काकू, मोड येणं ही एक नैसर्गिक प्रक्रियाच आहे. कडधान्यांमध्ये,त्यांच्या दाण्यांमध्ये ती क्षमता मूळचीच असते. म्हणून तर ते बियाणं पेरल्यावर त्याची रोपटी तयार होतात.''

''पण उषा, ती रोपटी तयार होण्यासाठी सुद्धा काही बाबींकडे लक्ष द्यावं लागतंच. नुसतीच पेरणी केली आणि असेल माझा हरी म्हणत खाटल्यावर बसून राहिलं तर काही रोपटी तयार होत नाहीत.''

''काकू, प्रभाकरनं सांगितलं ते बरोबरच आहे. मोड आणणं म्हणजे एका अर्थी बिनमातीची शेतीच आहे म्हणानात. तेव्हा बीमधून मोड उगवून बाहेर यायचे असतील तर अनेक बाबींकडे लक्ष द्यावं लागतं. पहिली बाब म्हणजे ते कडधान्य व्यवस्थित निवडायला हवं.''

''म्हणजे त्यातल्या कोणाला मोड फुटणार आणि कोणाला फुटणार नाहीत हे बघायचं की काय? ते नुसतं त्या दाण्यांकडे बघून कसं समजेल?''

''हे दाणे म्हणजेच त्या बिया जरी दगडासारख्या वाटल्या तरी त्याही सजीवच असतात. त्यांच्यातला जीव सुप्त स्वरूपात असतो. त्याला योग्य ते वातावरण मिळालं की त्याची वाढ व्हायला लागते. आपल्याला, खरं तर कोणत्याही

सजीवाला जगण्यासाठी सर्वांत जास्ती कशाची गरज भासते? तू सांग गौतम.''

''पाण्याची. पाण्याशिवाय जीवन अशक्यच आहे. परग्रहावर सजीव आहेत की नाही हे पाहताना प्रथम त्या ग्रहावर पाणी आहे की नाही हेच अवकाशशास्त्रज्ञ पाहत असतात.''

''नुसतंच पाणी असून भागत नाही, गौतम. ते वाहतंही असावं लागतं. नाहीतर साचून राहिलेल्या हिमात पाणी असतंच की.''

''ठीक आहे. ते वितळलं की पाण्याचा प्रवाह तयार होऊ शकतो. तर पाणी, पाणी हे जगण्यासाठी अत्यंत आवश्यक आहे. कोणत्याही सजीवाच्या पेशीच्या एकूण वस्तुमानापैकी जवळजवळ ऐंशी टक्के पाणी असतं. तर मोड आणायचे तर पुरेशा प्रमाणात पाणी हवं. पण ते असूनही जर त्या दाण्यांमध्ये ते शिरूच शकलं नाही तर त्या बीमधल्या सुप्त जीवाला जाग यावी कशी?''

''पण ते पाणी त्या दाण्यामध्ये शिरणार की नाही हे ओळखायचं कसं, आई?''

''त्याचसाठी तर ते निवडायचे. म्हणजे त्या दाण्यांमध्ये काही अतिशय घट्ट असतील, दगडासारखे टणक झाले असतील तर त्यांच्यामध्ये पाण्याला शिरकाव मिळणं तसं कठीणच जाईल.''

''दगडावर डोकं आपटून घेतल्यासारखंच होईल.''

''अगदी योग्य बोललात काकू. म्हणून तर प्रथम ते कडधान्य चांगलं निवडावं. अर्थात आजकाल पॅकबंद मिळणारी कडधान्यं तशी स्वच्छ केलेली असतात. म्हणजे निवडलेलीच असतात. त्यांच्यामध्ये असे दगड मिळण्याची शक्यता कमी असते. तर असं निवडलेलं कडधान्य पुरेशा पाण्यात भिजवावं. व्यवस्थित बुडून वर थोडं राहील एवढं पाणी असायला हवं. कारण पाणी पिऊन त्या डाळी फुगतात. शिवाय पाणी आटतंही. कमी होते. ते टाळायला हवं.''

''पसरट भांडं चांगलं ना ताई? उभ्या भांड्यात मोड चांगले येत नाहीत, पाहिलंय मी.''

''ते का आई?''

''तुला जर दाटीवाटी असलेल्या खोलीत ठेवलं तर काय होईल?''

''गुदमरायलाच होईल. परवा तिसऱ्या वर्गाच्या डब्यातून चर्चगेटपासून वांद्र्यापर्यंत आलो तर एकेक स्टेशन मोजत होतो आम्ही. वांद्र्याला उतरल्यावर दोन मिनिटं नुसत्या आम्ही मोठमोठ्यानं श्वास घेत होतो.''

''तसंच या दाण्यांनाही दाटीवाटी झाली की गुदमरायला होतं. त्यांनाही हवेची गरज असते. तशी मोकळी हवा मिळाली नाही तर मग त्यांच्यातल्या सुप्त जीवाला नीट जाग येत नाही. मोड नीट येत नाहीत. तसंच पाणीही फार जास्त झालं तरी

तोच प्रकार होतो. बुडाल्यासारखं होतं. त्यामुळे पाणी तर हवं पण हवाही मिळायला हवी म्हणून साधारण ते दाणे जेमतेम पाण्याखाली जातील एवढंच पाणी असणं चांगलं.''

''आणि तापमान? उष्णता?''

''त्याचंही व्यवधान राखायला हवंच. सजीवाच्या आतल्या बहुतांश जीवरासायनिक क्रिया विशिष्ट तापमानालाच पार पडत असतात. ते जरा वाढलं किंवा कमी झालं तरी त्या विक्रियांची कार्यक्षमता घटते. तेव्हा पाणी फार थंड असूनही उपयोगी नाही की फार गरम असूनही.''

''म्हणूनच माझ्या वालाला मोड आले नाहीत तर. काल रात्री थंडी होती ना!''

''अशा थंडीत जरा उबदार पाणी घेतलेलं बरं.''

''पण आई मग उन्हाळ्याचा कडाका असला तरी मोड येणार नाहीत.''

''खरंय तुझं म्हणणं. मोड येण्यासाठी योग्य तापमान म्हणजे साधारण २० ते ३० अंश सेल्सियस. उन्हाळा त्याहून कडक असेल तर खोलीतल्या थंड कोपऱ्यात ते दाणे भिजत ठेवावेत. रात्रीच्या वेळी तापमान उतरलेलं असतं. तेव्हा रात्रभर भिजवले तर उन्हाळ्यातही मोड चांगले येतात.''

''पण किती वेळ भिजवायचे?''

''त्याचं तसं काही कोष्टक नाही काकू. ते तापमानावर तसंच कडधान्याच्या जातीवरही अवलंबून आहे. मूग,मटकी वगैरेंना त्या मानानं लवकर मोड येतात. वाल, चवळी जास्ती वेळ घेतात. तरीही साधारण आठ-दहा तास तरी ते भिजवायला हवेत.''

''त्यानंतर लगेच मोड येतील आई?''

''नाही, कारण प्रथम त्या दाण्यांमध्ये पुरेसं पाणी शिरायला हवं. तेवढं शिरलं की मग आणखी पाणी असण्यापेक्षा आतल्या पाण्याचा निचरा होणार नाही याची दक्षता घ्यावी लागते. म्हणूनच दाणे भिजवताना पाणी संपूर्ण आटून जाणार नाही याची काळजी घ्यावी लागते. तसंच जरुरीपेक्षा जास्ती पाणी असणार नाही याचीही.''

''आटून जाणार नाही हे पाहता येईल. पण जरुरीपेक्षा पाणी जास्ती नाही हे कसं समजायचं?''

''त्यासाठी साधारणतः रात्रभर भिजवल्यानंतर ते पाणी टाकून द्यावं. भिजलेले दाणे चांगले धुवावेत.''

''ते कशासाठी?''

''कारण मी मघाशी सांगितल्याप्रमाणे त्या दाण्यांमधले विषारी पदार्थ त्या पाण्यात उतरतात. तेव्हा ते टाकून तर दिलंच पाहिजे. पण असे काही पदार्थ त्या दाण्यांनाच बाहेरच्या बाजूनं चिकटून राहिले असतील तर त्यांचाही निचरा व्हायला

हवा. तर तसे ते धुतल्यानंतर एका ओल्या फडक्यात ते गुंडाळून ठेवावे. म्हणजे बाष्पाच्या स्वरूपात पाणी राहतं. आतलं पाणी निघून जात नाही. पण जरुरीपेक्षा जास्ती पाणीही तिथं राहत नाही. शिवाय फडक्यात गुंडाळलेले असल्यामुळे तशी त्यांना पुरेशी ऊबही मिळते. मोड यायला हे वातावरण योग्य असतं.''

''आपण सगळ्याच कडधान्यांना मोड आणत नाही.''

''खरंय ते. सहसा मूग, मसूर, मटकी, वाल, चवळी, चणे-हरभरे, छोले यांनाच मोड आणतो. त्यांचे साधारण दोन गट करायला हरकत नाही. मूग, मसूर मटकी यांचा एक गट. त्यातच उडदाचाही समावेश करायला हरकत नाही. बाकीच्यांचा दुसरा गट. पहिल्या गटातल्या कडधान्याला ८ ते १० तास भिजवणं पुरेसं ठरतं. साधारण दिवसभरात त्यांना मोड येतात. मुगाला तर त्याही आधीच येतात. मटकीलाही लवकर येतात. जितका दाणा लहान तितका मोड यायला कमी वेळ लागतो. पण वाल, चवळी वगैरेंना १२ ते १४ तास भिजवणं गरजेचं ठरतं आणि त्यांना मोड यायलाही जास्ती वेळ लागतो.''

''ते पाहिलंय मी ताई. दीड ते दोन दिवस लागतात. म्हणूनच हे वाल असेच ठेवून द्यायचं ठरवलंय मी. उद्यापर्यंत येतील मोड. खात्री आहे मला.''

''म्हणजे उद्या डाळिंबीची उसळ मिळणार तर आम्हाला.''

''नक्की दादा. आश्वासन देते असं नाही म्हणणार. नाहीतर तुम्ही मी लगेच त्या राजकारणी मंडळींसारखं बोलायला लागले असं म्हणाल.''

''शाबास काकू! मघा प्रभाकरनं दिलेल्या टोमण्याला चांगला जवाब दिलात.''

“नाही हो ताई. दादा, खरंच तसं काहीही करायचा इरादा नव्हता माझा. सहज बोलून गेले. खरंच तुम्हाला लागेल असं नव्हतं बोलायचं मला.”

“पण काकू तुम्ही एवढं काय मनावर घेताय? खरं तर मलाही तुमचं बोलणं आवडलं. राजकारण्यांचं नाही आवडत. पण तुम्ही मोकळ्या मनानं बोललात. बरं वाटलं.”

“पण ताई, मघापासून तुम्ही मोड आलेल्या धान्याची एवढी भलावण करताहात. त्यांच्यात पोषण जास्ती असतं असं सांगताहात. जिथं शक्य आहे तिथं मोड आलेल्या कडधान्याचाच वापर करावा असं म्हणताहात. पण मग गेल्या आठवड्यात तुम्ही मला मोड आलेले बटाटे टाकून द्यायला लावलेत ते का?”

“बरी आठवण केलीत. बटाटे आणि ही कडधान्यं यांच्यात फरक आहे काकू. कडधान्यं म्हणजे बिया असतात. बटाटा हा कंद आहे. त्यांच्यामुळे त्यांच्या ॲनॅटॉमीत तर फरक असतोच. पण इतर काही जीवितक्रियांमध्येही. शिवाय त्या बटाट्यांना नुसतेच मोड नव्हते आले तर त्यांचं सालही थोडंफार हिरवं झालं होतं.”

“हो बाई, मला वाटलं त्या बटाट्यांना बुरीच आली की काय?”

“नाही काकू, पावावर दिसते तशी ही बुरशीची झालेली वाढ नव्हती. काही वेळा तीही होते. पण बुरी असेल तर नुसती खरवडून ती सालावरून निघून जाईल. पण मी म्हणत होते तो सालांचा रंग असा निघून जात नाही.”

“म्हणजे तो सालातच भिनलेला असतो म्हणा की.”

“खरं तर सालाच्या आतल्या बाजूला तो असतो. बटाटा जर दमट वातावरणात राहिला असेल आणि त्याला उन्ह लागलं असेल तर असा रंग येतो. त्यापैकी काही क्लोरोफिलचा असतो. तसाच तो असला तर त्यात काहीच वाईट नाही. पण बहुतेक वेळा क्लोरोफिलबरोबरच अल्फा सोलॅनिन नावाच्या एका रसायनाची निर्मिती तिथं झालेली असते. हे रसायन विषारी आहे. आपल्या मज्जासंस्थेत संदेशांची देवाणघेवाण करण्याचं काम करणाऱ्या ॲसेटाईल कोलिन एस्टरेझ नावाच्या महत्त्वाच्या विकराची ते मुस्कटदाबी करतं. त्यामुळे मग मेंदूच्या कामात अडथळा येऊन त्याचे गंभीर परिणाम होऊ शकतात.”

“म्हणजे काट्याचा नायटाच होण्याचा प्रकार. अशा बटाट्यांना कचऱ्यात टाकून द्यायला सांगितलंत हे बरंच केलंत ताई.”

“अल्फा सोलॅनिनबरोबर अल्फा चॅकोनिन या रसायनाचाही त्यात समावेश असतो. या दोन्हींचीही चव कडवट असते. ते पोटात गेल्यास जळजळही होते. पण मुख्य म्हणजे ती पाण्यात विरघळत नाहीत तशी उष्णतेलाही दाद देत नाहीत.”

“म्हणजे असे बटाटे शिजवूनही फायदा नाही तर. कारण शिजवूनही त्यांचा बंदोबस्त होणार नसेल तर मग ते टाकून दिलेलेच बरे.”

"नक्कीच. शिवाय बटाट्यांना आलेल्या त्या मोडांमध्ये या दोन्ही रसायनांचं प्रमाण जास्ती वाढीला लागलेलं असतं. त्यामुळे नुसत्याच हिरव्या रंगाच्या सालींपेक्षा मोड जास्ती घातक असतात."

"म्हणून तर व्यापारीही असे मोड आलेले बटाटे, कांदे बाजारात आणत नाहीत."

"पण काही वेळा, विशेषत: पावसाळ्यात ते शेतातून बाजारात आणि तिथून घरापर्यंत पोचेतो त्यांना मोड येतात. अशा वेळी काय करायचं?"

"त्यासाठी बाजारात पाठवण्यापूर्वीच त्यांना मोड येणार नाहीत अशी तजवीज करावी लागते. कांदे, बटाटे उघड्यावर ठेवल्यास त्यांना लवकर मोड येत नाहीत. आता त्यासाठी त्या बटाट्यांवर विकिरणाचा मारा करण्याची व्यवस्था झाली आहे. भाभा अणुशक्ती केंद्रानं कांदे, बटाटे इरॅडिएट करणारी यंत्रणा विकसित केली आहे. तिचा उपयोग डाळी, गहू, तांदूळ जास्ती काळ साठवून ठेवण्यासाठीही करता येतो. त्यामुळे अशा साठवून ठेवलेल्या धान्याला कीड लागण्याचं प्रमाण कमी होतं."

"पण अशा प्रकारे प्रक्रिया केलेल्या डाळींना नेहमीसारखेच मोड येतात?"

"हो, अगदी नेहमीप्रमाणे. त्यामध्ये काहीही बदल होत नाही. एवढंच काय पण त्यांची चवही बदलत नाही."

"इति मोडपुराणे बटाटाध्याय: समाप्त:. खरं ना काकू?"

■

विळ्याभोपळ्याची मोट

"काकू, आता बघू आईस्क्रिम झालंय का?" गिरिजानं विचारलं. उषाताईंनी तिला डेव्हिल्ड एग्ज तयार करण्याची दीक्षा दिल्यापासून तिला स्वयंपाकघरात काही तरी करण्याची आवड लागली होती. काकूही तिला छोटे मोठे पदार्थ तयार करायला शिकवत असत. उन्हाळ्याची सुट्टी लागल्यापासून तर गिरिजा दररोज काही ना काही करायला धडपडत असे. कधी कोशिंबीर कर, कधी मिसळीची तयारी कर, कधी कडधान्यांना मोड आण, काही ना काही. अर्थात केलेल्या पदार्थाची पहिली चव घ्यायची संधी तिलाच मिळत असे आणि ती चांगली लागली तर त्या पदार्थाचा चट्टामट्टा करायचीही. त्यामुळे तर तिचा उत्साह आणखीच वाढीला लागला होता.

आता तिला आईस्क्रिम खायची हुक्की आली होती. म्हणून तिनं काकूंच्या पाठी लकडा लावला होता. शेवटी काकूंनी तिला साय असलेलं दूध काढून दिलं. त्याच्यात मग तिनं आंब्याचा रस घातला. मिश्रण चांगलं ढवळलं. काकूंच्या सांगण्यावरून थोडी साखर घातली. कसलासा इसेन्स घातला. मिश्रण चांगलं एकजीव करण्याचा प्रयत्न केला आणि ते भांडं मग तिनं फ्रीझरमध्ये ठेवून दिलं. ते थंड होऊन घट्ट व्हायला काही वेळ जाऊ देणं आवश्यक होतं. पण तिला तेवढा धीर कुठला! दर तासा अर्ध्या तासानं ती येऊन काकूंना विचारत होती, "आता बघू आईस्क्रीम झालंय का?"

आणि तिला आवरता आवरता काकूंचाही धीर लोपत चालला होता. शेवटी यावेळी तिनं विचारल्यावर तिला ते भांडं फ्रीझरमधून काढायची परवानगी दिली. नाहीतरी ते तिथं ठेवल्याला काही तास झालेच होते. म्हटलं तर काकूंनाही उत्सुकता होती. गिरिजानं ते भांडं बाहेर काढलं. चांगलंच थंड झालं होतं.

गिरिजाच्या हातांना ती थंडी झोंबली. पण कसंबसं तिनं ते ओट्यापर्यंत आणून तिथं ठेवलं. आतलं मिश्रण चांगलंच घट्ट झालं होतं. अगदीच दगड नव्हता झाला पण ते विसविशीतही राहिलं नव्हतं. गिरिजानं ड्रॉवरमधून आईस्क्रिम स्कूप काढला आणि भांड्यातल्या आईस्क्रिमचा भला मोठा गोळा काढून घेत तो चमच्यानं खायला सुरुवात केली. दोन घास तिनं घेतले असतील आणि ती काकूंना म्हणाली, "छे काकू, यात तर पाण्याचे खडेच लागताहेत सगळे. बर्फाच्या खड्यासारखे, नाही म्हणायला आंब्याची चव लागतेय तशी. पण हे आईस्क्रीम नाही लागत. दुधाचे ओशट गोळे आणि बर्फाचे खडे असं मिश्रण झालंय नुसतं."

"तुला सांगत होते थोडा धीर धरायला हवा. पण तुला भलतीच घाई! आणखी थोडा वेळ ठेवलं असतंस तर–"

"पण काकू तुम्हीही म्हणालात की काढ आता. म्हणून तर -"

"कसला वाद चाललाय?" हातातली पर्स डायनिंग टेबलावर ठेवत उषाताईंनी विचारलं.

"वाद कशाचा असायचाय, ताई! गिरिजानं आज आईस्क्रीम केलं. ते घट्ट झालंय पण ते एकजीव झालेलं नाही. त्यातल्या दुधाचे गोळे वेगळे झालेत आणि पाण्याचे बर्फाचे खडे झालेत. हे असं का झालंय हा प्रश्न तिला छळतोय."

"होणारच! तू नुसतंच दूध फ्रीजरमध्ये ठेवलंस तर तसंच होणार."

"पण नुसतं दूध नाही आई. त्यात आंब्याचा रसही घातला होता."

"आणि दूधही चांगलं सायीचं घेतलं होतं."

"तरीही हे असंच होणार."

"मग बाजारात मिळणारं आईस्क्रिम कसं एकजीव झालेलं असतं. त्याचा कसा थलथलीत लापशीसारखा गोळा झालेला असतो."

"कारण ते थंड करताना सतत घुसळत राहतात म्हणून. त्यामुळे ते एकजीव होतं."

"पण का? घुसळण्यानं उलट हे असे वेगवेगळे गोळे होण्याचं प्रमाण वाढीलाच नाही का लागणार?"

"कारण दूध म्हणजे आमच्या भाषेत एक कोलॉयडल सस्पेन्शन आहे. म्हणजे त्यात दोन वेगवेगळे आणि एकमेकात न मिसळणारे पदार्थ आहेत. आम्ही त्यांना फेजेस म्हणतो. मला सांगा काकू, तेल आणि पाणी आपण एकमेकात मिसळलं तर काय होईल?"

"ते एकमेकांमध्ये मिसळणारच नाहीत. तेल वेगळं राहील आणि पाणी वेगळं राहील. पाण्याच्या वर तेल साचून राहिलेलं दिसेल. दोघांमध्ये दोन देशांमध्ये असावी तशी सीमारेषा राहील आणि ती स्पष्ट दिसेल."

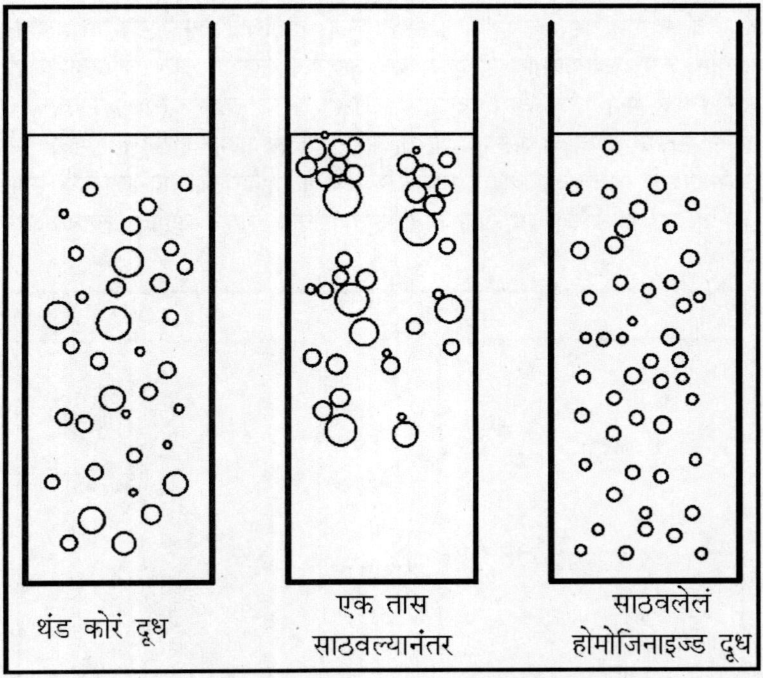

"हो, तेलाची घनता पाण्याच्या घनतेपेक्षा कमी असते, म्हणजेच तेल पाण्यापेक्षा हलकं असतं तेव्हा ते तरंगणारच."

"तरीही ते दोन पदार्थ एकमेकांमध्ये न मिसळणारे आहेत. पाण्याचे रेणू पाण्याच्याच इतर रेणूंना आपल्याकडे खेचतात. तीच बाब तेलाच्या रेणूंची. त्यामुळे त्यांच्या अशा वेगवेगळ्या फेजेस राहतात. आता समजा पाणी जास्त आहे आणि तेल कमी. या परिस्थितीत आपण जर ते मिश्रण जोरानं घुसळत राहिलो तर काय होईल?"

"काय होईल?" गिरिजा आणि काकू दोघींनीही उलटा सवाल केला.

"काकू, तुम्हीसुद्धा! अहो काही वेळा सॅलडवर घालण्यासाठी आपण तेल आणि व्हिनेगार किंवा लिंबाचा रस यांचं मिश्रण करून जोरानं घुसळतो की. लिंबाचा रस म्हणजे बहुतांश पाणीच असतं. तेव्हा काय होतं? तेल आणि तो रस वेगवेगळे राहतात का?"

"नाही. त्यांचं मिश्रण तयार होतं आणि ते आपण त्या सॅलडवर ओततो."

"नाही काकू, तुम्हाला जरी ते मिश्रण वाटलं तरी आमच्या व्याख्येप्रमाणे ते मिश्रण नाही. त्यालाच आम्ही हे असं कोलॉयडल सस्पेन्शन म्हणतो. म्हणजे होतं

काय की जोरानं घुसळल्यानं पाणी आणि तेल, दोघांचेही रेणू जोरजोरानं हलवले जातात. त्यांचे आपापसात असलेले बंध तुटायला लागतात. त्यांची एकमेकांशी टक्कर होते. पण पाण्याच्या रेणूंची संख्या जास्ती असते. त्यामुळे त्यांची पाण्याच्याच रेणूशी टक्कर होण्याची शक्यता जास्ती असते. उलट तेलाच्या रेणूंची संख्या कमी असल्यामुळे त्यांची दुसऱ्या तेलाच्याच रेणूशी भेट होण्याची शक्यता कमी होते. पण ते रेणू पाण्याच्या रेणूशीही हातमिळवणी करू शकत नाहीत. त्यामुळे मग

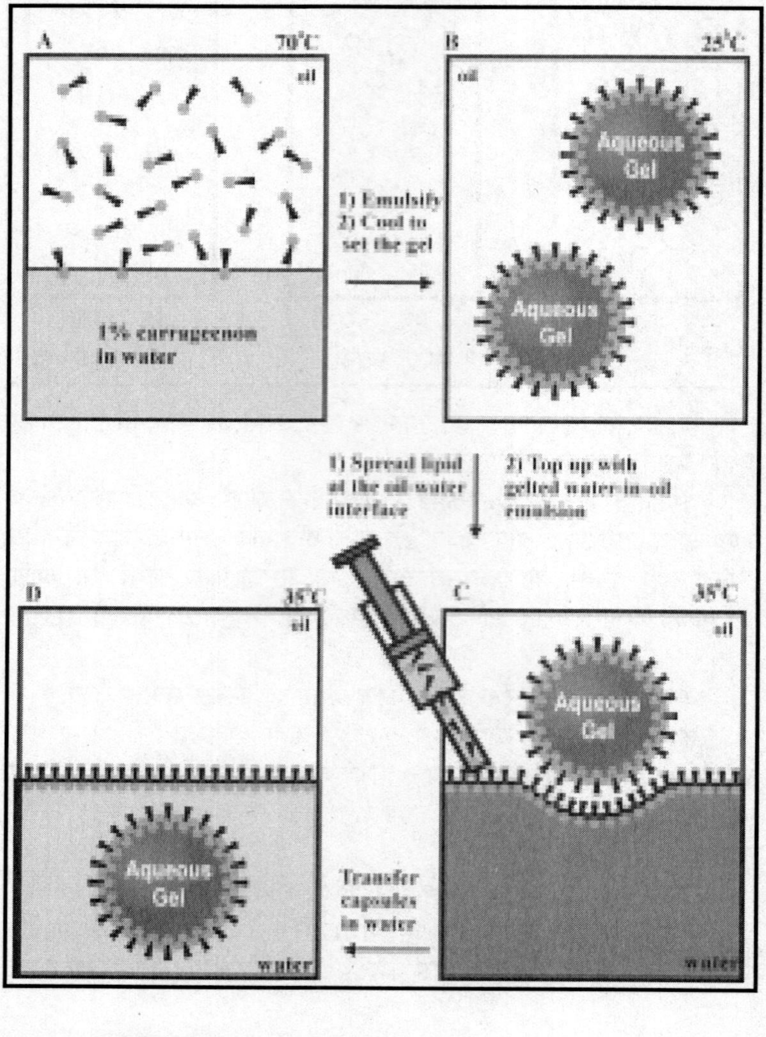

पाण्याच्या समुद्रात त्यांची लहान लहान बेटं तयार होतात. तेलाच्या रेणूंचे छोटे छोटे जुडगे तयार होऊन ते पाण्यामध्ये तरंगत राहतात. पाण्याच्या रेणूंची एकमेकांशी हातमिळवणी होतच राहिल्यामुळे त्यांचा अखंड समुद्र तयार होतो. तेलाच्या रेणूंच्या बेटांना वळसा घालून ते एकमेकांच्या जवळ येतात. पाण्याची फेज अखंड राहते. पण तेलाची फेज मात्र विखुरलेली असते.''

''पण पाण्यापेक्षा तेल जास्ती असेल तर?''

''तर उलटं होईल. आता समुद्र तेलाचा असेल आणि बेटं पाण्याची. दोन्ही फेजेस वेगवेगळ्याच राहतील. आता त्या बेटांना एकमेकांच्या जवळ येऊन परत एकसंध होण्याची संधी फारशी मिळणार नाही. त्यामुळे ही परिस्थिती स्थिर होईल. एका अखंड पदार्थात तरंगत राहिलेले दुसऱ्या पदार्थाचे छोटे गोलक हीच परिस्थिती कायम राहील. सॅलडवर टाकलेल्या त्या ड्रेसिंगची अवस्थाही अशीच असते.''

''पण याचा माझ्या या बिघडलेल्या आइस्क्रीमशी काय संबंध आहे आई?''

''आहे ना! कारण दुधाचीही हीच स्थिती असते. दुधात ८० टक्के पाणीच असतं.''

''नाही ताई, आपल्या दुधात पाणी कुठं असतं? आपण तर पिशवीतलं दूध आणतो. गवळ्याचं थोडंच घेतो पाणी असायला.''

''पण त्या दुधातही पाणी असतंच. त्यात चरबीचे गोळे तरंगत असतात.''

''म्हणजे आई समुद्र पाण्याचा आणि बेटं चरबीची. बरोबर?''

''एकदम. दुधात केसिन हे प्रथिनही असतं आणि थोड्या प्रमाणात अल्ब्युमिन आणि ग्लोब्युलिन हीही प्रथिनं. चरबी पाण्यात मिसळत किंवा विरघळत नसल्यानं त्याची बेटं तयार होतात. पण ही स्थिती स्थिर राहते. त्यामुळे त्याला कोलॉयडल सस्पेन्शन न म्हणता आम्ही इमल्शन म्हणतो. जोवर बाह्य स्थिती बदलत नाही तोवर त्या स्थिर स्थितीत काही बदल होत नाहीत. पण जेव्हा त्या दुधाच्या गुणधर्मांमध्ये अंतर्गत स्थितीमुळे किंवा बाह्य परिस्थितीमुळे बदल होतात तेव्हा मग या इमल्शनच्या स्थिरतेलाही धक्का बसतो. त्यातली बेटं जवळजवळ येऊ शकतात. ती तशी आली की एकमेकांशी संधान बांधून ती वेगळी होतात. ते दोन पदार्थ

अलग अलग होतात.''

''म्हणजे माझ्या आईस्क्रिममध्ये तसंच काही झालं म्हणतेस?''

''हो. तू ते दूध नुसतंच थंड करत ठेवलंस. त्यात आंब्याचा रस घातलास म्हणजे पाण्याचं प्रमाण वाढवलंस. जेव्हा ते फ्रीझरमध्ये गेलं तेव्हा त्याचं तापमान हळूहळू घटत गेलं. पण पाण्याचा गोठणबिंदू आणि चरबीचा गोठणबिंदू वेगवेगळे असल्यामुळे तापमान घटण्याचा दोन्हींचा वेग वेगवेगळा होता. त्या स्थिर स्थितीला धक्का पोचला होता. त्यामुळे पाणी वेगळं गोठलं आणि चरबी वेगळी गोठली. पण पाणी आधी गोठल्यामुळे चरबीची बेटं त्यात अडकून पडली. पूर्वीसारखी ती एकसंध झाली नाहीत. त्यांचं खरंखुरं इमल्शन तयार झालं नाही तर गोठलेलं कोलॉयडल सस्पेन्शनच राहिलं.''

''पण ताई, मग बाजारातलं आईस्क्रिम कसं एकजीव आणि गुळगुळीत होतं?''

''बाजारातलंच कशाला आपण घरीही करू शकतो ना तसं आईस्क्रिम. गेल्या वर्षी आपण सुनंदाकडून आईस्क्रिम तयार करण्याचं भांडं आणलं होतं.''

''हो आठवलं. त्यामध्ये दुधाच्या भांड्याभोवती एक असं दुसरंच कवच होतं. त्यात काहीतरी होतं. ते रिकामंच रात्रभर फ्रीझरमध्ये ठेवलं होतं आपण.''

''हो आई आणि मग सकाळी त्यात दूध आणि आंब्याचा रस यांचं मिश्रण ठेवलं होतं आपण.''

''त्या बाहेरच्या कवचात एक खास प्रकारचा जेल होता. ते फ्रीझरमध्ये ठेवल्यावर तो गोठला आणि त्याचा गोठण बिंदू शून्याखाली दहा अंश असल्यामुळे त्या गोठलेल्या जेलचं तापमान तेवढं खाली उतरलं. त्याच्या आत असलेल्या ॲल्युमिनियमच्या भांड्यात मग ते दूध ठेवलं.''

''म्हणजे मग मी केल्यासारखंच की. मग माझं आईस्क्रिम का नाही तसं एकजीव झालं?''

''नाही गिरिजा, आपण नुसतंच त्या भांड्यात दूध नाही ओतलं. त्याच्यात एक प्लास्टिकची रवीही होती. ती बसवली आणि विजेच्या मदतीनं ती रवी गोल गोल फिरवली.''

''पाहिलंस गिरिजा, काकूंनी बरोबर लक्षात ठेवलंय. त्या रवीला आम्ही रोटर

म्हणतो. तो सतत फिरत राहिल्यामुळे ते मिश्रण सतत ढवळलं जातं. त्यातल्या पाण्याला आणि चरबीला वेगवेगळं होऊ देत नाही. ते वेगवेगळ्या वेळी गोठतील अशी परिस्थिती तयार होऊ देत नाहीत. सतत ढवळत राहिल्यामुळे ते मिश्रणही एकजीव राहतं. त्यातल्या वेगवेगळ्या फेजेस वेगवेगळ्या वेळी गोठण्याऐवजी सर्वच फेजेस एकाच वेळी गोठतील याची व्यवस्था करतं. त्यामुळे मग ते आईस्क्रिम असं रवाळ आणि एकजीव होतं.''

''हं गिरिजा, आपण ते दूध नुसतंच ठेवलं. ढवळत राहिलो नाही.''

''शिवाय बाजारातल्या आईस्क्रीममध्ये दुसराही एक मदतनीस पदार्थ घातला जातो. त्याला स्टॅबिलायझर म्हणतात. म्हणजे तो त्या इमल्शनची स्थिरता राखण्यास मदत करतो.''

''ती कशी काय?''

''ते कोणत्या प्रकारचा मदतनीस काम करतो आहे यावर अवलंबून असतं. कारण या स्टॅबिलायझरचे तीन प्रकार आहेत. पहिला इमल्सिफायर. नावाप्रमाणे हा त्या इमल्शनमधल्या दोन पदार्थांना स्वतंत्रपणे एकत्र येऊ देत नाही. समुद्र आणि बेटं वेगवेगळीच ठेवतो.''

''पण तू म्हणालीस की ही इमल्शन वेगवेगळ्या प्रकारची असू शकतात. म्हणजे कधी समुद्र पाण्याचा आणि बेटं तेलाची तर कधी उलटं. तरीही तो त्यांना त्याच स्थितीत कसं राखतो?''

''नाही, इमल्शनच्या प्रकृतीनुसार इमल्सिफायरही बदलतो. म्हणजे पाण्याचा समुद्र आणि तेलाची बेटं या परिस्थितीत जो इमल्सिफायर वापरला जातो, तोच त्याच्या उलट परिस्थितीत नाही वापरला जात. दुसरा कोणता तरी वापरला जातो. पण त्याची काम करण्याची पद्धत तीच असते.''

''हा झाला एक प्रकार. आणखी दोन आहेत ना?''

''हो, त्यातल्या एका प्रकाराला बाईंडर म्हणतात. तो काय करतो तर त्या बेटांभवती एक कवच उभं करतो. त्यामुळे मग ती बेटं जवळजवळ आली तरी एकमेकांशी हातमिळवणी करू शकत नाहीत. वेगवेगळीच राहतात. साहजिकच इमल्शनच्या स्थितीतही बदल होत नाही. तिसरा प्रकार आहे तो थिकनरचा किंवा जेलिंग एजंटचा. तो त्या इमल्शनच्या द्रवरूपात बदल घडवून आणतो. म्हणजे त्यातल्या कणांची हालचाल मंदावतो. त्यामुळे त्या बेटांना एकमेकांच्या जवळ येण्याची संधीही कमी होते.''

''ते कसं काय करता येतं?''

''काकू, समजा या टेबलावर पाणी सांडलं तर काय होईल?''

''काय होणार! ते ताबडतोब इकडे तिकडे वाहायला लागेल. लगोलग

सगळीकडे पसरेल.''

''पण आता समजा पाण्याऐवजी मध सांडला, तर काय होईल?''

''तोही पसरेल, आई.''

''पण पाण्याएवढा नाही पसरणार ताई. हळूहळू पसरेल. कारण तो चिकट असतो.''

''बरोबर, म्हणजेच त्याचा प्रवाहीपणा कमी असतो. हा थिकनर त्या मिश्रणात घातल्यानं त्याचा प्रवाहीपणाही कमी होतो. साहजिकच त्यातल्या कणांना जलद हालचाल करणं शक्य होत नाही. पाण्यात जर तुम्ही एखादा बदाम किंवा काजू टाकलात तर तो चटकन तळाशी जाईल. पण तोच जर मधाच्या भांड्यात पडला तर त्याला तळाला जायला बरेच कष्ट पडतील. बराच वेळ लागेल. तेच काम हा बाईंडिंग एजंट करत असतो.''

''शिवाय त्याच्यामुळे ते मिश्रण घट्टही होतं. साहजिकच आईस्क्रीमही घट्ट आणि एकजीव होतं. मला एक सुचतंय ताई. त्या दुधात जर आपण अंडं घातलं तर तेही याच थिकनरसारखं काम करेल, ते का नाही घालत आपण?''

''घालतात ना! अंडंही घालतात. त्यातला पिवळा भाग इमल्सिफायरचंच काम करतो.''

''म्हणजे गिरिजानंही तिच्या मिश्रणात अंड्याचा बलक घातला असता तर असे बर्फाचे खडे नसते झाले.''

''नसते झाले. या बलकात अनेक प्रथिनं असतात ती इमल्सिफायरचं काम करतात. काही काही इमल्सिफायर पाण्याच्या किंवा चरबीच्याही स्फटिकांचा आकार मोठा होऊ देत नाही.''

''पण त्यामुळे काय होणार आई? खडे झाले की ते आईस्क्रीम एकजीव कसं होईल?''

''होतं ना. कारण स्फटिक लहान असले तर जिभेला ते जाणवत नाहीत. अतिशय लहान आकारांचे खडे जिभेला न टोचता इतरांबरोबर गळ्याखाली उतरतात. शिवाय होतं काय की आपण आईस्क्रिम बनवतो ते सगळंच्या सगळं एकाच वेळी गट्ट नाही करत.''

''मी करेन. कितीही असलं तरी.''

''हो आणि मग दोन दिवस खोकत बसशील. पण माझ्या म्हणण्याचा आशय वेगळाच होता. आपण आईस्क्रिम बनवतो आणि फ्रीझरमध्ये ठेवून देतो. हवं तेव्हा ते भांडं बाहेर काढून त्यातला हवा तेवढा गोळा काढून घेतो. उरलेलं परत फ्रीझरमध्ये ठेवून देतो. म्हणजेच त्या आईस्क्रिमच्या तापमानात अशी चढउतार होत राहते. त्यामुळे त्या खड्यांचा आकार वाढत जातो. पण त्यात सोडियम अल्जिनेटसारखा

इमल्सिफायर असेल तर तो त्या खड्यांचा आकार वाढू देत नाही. साहजिकच ते आईस्क्रीम मग जास्ती वेळ एकजीव राहतं. खातानाही जेव्हा ते थोडंफार वितळतं तेव्हाही ते वितळणं एकसंध होईल याची काळजी तो घेतो. अंड्याचा बलक या बाबतीत फारच चांगलं काम करतो.''

''तो कसा काय? एवढी काय खास बात आहे त्याच्यात?''

''कारण त्या बलकामध्ये जी प्रथिनं असतात त्यांच्यातली काही अमिनो आम्लं दोन तोंडांची असतात.''

''अय्या आई! दोन तोडांची!''

''हो कारण त्यांचं एक तोंड पाण्याशी गट्टी करणाऱ्या पदार्थाचं असतं तर दुसरं–''

''पाण्याशी बट्टी करणाऱ्या पदार्थाचं.''

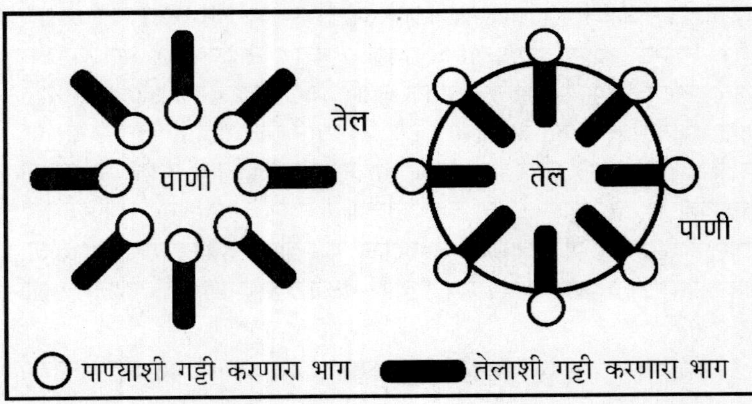

''बरोबर. त्यामुळे होतं काय की पाण्याशी गट्टी करणारं तोंड पाण्याच्या रेणूंशी जोडलं जातं आणि दुसरं चरबीशी तसंच संधान बांधतं. त्यांच्या अशा साखळ्या चरबीच्या गोळ्यांना एकमेकांजवळ येण्यापासून रोखतात. साहजिकच ते सगळं मिश्रण एकजीव होतं आणि इमल्शनची स्थिती कायम राहते.''

''म्हणजे ताई, ते रशियन सॅलडमध्ये जे मेयॉनेज आपण घालतो ते असंच असलं पाहिजे.''

''वाऽ ह काकू, अगदी उत्तम उदाहरण दिलंत. मेयॉनेजमध्ये आपण तेल, व्हिनेगार आणि अंडं एकत्र मिसळून ते जोरानं घुसळतो. जेवढं जास्ती आणि जेवढं वेगानं घुसळाल तेवढं ते मेयॉनेज अधिक एकजीव आणि लापशीसारखं बनेल. तिथंही अंड्याच्या बलकातली प्रथिनं, त्यातल्या त्यात लेसिथिन नावाचं प्रथिन,

तेलाचे रेणू आणि व्हिनेगारचे रेणू यांच्यामध्ये पूल बांधतं आणि त्या मिश्रणाचं इमल्शनमध्ये रूपांतर करतं. हे लेसिथिन लांबलचक आणि सापासारखं वळवळणारं असतं. त्याचं डोकं पाण्याशी खेळू पाहतं तर शेपूट चरबीतच राहणं पसंत करतं. त्यामुळं होतं काय की ते शेपूट चरबीच्या गोळ्यांमध्ये शिरून तिथंच बस्तान ठोकतं. डोकं मात्र गोळ्याबाहेर डोकावून पाण्याशी दोस्ती करू पाहतं. त्यामुळे चरबीचे गोळे फुटत नाहीत. तसेच राहतात. साहजिकच इमल्शनच्या स्थिर स्थितीत बदल होत नाही.''

''पण ताई, हे मेयॉनेज करताना लिंबाच्या रसात तेल घालतात. तेलात रस घालत नाहीत. असं का?''

''कारण तेलाचं एकूण प्रमाण जरी जास्ती असलं तरी इमल्शन तयार होताना ते प्रमाण कमी असायला हवं. तेलात रस घातला तर सुरुवातीला उलटी परिस्थिती निर्माण होईल आणि मग आपल्याला हवं तसं स्थिर इमल्शन तयार होणं कठीण होईल. त्यामुळे आपण रसात प्रथम अंड्याचा बलक म्हणजेच तो इमल्सिफायर घालतो. त्यामुळे त्यात जेव्हा तेल घातलं जातं, तेव्हा त्याचे वेगळे गोळे तयार होत नाहीत. शिवाय ते घालत असतानाच हळूहळू धारेने तेल सोडावे लागते. नाहीतर तेल व अंडं वेगवेगळे होतात. शिवाय रस आणि बलक यांचं मिश्रण जोरजोरानं घुसळावंही लागतं. त्यामुळे त्या बलकातल्या प्रथिनांचं जाळं बनून मेयॉनेज घट्ट व्हायलाही सुरुवात होते. तसं ते घट्ट झालं की त्याचा प्रवाहीपणा कमी होतो. त्यामुळे मग तेलाचे गोळे एकमेकांजवळ वेगानं येऊन एकमेकांशी त्यांची हातमिळवणी होत नाही.''

''पण मग ते जसजसं घट्ट होत जातं तसतसं जरा वेगानं त्यात तेल मिसळणं शक्य होत असेल.''

''अगदी बरोबर. तसं करतोच आपण. त्या मेयॉनेजमध्ये जर इतर काही मिरपूड, ओवा किंवा इतर काही मसाले घालायचे असतील तर तेही नंतरच घातले जातात. त्या घट्ट झालेल्या मेयॉनजेमध्ये ते सहज मिसळू शकतात. पण जोवर इमल्शन तयार होत नाही तोवर ते घातले तर मग इमल्शन तयार होण्याच्या प्रक्रियेत अडथळा येऊन सारंच ओंफस होऊन बसतं.''

त्यावर कोणीच काही बोललं नाही. पण काकू जरा स्वत:मध्येच दंग झाल्यासारख्या वाटल्या. त्यांच्या मनात कोणती तरी शंका आली आहे पण ती विचारायला त्या कचरताहेत असं उषाताईंना वाटलं. थोडा वेळ वाट पाहून मग उषाताईंनीच त्यांना बोलतं केलं. ''तुमच्या मनात काही तरी घोळतंय काकू. विचारून टाका.''

''तुम्ही दोन शब्द वापरलेत. इमल्शन आणि–''

''कोलॉयडल सस्पेन्शन.''

''ते दोन्ही एकच असतील तर मग हे दोन दोन शब्द कशाला?''

''चांगला प्रश्न विचारलात. मी काय म्हटलं होतं सुरुवातीला की एकमेकात न मिसळणाऱ्या दोन पदार्थांचं असं कोलॉयडल सस्पेन्शन बनतं. एका पदार्थामध्ये दुसऱ्याचे कण किंवा गोळे तरंगतात.''

''मग तेल आणि पाणी किंवा चरबी आणि पाणी हे दोन पदार्थ झालेच की.''

''पण हे दोन्ही द्रवरूप आहेत. तसंच नेहमी असण्याची गरज नाही. एक घन आणि दुसरा द्रव किंवा एक द्रव आणि दुसरा वायू अशीही स्थिती असू शकते. वायू असला तर त्याचे बुडबुडे त्या द्रवपदार्थात तरंगत राहतात. तीच बाब घन पदार्थांची. त्यांना कोलॉयडल सस्पेन्शनच म्हणतात. फक्त जेव्हा दोन्ही पदार्थ द्रवरूप असतात आणि त्यांचं सस्पेन्शन असं स्थिर स्थितीला पोचलेलं असतं तेव्हा त्यांना इमल्शन म्हटलं जातं.''

''थोडक्यात काय इमल्शन तयार करणं म्हणजे एक प्रकारे एकमेकांचं तोंडही पाहण्याची इच्छा नसणाऱ्या विळ्याभोपळ्याची मोट बांधण्यासारखंच आहे.''

''कसं बोललात! आणि नुसतीच मोट बांधून चालत नाही. विळा आणि भोपळा त्या मोटेत एकत्र नांदतील आणि एकमेकांशी काडीमोड घेणार नाहीत याचीही खातरजमा करून घ्यावी लागते.''

''हो ना! विळ्याची धार भोपळ्याला लागणार नाही याची काळजी घ्यायला बलकासारखा पदार्थ असतो म्हणून तर तो काडीमोड होत नाही.''

''पण आई तोच जर मी माझ्या आईस्क्रीममध्ये घातला तर खडेमोड मात्र नक्कीच होईल. काय?''

■

झणझणीत

दसऱ्याचा दिवस. श्रीखंड-पुरी, वरणभात, त्यावर लोणकढं तूप आणि लिंबाची फोड, फ्लॉवरबटाट्याचा रस्सा, काकडीची कोशिंबीर, असा बेत होता. पुऱ्या आधीच तळून फूड वॉर्मरवर ठेवल्या होत्या म्हणून प्रभाकर आणि उषानी आग्रहानं काकूंनाही आपल्याच पंगतीला बसवलं होतं. हसतखेळत, गप्पागोष्टी करत जेवणं चालली होती. एकाएकी गौतम हाय हाय करत जेवायचा थांबला. आपला तळहात तोंडावर धरत हायहुय करायला लागला. त्याच्या नाकाडोळ्यातून पाणी वाहायला लागलं. चेहरा लालीलाल झाला. घाईघाईनं उठत काकूंनी त्याच्या समोरच्या ग्लासात पाणी ओतत तो त्याच्यासमोर धरला. तोही त्याच्यावर झडप घालत त्यातलं पाणी गटागटा प्यायला लागला. पण जेमतेम तीनचार घोटच गेले असतील तो ग्लास तसाच खाली ठेवत दोन्ही हातांनी तो तोंड दाबायला लागला. उठायला लागला, बसायला लागला. "अरे झालंय काय?" प्रभाकरनी विचारलं. कसंबसं बळ आणत तो एकच शब्द पुटपुटला, "मिरची."

"अरे मग ते पाणी पी ना. काकूंनी आणून दिलं होतं तर ते तसंच टेबलावर टाकून दिलंस.

"नाही प्रभाकर, पाण्याचा उपयोग नाही. दाताखाली मिरची आली असली तर पाणी पिऊन तिची आग शमणार नाही. ते तूप खा चमचाभर आणि थोडावेळ थांब."

त्यांची आज्ञा पाळत गौतमनं तुपाचा चमचा तोंडात ठेवला. हळूहळू तो शांत झाला. त्याच्या चेहऱ्यावरची लाली उतरली. नाकाडोळ्यातलं पाणी त्यानं रुमालानं पुसलं. श्रीखंडाचा एक घास घेतला आणि तो परत जेवायला तयार झाला. काकू

शरमून गेल्या होत्या. आता त्या अस्वस्थ झाल्या होत्या.

"एक छोटीशीच मिरची तुकडे करून कोशिंबिरीत घातली होती. एवढी तिखट आहे असं समजलं असतं तर नसती घातली. चुकलंच माझं."

"काही चुकलं नाही तुमचं काकू. अहो त्या मिरचीमुळे तर कोशिंबिरीला लज्जत आलीय."

प्रभाकरनी काकूंना धीर देत म्हटलं, "जेवणाकडे नीट लक्ष देऊन गौतमनं तो तुकडा काढून टाकला असता तर त्रास नसता झाला त्याला."

"पण आई, मिरची खाल्ल्यावर जळजळल्यासारखं का होतं?" गिरिजानं विचारलं.

"हो ताई, आपण तिखटजाळ म्हणतो. म्हणजे तिखटाचा आणि जाळाचा काही संबंध आहे की काय?"

"हो काकू, पण आपण झणझणीतही म्हणतो. तिखटजाळ हा वाक्प्रचार कोणताही तिखट पदार्थ खाल्ल्यावर आगीचा तोबरा दिल्यासारखी भावना होते त्यावरून सुचला असावा. पण तिखटाचा आणि या जळजळण्याचा संबंध मात्र जरूर आहे. असं पाहा आपण कोणताही पदार्थ खातो तेव्हा त्याची चव आपल्याला कशी कळते?"

"कशी म्हणजे? मी नाही समजले आई."

"अग, म्हणजे साखर खाल्ली की ती गोड असल्याचं किंवा मिठाचा खडा दाताखाली आला तर तो खारट असल्याचं आपल्याला कसं समजतं?"

"तो खडा दाताखाली आला असला तरी आपल्याला चव समजते ती जिभेकडूनच. गोड, खारट, आंबट, तुरट सगळ्या चवी आपल्याला जिभेकडूनच समजतात." सावरलेला गौतम म्हणाला.

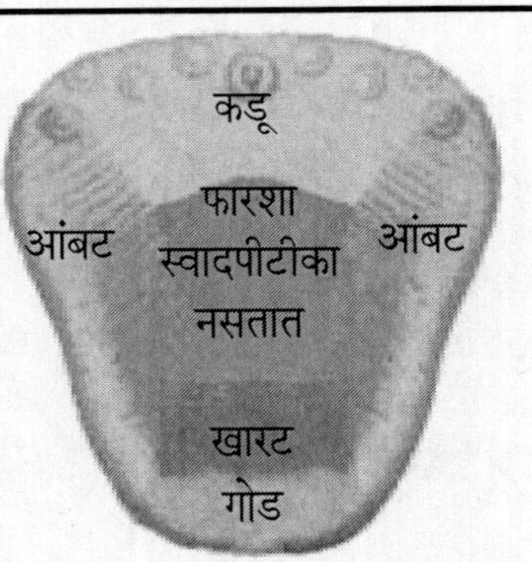

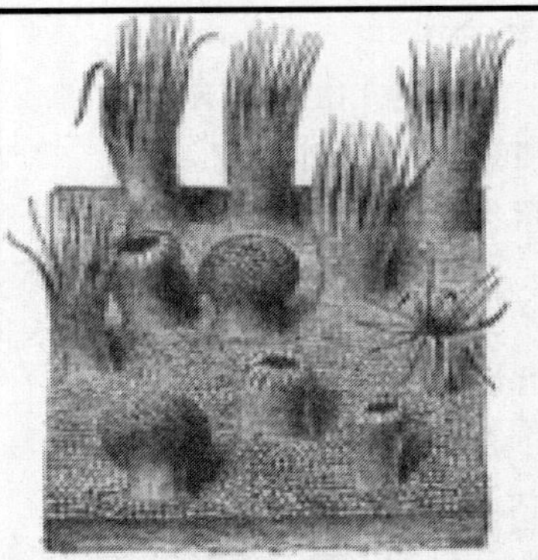

“ते खरं. पण जिभेलाही ती चव कशी कळते? आपल्या जिभेवर गोड, आंबट, खारट आणि कडवट अशा चवींना दाद देणाऱ्या स्वादपीटिका म्हणजेच लहान लहान गाठी असतात.”

“पण आई तू चारच चवींची नावं घेतलीस. इतरही चवी असतातच की. शिवाय तिखटाचं तर तू नावही घेतलं नाहीस.”

“हो मुद्दामच नाही घेतलं. आपल्या आयुर्वेदानुसार एकंदरीत सहा चवी जिभेला कळतात. आता सांगितलेल्या चार चवींशिवाय तिखट आणि तुरट.”

“आयुर्वेदानुसार म्हणजे? म्हणजे फक्त आपल्याच जिभेवर तिखटाला दाद देणाऱ्या स्वादपीटिका असतात आणि पाश्चात्त्यांच्या जिभेवर त्या नसतात असं म्हणायचंय का तुला उषा? तरीच ही गोरी मंडळी तिखट खायला मागत नाहीत.”

“तसं नाही प्रभाकर. आयुर्वेदामध्ये या चवींचा उल्लेख केलेला असला तरी जेव्हा या स्वादपीटिकांचा शोध घ्यायला सुरुवात झाली तेव्हा फक्त पाचच चवींना दाद देणाऱ्या गाठी सापडल्या. गोड, आंबट, खारट आणि कडवट या चार व पाचवी उमामी.”

“उमामी? ही कुठली चव?”

“अजिनोमोटोला दाद देणारी चव. अजिनोमोटो चिनी पदार्थांमध्ये सर्रास वापरतात. सोया सॉस, ऑयस्टर सॉस यामध्येही ते असतं. त्याचं रासायनिक नाव आहे मोनोसोडियम ग्लुटामेट. या रसायनाचा काही लोकांना त्रास होतो. अजिनोमोटो असलेला पदार्थ खाल्ल्यानंतर काही वेळानं छाती आवळल्यासारखं वाटायला लागतं. श्वासोच्छ्वास करणं जड व्हायला लागतं. अतिशय अस्वस्थ व्हायला होतं. याला चायनीज रेस्टॉरंट सिन्ड्रोम असंच म्हणतात.”

“पण आपण तर कितीतरी वेळा चायनीज रेस्टॉरंटमध्ये गेलो आहोत. आपल्याला असं कधी वाटलं नाही ते?”

“सर्वांनाच तसा त्रास होतो असं नाही. शिवाय आजकाल अजिनोमोटो वापरण्याचं प्रमाणही कमी झालं आहे. पण त्यातल्या रसायनाला दाद देणाऱ्या स्वादपीटिका मात्र आपल्या जिभेवर असतात.”

“मग तिखटाची किंवा तुरटाची चव आपल्याला कशी कळते?”

“त्या चवीला दाद देणाऱ्या एकाच प्रकारच्या स्वादपीटिका नसतात. इतर चवींच्या मिश्रणातून त्यांची चव कळते.”

“अशा एकाहून अधिक गाठींशी संबंध आल्यामुळे जळजळल्यासारखं होतं की काय?”

“छे छे! आपल्याला कोणत्याही संवेदना जाणवतात त्याची प्रक्रिया मोठी

लंबीचवडी असते. डोळ्यांनी आपण पाहतो म्हणजे डोळ्यांच्या पडद्यांमध्ये ज्या शंकू आणि दंडपेशी असतात, त्या प्रकाशाच्या तरंगलांबीला आणि त्याच्या तीव्रतेला दाद देतात. तशाच या जिभेवरच्या स्वादपीटिकांमधल्या पेशींचं पदार्थांना चव देणाऱ्या रसायनांशी संधान जुळलं की तिथं एक जीवरासायनिक प्रक्रिया होऊन त्यातून विद्युतस्पंद तयार होतो.''

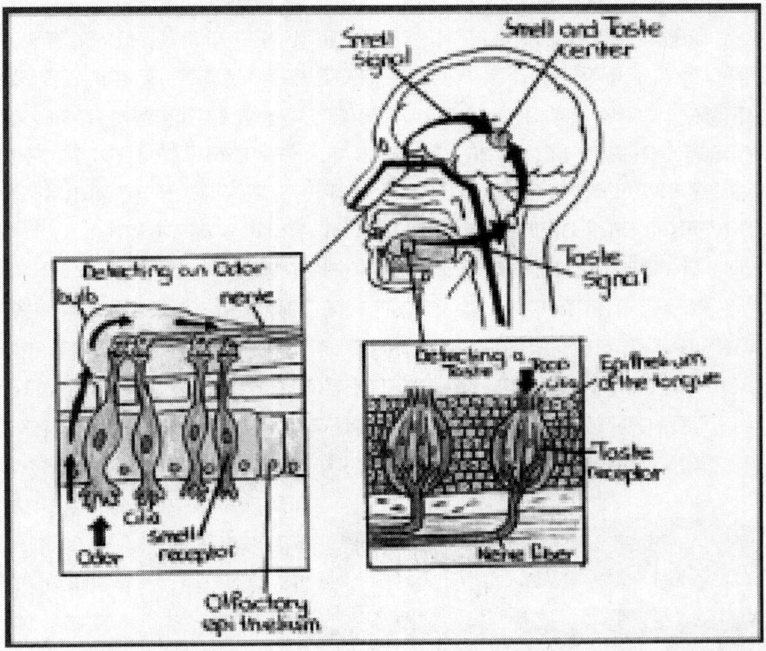

"विद्युतस्पंद म्हणजे काय ताई?''

"म्हणजे विजेचा लोळ म्हणा.''

"अस्सं, अस्सं! म्हणून जळजळल्यासारखं होतं तर!''

"मुळीच नाही. कारण तसं असतं तर कोणत्याही चवीबरोबर तशीच भावना व्हायला हवी होती. तसं होत नाही. गोड खाल्ल्यानं कधी जळजळल्यासारखं होतं का? किंवा आंबट?''

"नाही आई, गोड खाल्ल्यानंतर कसं मस्त वाटतं. आंबट खाल्ल्यावर अंगावर शिरशिरी आल्यासारखं वाटतं. तरीही आगडोंब उसळल्यासारखं होत नाही.''

''पण या चवींच्या रसायनांची त्यांच्याशी संबंधित असलेल्या पीटिकांशी गाठ पडली की तिथंही हा विजेचा लोळ तयार होतच असतो. पण तो हलका असतो. त्याचा धक्का जाणवेल एवढा तीव्र नसतो आणि तो तयार होतो तो त्या जिभेवरच्या गाठींना जोडलेल्या मज्जारज्जूंमध्ये. हे मज्जारज्जू म्हणजे आपल्या मेंदूपासून त्या जिभेवरच्या पीटिकांपर्यंत आलेल्या बारीक बारीक ताराच असतात म्हणा ना.''

''तारा? म्हणजे आपल्या दिव्यांना जोडलेल्या असतात तशा?''

''तशाच म्हणेनास. पण या धातूंच्या नसतात. आपल्याच शरीरातल्या मांसल भागाच्या बनलेल्या असतात. अतिशय बारीक असतात त्या. म्हणजे आपल्या ट्रान्झिस्टर रेडिओमध्ये असतात तितक्या बारीक. एखाद्या धाग्याइतक्या बारीक. या मज्जारज्जूंवर स्वार होत तो विजेचा लोळ मेंदूपर्यंत पोचतो. तिथं त्या विजेच्या लोळानं आणलेल्या संदेशाची फोड होते, त्यातल्या माहितीचं वाचन होतं, तिचा अर्थ लावला जातो आणि त्यातून मग त्या त्या चवीचं आकलन होतं.''

''तरीही तिखट खाल्ल्यावरच जळजळल्यासारखं का होतं?''

''तेच तर सांगत होते मी. मिरचीचा तिखटपणा तिच्या आत असलेल्या कॅप्सायसिन या रसायनात साठवलेला असतो. हे एक प्रथिन आहे. त्याच्याशी गट्टी करणाऱ्या स्वादपीटिका जरी जिभेवर नसल्या तरी त्याच्याशी संधान बांधणारा व्हॅनिलॉईड रिसेप्टर नावाचा ग्राहक रेणू जिभेवरच्या पातळ श्लेष्मल त्वचेत असतो. त्या दोघांच्या मिठीतून साकार झालेला तो विजेचा लोळ मेंदूपर्यंत पोचतो. त्यातल्या संदेशाचं वाचन होताना मेंदूमध्ये ज्या काही घडामोडी, ज्या काही प्रक्रिया होतात, त्या अंगाभोवती आग पसरलेली असली तर मिळणाऱ्या संदेशाच्या वाचनाच्या वेळी होणाऱ्या घडामोडीं सारख्याच असतात.''

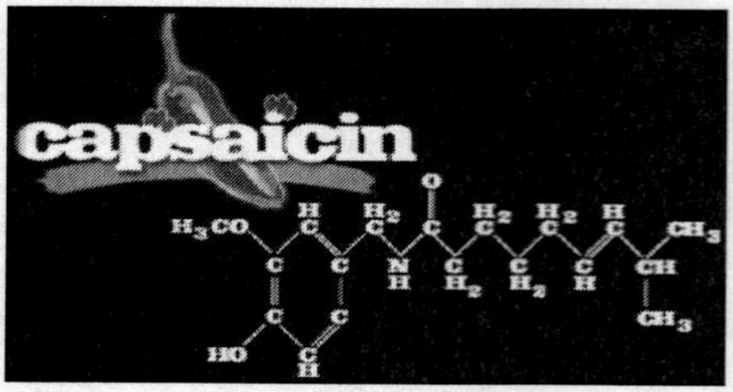

''पण ताई, अशा मिरच्या हाताळत असलो तरी हाताची तशीच आगआग झाल्यासारखं होतं. मिरचीची भुकटी बनवणाऱ्या कारखान्यांमध्ये काम करणारी एक गावची बाई भेटली होती मला. ती तर सांगत होती की तिच्या हाताची नेहमीच आगआग होत राहते. कधी कधी तर चांगले मोठमोठे फोडही येतात. भाजल्यासारखे.''

''त्याचं कारणही तेच आहे. तळहातावरही असेच मऊ पापुद्रे असतात आणि त्यातल्या त्या ग्राहक रेणूंशी कॅप्सायसिनची गाठ पडली की पुढच्या साऱ्या प्रक्रिया तशाच होतात. मेंदूला त्याच संवेदनांची जाणीव होते.''

“त्यामुळे मग अंगांगाला आग जाळत असल्यासारखंच मेंदूला वाटत असणार.”

“कसं बोललात, काकू! म्हणजे खरोखरीच अवतीभवती जाळ झाला आहे आणि त्याची धग आपल्याला भाजून काढते आहे की तिखट खाल्ल्यामुळे या प्रक्रिया जागृत झाल्या आहेत हे मेंदूला कळतच नाही. साहजिकच आगीच्या धगीचा परिणाम झाल्यावर ज्या प्रतिक्रिया होतात त्याच मेंदू अमलात आणतो. म्हणून तर घाम फुटतो. त्यामुळे शरीरातल्या पाण्याचा अंश कमी झाला की तहान लागते तसंच पाणी प्यावंसं वाटायला लागतं.”

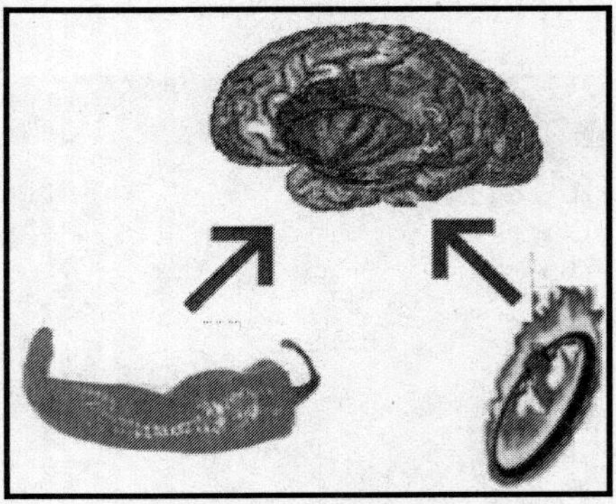

“पण तू तर आता पाणी पिऊ नकोस असंच मला सांगत होतीस.”

“हो, कारण पाणी प्यावं असं वाटलं तरी ते प्याल्यानं होणारी आग शमत नाही.
उलट वाढीलाच लागते.”

“ती कशी काय? पाण्यामुळे आग विझायला हवी. ती वाढीला कशी लागेल?”

“त्याचं कारण त्या कॅप्सायसिनमध्ये सापडेल. हे कॅप्सायसिन पाण्यात विरघळत नाही. पाण्याशी फटकून वागतं. त्यामुळे पाणी प्यायल्यावर ते पाण्यापासून दूरदूर जाऊ बघतं. इकडेतिकडे पसरतं. म्हणजे ज्या भागाशी त्याचा संपर्क आलेला नसतो तिकडेही त्याचा प्रभाव जाणवायला लागतो. त्यामुळे ती आग पसरल्यासारखी वाढते.”

“म्हणजे प्रत्यक्षात ती आग वाढीला लागत नाही. तर सगळीकडे पसरल्यामुळे आपल्याला तसं वाटतं, असंच म्हण की.”

“तसंच. एखाद्या इमारतीला लागलेली आग पसरली की तिची व्याप्ती वाढली असंच आपण म्हणतो ना, तशातलाच हा प्रकार,”

“हो. त्यात आणखी एका प्रक्रियेची भर पडते. आपल्या आयुर्वेदात तिखटाचे काही गुणधर्म सांगितलेले आहेत, त्यात त्याचं वर्णन पाचक असं केलं आहे. म्हणजे तिखट खाल्ल्यानं पचनक्रियेला चालना मिळते असं म्हटलं आहे.”

“मग जास्ती तिखट खाऊ नये असं का सांगितलं जातं?”

“कारण पाचनक्रियेत हायड्रोक्लोरिक आम्लाचा पाझर होत असतो. तिखटाचा

मारा जास्त झाला तर या आम्लाचा पाझरही जास्ती होतो. त्यामुळेही जळजळ वाढते आणि त्याचा प्रभाव जठराच्या, आतड्यांच्या मुलायम अस्तरावर पडून ते झिजतं. सुरुवातीला आम्लपित्ताचा म्हणजेच ॲसिडिटीचा त्रास होतो. त्याला आवर बसला नाही तर त्याची परिणती जठरव्रणात म्हणजेच अल्सरमध्ये होते.

"पण आई आता गौतमला मिरची तिखट लागली. पण परवा काकूंनी मिरचीची भजी केली होती. ती कशी तिखट नाही लागली?"

"गिरिजा, ती भोपळी मिरचीची होती. शिमला मिर्चही म्हणतात तिला. तिची तर आपण भाजीही करतो. आजकाल तर लाल शिमला मिर्चही मिळते. पण लालेलाल असली तरी ती तिखट नसते."

"तेच तर म्हणते मी. म्हणजे सगळ्याच मिरच्या काही तिखट नसतात."

"खरंच आहे ते. काही पदार्थांमध्ये काश्मिरी मिरचीही घालतो आपण. ती घातली की तो रस्साही लालभडक होतो. तो खाल्ला तर कसा भडका उडेल असंच वाटतं. पण तो दिसायलाच तसा तांबडालाल असतो. खाल्ला तर काही फारसा तिखट लागत नाही."

"याचा अर्थ काकू, मिरचीमिरचीमध्येही फरक असतो असाच नाही का झाला?"

"हो ताई. हे तर मीही पाहिलंय. एकाच भाजीवाल्याकडून घेतलेल्या मिरच्या कधी भलत्याच तिखट निघतात. कधी नाही. गेल्यावेळी मिरचीचं लोणचं घातलं होतं ते सर्वांनाच आवडलं. म्हणून या वेळेला तशाच मिरच्या आणून ते घातलं तर कोणी त्याला हात लावायला तयार नाही. भलतंच जंजाळ निघालं."

"होतंच तसं ते काकू, नुसतं डायनॅमाईट." प्रभाकरनंही दुजोरा दिला.

"तेच तर विचारायचं होतं मला. मिरचीचा तिखटपणा कसा ओळखायचा? मागे तुम्ही एकदा साखरेची गोडी कशी मोजायची ते सांगितलं होतंत. तसंच मिरचीचा तिखटपणा मोजायचं काही तंत्र आहे की नाही?"

"मला वाटतं, मिरचीच्या आकारावरून तिखटपणा कळून येत असेल. जितकी मिरची लहान, पिटुकली तितकी ती जास्त झोंबरी असली पाहिजे. भोपळी मिरचीपेक्षा लवंगी मिरची जास्ती तिखट नसते का? काय काकू?"

"तू म्हणतोस ते खरंच असावं असं वाटतंय. पण काही वेळा नुसत्याच आकारावरून नाही सांगता येत. आजचंच बघ ना. तुला सापडली ती काही लवंगी

मिरची नव्हती. शिवाय एकाच जातीच्या घेतल्या तरी काही तिखट असतात काही मवाळ असतात.''

''खरंय तुमचं म्हणणं काकू. हाबानेरो नावाची एक मेक्सिकन जात अशीच तिखटबंबाळ असते. तिच्याबाबतीत तर प्रत्यक्ष प्रयोगच केले गेले. पण त्यातूनही आकाराचा आणि तिखटपणाचा काहीही संबंध नसतो हे स्पष्ट झालं.''

''मग रंगावरून तिचा तिखटपणा ओळखता येत असेल. हिरवी असेल तर तेवढी तिखट नसेल. पण तीच लालभडक झाली की अधिक भडकही होत असेल.''

''नाही, मिरची नुसती बघून तिचा तिखटपणा नाही ओळखता यायचा.''

''हो बाई, भोपळी मिरची हिरवी असते म्हणून तिखट नसते असं म्हणायचं तर लवंगी मिरचीही हिरवीच असते आणि ती तर ज्वलज्जहाल असते. नुसती दाताला लागली तरी ब्रह्मांड आठवतं.''

''तर काय! शिवाय आजकाल भोपळी मिरचीही लाल पिवळ्या रंगात मिळते. ती कुठं तिखट असते? उलट या रंगीत मिरच्या दिसतातही खुमासदार. सॅलडला तर रंगीबेरंगी करून सोडतात.''

''मात्र मिरचीचं पीक कुठं घेतलंय यावर तिचा तिखटपणा अवलंबून असतो असं त्याच वैज्ञानिकांना दिसून आलं. कोरड्या आणि उष्ण हवेत जर मिरचीचं पीक घेतलं तर त्या वाढीव तापमानाचा आणि पाण्याच्या अभावाचा ताण त्या रोपांवर पडतो. त्या ताणावर मात करण्यासाठी मग कॅप्सायसिनचं प्रमाण वाढवलं जातं. दमट आणि सौम्य तापमानातल्या मिरच्या जास्ती तिखट नसतात.''

''पण मग असं नुसतं पाहून जर तिखटपणाचा अंदाज येत नसेल तर तिखटपणा ओळखायचा कसा?''

''त्यासाठी काकू, स्कोव्हिल नावाच्या एका वैज्ञानिकानं १९१२ मध्ये एक पद्धत विकसित केली होती. त्यानं निरनिराळ्या मिरच्यांची पावडर केली आणि ती साखरेच्या पाण्यात विरघळवली. नुसतं साखरेचं पाणी कधीच तिखट लागत नाही. तेव्हा त्याच्या मापनपरिमाणात त्याला शून्य समजलं जाऊ लागलं. आता निरनिराळ्या मिरच्यांपासून जे द्रावण मिळालं होतं ते त्यानं काही मंडळींना चाखायला लावलं. त्यातल्या तिखटानं त्यांच्या जिभा होरपळून निघायला लागल्या. तेव्हा मग त्यानं त्या द्रावणांमध्ये आणखी पाणी घालून ते पातळ करायला, विरळ करायला सुरुवात केली.''

''त्याबरोबर त्याचा तिखटपणाही कमी कमी होत गेला असणार.''

''स्वाभाविकच होतं ते. पण आणखी पाणी आणखी पाणी असं करत त्यानं ते नुसत्याच साखरेच्या पाण्याच्या पातळीवर यायला त्यात कितीपट पाणी घालायला हवं हे मोजलं. तेच त्यानं त्या तिखटाचं माप ठरवलं. म्हणजे समजा एखाद्या मिरचीच्या द्रावणात लाख पट पाणी घालावं लागलं तर त्याचा अर्थ असा की त्यात

जेवढं कॅप्सायसिन सुरुवातीला होतं त्याच्या लाखपट कमी कॅप्सायसिन आता त्या द्रावणात असेल.''

''ते कसं? कारण मूळ द्रावणात जेवढं कॅप्सायसिन होतं तेवढंच त्या पाणी घालून वाढवलेल्या द्रावणातही असायला हवं.''

''वा हं काकू, तुम्हीही आता वैज्ञानिकांसारखाच विचार करायला लागलात.''

''छे हो दादा, मला मेलीला पटकन समजत नाहीत ताईंच्या गोष्टी म्हणून विचारायचं.''

''नाही काकू, तुमचं म्हणणं बरोबरच आहे. पण समजा त्या मूळ द्रावणाच्या एका मिलिलीटरमध्ये जेवढं कॅप्सायसिन होतं तेवढंच आता त्या पातळ केलेल्या द्रावणाच्या एका मिलिलीटरमध्ये असेल का?''

''नाही. ते तेवढं लाखपटीनं कमी झालं असणार.''

''तेच तर स्कोव्हिलचं म्हणणं होतं. अशा मिरचीचा तिखटपणा स्कोव्हिलच्या मोजमापात एक लाख स्कोव्हिल युनिट ठरला.''

''पण उषा, तुम्ही वैज्ञानिक नेहमी व्यक्तिनिरपेक्ष निकषांचा आग्रह धरता ना! मग ही पद्धत काही तशी नाही. कारण गौतमला एखादा पदार्थ अतिशय तिखट लागेल तोच मला तेवढा तिखट लागणार नाही. शिवाय आधी जास्ती तिखट खाल्लं असेल तर नंतर दुसरं अगदीच मिळमिळीत लागेल.''

''हे बरीक खरं हो! गोड लाडवावर प्यालेला चहा निगोडच लागतो. त्यात बरोबर साखर घातलेली असली तरी.''

''तुमचं म्हणणं खरं आहे. पण स्कोव्हिलनं ही पद्धत विकसित केली त्यावेळी एक तर तिखटपणा कॅप्सायसिनमुळे असतो हे समजलेलं नव्हतं आणि ते समजलं असतं तरी त्याचं मोजमाप कसं करायचं हाही प्रश्न होता. त्यामुळे ही पद्धत तशी व्यक्तिसापेक्ष असली तरी तिच्यावाचून दुसरा पर्याय नव्हता. तिखटपणाचं ते मोजमाप चुकीचं असलं तरी जोपर्यंत ते केवळ तुलनात्मकरीत्या म्हणजे दोन वेगवेगळ्या जातीच्या मिरच्यांपैकी कोणती जास्त तिखट आणि कोणती कमी, तसंच कितीपट जास्ती किंवा कमी एवढंच ठरवण्यासाठी वापरलं जात होतं तोवर काही हरकत नव्हती.''

''पण आता तर तिखटपणा कॅप्सायसिनमुळे असतो हे समजलंय ना?''

''हो, म्हणूनच आता रासायनिक पद्धतही विकसित झाली आहे. त्यात शुद्ध कॅप्सायसिन तयार करून त्याचं द्रावण कितीपटीनं पातळ केल्यास त्याच्या एका मिलिलीटरमध्ये कॅप्सायसिनचा अंश शोधणं कठीण जातं ते पाहिलं जातं. स्कोव्हिल युनिट्स त्यानुसार ठरवली जातात.''

''मग भोपळी मिरचीत किती कॅप्सायसिन असतं?''

“जवळजवळ नसतं. त्यामुळे त्याचा तिखटपणा स्कोव्हिलच्या मात्रेत शून्याइतपतच आहे. उलट शुद्ध कॅप्सायसिन जेव्हा दीडकोटी पटीनं पातळ करावं तेव्हा कुठं ते भोपळी मिरचीच्या पातळीवर येतं.”

“म्हणजे शुद्ध कॅप्सायसिनचा तिखटपणा दीड कोटी स्कोव्हिल युनिट्स एवढा झाला. बापरे!”

“बरोबर. चढत्या श्रेणीत सांगायचं तर चेरीसारखी दिसणारी छोटी मिरची असते. तिला चेरी मिरची हेच नाव आहे. तिचा तिखटपणा आहे ५०० ते १००० युनिट. त्याच्या वरचढ आहे न्यू मेक्सिकन जात. तिचा तिखटपणा आहे साधारण ४५०० युनिट. हालापेनो नावाची दुसरी एक मेक्सिकन जात आहे तीही ५००० च्या आसपास असते. पिक्यून नावाची आणखी एक मेक्सिकन जात आहे. अगदीच मिरीएवढी असते. पण छोटी मूर्ती असली तरी तिखटपणाच्या बाबतीत ती महामाया ठरते. तिचा तिखटपणा आहे ३०००० ते ५०००० युनिटचा.”

“म्हणजे ती सर्वांत जास्ती तिखट?”

“नाही. तिच्याही वरताण आहे हाबानेरो ही मेक्सिकन जात. ती एक लाख युनिटच्या आसपास तिखट असते. पण आपली कोल्हापूरची लवंगी मिरची दोन लाख युनिटच्या जवळ पोचते.”

“म्हणजे तिखटपणाच्या बाबतीत तरी आपण बाजी मारलीय तर!”

“नाही. कारण तिच्याहूनही तिखट असणारी रेड सॅव्हिना नावाची मेक्सिकन जात अव्वल नंबरावर होती. तिचा तिखटपणा सहा लाख युनिटचा होता.”

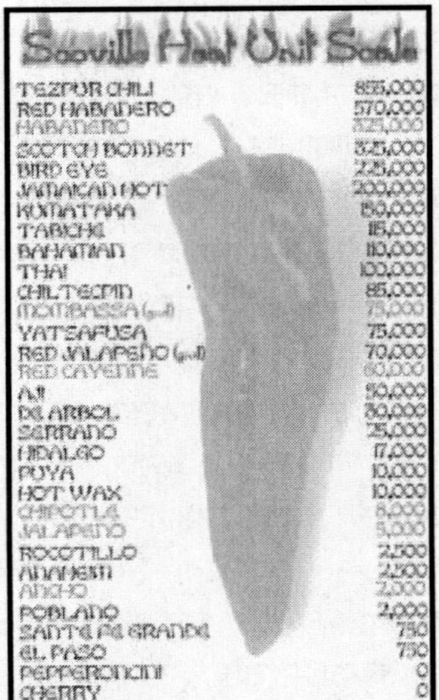

“अव्वल नंबरावर होती असं म्हणालीस तू आई. म्हणजे आता तिचाही विक्रम मोडणारी नवी जात तयार केली गेलीय की काय?”

“नव्यानं तयार नाही केली. पण नव्यानं ओळख पटलीय असं म्हण. आपल्याच ग्वाल्हेरच्या डिफेन्स रिसर्च लॅबोरेटरीनं आसाम-मधल्या तेजपूर इथं तयार होणाऱ्या भूत जोलोकिया जातीच्या मिरचीचा तिखटपणा मोजला तेव्हा तो नऊ लाख युनिट इतका भरला.”

“म्हणजे रेड सॅव्हिनाच्या सवाईच निघालं की हे तेजपूरचं भूत.”

“सवाई कसं गौतम? नऊ लाख म्हणजे सहाच्या दीडपट. तेव्हा या भूताला शेरास दीड

शेर असंच म्हणायला हवं.''

''आणि आपल्या ग्वाल्हेरच्या वैज्ञानिकांच्या या शोधावर चक्क गिनेस वर्ल्ड रेकॉर्डचं शिक्कामोर्तब झालं आहे. अमेरिकेतल्या न्यू मेक्सिको राज्यात खास मिरचीवर संशोधन करणारी चिली पेपर इन्स्टिट्यूट आहे. तिथल्या पॉल बॉसलॅन्डचा आपल्या दाव्यावर विश्वास बसेना. म्हणून त्यांनी या भूत जोलोकियाच्या बिया मिळवल्या. त्या पेरून त्यानं आपल्या शेतात त्याची पिकं वाढवली आणि मग त्यांना आलेल्या मिरच्यांच्या तिखटपणा मोजला. तो ग्वाल्हेरच्या वैज्ञानिकांच्या मोजमापापेक्षा कांकणभर जास्तीच भरला. ती माहिती मिळताच गिनेस बुकनं त्याची नोंदही केली.''

''पण उषा, ही डिफेन्स रिसर्च लॅबोरेटरीतली मंडळी आपल्या संरक्षण दलासाठी संशोधन करतात ना? मग ते सोडून ती या मिरचीच्या तिखटपणाच्या नादाला कशी लागली?''

''का नाही? मिरचीचा वापरही संरक्षणासाठी केला जातोच की?''

''हो आई, परवाच मी एक सिनेमा पाहिला त्यात अमिताभ बच्चन शत्रूच्या डोळ्यात मिरचीची पूड टाकून निसटला. सही अगदी!''

''अग ते सिनेमात ठीक आहे गिरिजा. पण लढाईत असं नाही करता येत.''

''तरीही अमेरिकेत एक पेप्पर स्प्रे म्हणजे मिरचीच्या पुडीपासून बनवलेला एक फवारा निघालाय. तिथल्या बायका तो आपल्या पर्समध्ये ठेवतात. स्वत:चं संरक्षण करण्यासाठी. त्याच तत्त्वाचा वापर करून संरक्षण दलासाठी काही यंत्रणा विकसित करता येईल का या दृष्टीनं ते संशोधन चालू आहे. शिवाय दंगलींच्या वेळी जमावाला नियंत्रणात आणण्यासाठीही त्याचा वापर करता येतो.''

''मघापासून पाहतेय मी ताई, तुम्ही मिरचीच्या जातींची नावं सांगितलीत त्यातली बहुतेक मेक्सिकोमधली होती. आपल्याकडची फक्त लवंगी मिरची आणि आता त्या आसाममधल्या मिरचीबद्दलच सांगितलंत.''

''त्याचं तसंच कारण आहे काकू. मिरची आपल्याला जवळची वाटत असली आणि जगभर मिरचीचं आपल्या पाकक्रियेशी नातं लावलं असलं तरी मिरची मूळ दक्षिण अमेरिकेतलीच आहे. पोर्तुगीजांनी जेव्हा त्या खंडात पाऊल टाकलं तेव्हा त्यांना तिची चटक लागली आणि त्यांनीच मग मिरची आपल्याबरोबर आपल्या देशात आणली. कितीतरी मेक्सिकन पदार्थांमध्ये मिरचीचा सढळ वापर केलेला असतो. टॅबॅस्को नावाचं एक चिली सॉस मिळतं. आपल्याकडेही ते आता मिळतं. चांगलंच तिखट असतं. तेही मूळचं तिथलंच, टॅबॅस्को जातीच्या मिरचीपासून ते बनवलेलं असतं. हालापेनो, हाबानेरो या जातीच्या मिरच्यांचा वापरही तिथं होतो.''

"काय सांगतेस! पोर्तुगीजांनी मिरची इथं आणली म्हणजे साधारण सोळाव्या शतकामध्ये. त्यापूर्वी आपल्या जेवणात तिखटाचा पत्ताच नव्हता की काय? मुघलाई पदार्थ तर इतके तिखट असतात. मोगलांकडूनच आपण ते घेतले. त्यांच्यावेळी मिरची नव्हती तर मग ते पदार्थ असे तिखट कसे?"

डॉ. के. टी. अचय्या व त्यांचे भारतीय अन्नपदार्थविषयक पुस्तक

"मिरची आल्यानंतर त्यांनी ती वापरायला सुरुवात केली असेल बाबा. त्यानंतरच ते तिखट झाले असतील."

"नाही गौतम, त्यापूर्वीही ते तिखट होते. पण त्यासाठी ते मुख्यत्वे काळी मिरीच वापरत असत. त्या मिरपुडीचाच वापर करत असत. बंगलोरचे डॉ. के. टी. अच्चया हे नामवंत अन्नशास्त्रज्ञ होते. त्यांनी भारतीय अन्नपदार्थाचा इतिहास लिहिला आहे. 'इंडियन फूड, ए हिस्टॉरिकल कर्न्पॅनियन' नावाचं त्यांचं पुस्तक आज उच्च प्रतीचा संदर्भग्रंथ म्हणून मानला जातो. त्यात त्यांनी 'ऐन-ए- अकबरी' मधल्या अकबराच्या काळातल्या राजेशाही मुदपाकखान्याची माहिती दिली आहे. त्यातल्या कोणत्याही पदार्थांमध्ये मिरचीचा वापर केल्याचा उल्लेखही नाही. त्या जागी मिरपुडीचाच सढळ वापर होत असे. पण १६५० च्या सुमारास मराठीत 'भोजन कुतूहल' नावाचा एक ग्रंथ कोणा रघुनाथांनी लिहिलेला आहे. त्यात मिरचीच्या लज्जतीचं चविष्ट वर्णन आढळतं."

"पण आई, आजची ही साधी मिरची माझ्या दातांखाली आली तर माझी ही अवस्था झाली. मग तू सांगितल्यास त्या चार-पाच लाख स्कोव्हिल युनिट तिखटपणा असणाऱ्या मेक्सिकन मिरच्या खाताना काय होत असेल!"

मेक्सिकन चिली कॉन कार्ने

"कोण जाणे! पण काही लोक त्या मिरच्याही आवडीनं खातात. मेक्सिकन पिझ्झामध्ये हालापेनो किंवा हाबानेरो मिरच्यांचा वापर आढळतो. झालंच तर चिली कॉन कार्ने नावाचा मेक्सिकन पदार्थ आहे, आपल्या

खिम्यासारखा. त्यात आपल्या राजमा सारख्या तिथं प्रत्येक पदार्थांमध्ये असणाऱ्या चवळीचाही समावेश असतो. त्यातही या मिरच्या घालतात.''

''कशा काय त्या ते खात असतील त्यांनाच माहिती.''

''का? आपल्या आंध्रातही लोक फार तिखट खातात. कोल्हापूरचा तांबडा रस्साही असाच झणझणीत असतो. कोकणी पद्धतीच्या जेवणातही तिखटाचा सर्रास वापर असतो. हैद्राबादला तर मिर्चीका सालान नावाची मिरच्यांची भाजीच असते आणि तिच्यात आपण करतो तसा शिमला मिर्चचा म्हणजेच भोपळी मिरचीचा वापर केला जात नाही.''

''मला वाटतं ताई, या मिरच्यांचा वापर करताना त्यांचा तिखटपणा कमी होईल अशी काही तरी तजवीज करत असतील. मिरचीचं लोणचं घालताना त्यातल्या बिया काढून टाकल्या तर ते लोणचं तेवढंसं तिखट होत नाही म्हणतात.''

''तसंच असेल आई, तू सांगत होतीस ना ते कॅप्सायसिन त्या बियांमध्येच असेल. मलाही आठवतंय की मगाशी माझ्या घासात आलेल्या मिरचीच्या तुकड्यात बियाही होत्या.''

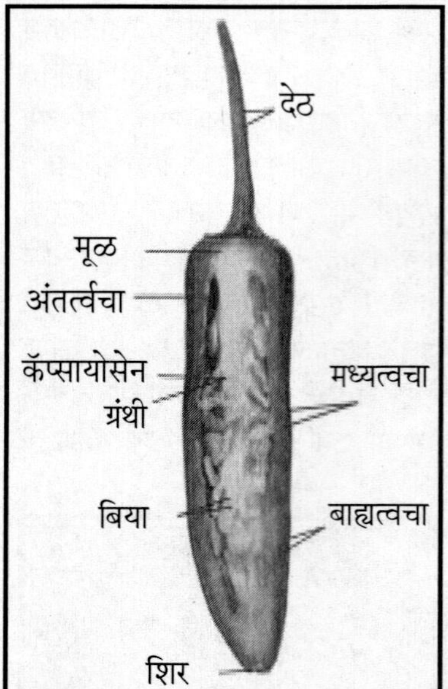

''नाही काकू, बियांमध्ये मिरचीचा तिखटपणा म्हणजेच कॅप्सायसिन असतं ही समजूत चुकीची आहे. तसं थोडंफार असतं त्या बियांमध्ये, नाही असं नाही. पण कॅप्सायसिनचं खरं आगर म्हणजे त्या बिया ज्याच्याशी लगडलेल्या असतात त्या मांसल फुगीर शिरा. त्यांच्यामध्ये सर्वांत जास्ती कॅप्सायसिन असतं. त्या शिरा जरा तासून टाकल्या तर तिखटपणा बराच कमी होतो.''

''म्हणजे बियांच्या ऐवजी शिरा तासून लोणचं घातलं तर ते तिखट होणार नाही.''

''करून बघायला हरकत नाही. पण लोणच्यासाठी तुम्ही नेहमी लहान मिरच्या घेता. त्या प्रत्येकीच्या आतल्या शिरा अशा तासत राहण्यानं वेळ बराच जाईल. लोणच्याचा तिखटपणा कमी करण्याचा आणखीही एक उपाय आहे. त्यातलं तेलाचं प्रमाण जरा जास्ती करायचं. त्यातल्या लिंबाच्या रसानंही तिखटपणाला थोडा आळा बसतो. कॅप्सायसिन अल्कलीधर्मी

आहे. त्यामुळे त्यात जर त्याच्या विरोधी असणारं लिंबाच्या रसातलं सौम्य असलेलं सायट्रिक आम्ल किंवा व्हिनेगारमधलं ॲसेटिक आम्ल पडलं तर त्याच्या अल्कलीधर्माचा निचरा होतो.''

''पण तेलानं तिखटपणा कमी कसा होतो?''

''आणि हो आई, मगाशी जेव्हा मिरचीनं माझं तोंड झोंबलं होतं तेव्हा पाणी पिण्याऐवजी तूप खायला का सांगितलंस?''

''कारण कॅप्सायसिन हे पाण्यात विरघळत नाही. ते पाण्याशी बट्टी करणाऱ्या पदार्थांपैकी आहे. पाण्याशी गट्टी करणाऱ्या नाही. त्यामुळे त्याची दोस्ती तेलाशी, स्निग्ध पदार्थांशी होते. त्यांच्यात ते विरघळतं. तू पाणी पितोस तेव्हा तुझ्या जिभेवरच्या व्हॅनिलॉईड रिसेप्टरना खेटून राहिलेले कॅप्सायसिनचे रेणू त्या पाण्याबरोबर वाहून जाण्याऐवजी त्या ग्राहक रेणूंना अधिकच घट्ट मिठी मारतात. त्यामुळे आगीची दाहकता उलट वाढते. तसंच त्या पाण्यापासून दूर पळत इतरत्र पसरतात. म्हणून तर तोंडातली आग सगळीकडे पसरल्यासारखं वाटतं.''

''आणि तूप खाल्ल्यानं ते त्यात विरघळत असल्यामुळे विरळ होतं. त्या ग्राहक रेणूंपासून मोकळं होतं असंच ना?''

''तरीच ताई आपल्या कोकणी पद्धतीच्या पदार्थांमध्ये मिरचीचं किंवा लाल तिखटाचं प्रमाण जास्ती असलं तरी त्यातल्या नारळाच्या खवामुळे त्याचा तिखटपणा कमी होतो.''

''होणारच. कारण त्या नारळाच्या दुधातही स्निग्ध पदार्थांचं प्रमाण जास्ती असतं. झालंच तर कोकणात खोबरेल तेलच जास्ती वापरतात. त्यातही कॅप्सायसिन विरघळत असल्यामुळे ते पातळ होतं. तोंडाला झोंबत नाही. मिर्चीका सालानमध्येही त्या मिरच्या प्रथम तेलात परतून घेतात. त्यानंतर त्यात जे वाटण घालतात त्यात शेंगदाणे आणि ओला नारळ यांचं प्रमाण जास्ती असतं. वाटण करताना साहजिकच शेंगदाण्यातलं आणि खोबऱ्यातलं तेल त्यात उतरतं. झालंच तर त्यात चिंचेचा कोळही घातलेला असतो. या साऱ्यांच्या एकत्रित प्रभावापोटी ती भाजी खाण्यालायक होते.''

''आता वरणभातावर घालण्यासाठी हाताशीच तूप होतं म्हणून बरं झालं. पण तसं ते नसतं तर?''

''तर मग दही खाल्लं तरी चालतं किंवा लोण्याचा गोळा मटकावावा. एवढंच काय पण नुसता कोरड्या भाताचा घास घेतला तरी चालतं. कारण त्या कोरड्या भाताबरोबर कॅप्सायसिनचे काही रेणू घसटून निघून जातात. आगीची झळ कमी होते. तीच बाब पावाच्या सुक्या तुकड्याची.''

''पण मग आई पोपट कशा कच्च्या मिरच्या चावून खातात?''

"कारण त्यांच्या जिभेवर या कॅप्सायसिनला दाद देणाऱ्या ग्राहक रेणूंचा पत्ताच नसतो. त्यामुळे त्या कॅप्सायसिनला मिठी मारायला कोणी सापडतच नाही. साहजिकच मग मेंदूलाही त्याची जाणीव होत नाही. पोपटानं मिरची खाऊन त्याच्या बिया इकडेतिकडे पसरवायला मदत करावी, त्यापायी मिरचीच्या नवीन रोपांचा उगम व्हावा म्हणून निसर्गानंच तशी सोय केलेली आहे आणि ज्या प्राण्यांनी मिरचीची रोपं खाऊन त्यांचा चट्टामट्टा करू नये असं वाटतं त्यांच्या जिभेवर या ग्राहक रेणूंची रेलचेल ठेवलेली आहे."

"त्यामुळं आपोआपच हे प्राणी मिरचीच्या रोपांपासून दूर राहतात."

"राहत नाही तो मानवप्राणी. तो उलट आपल्या जेवणामध्येच त्याचा वापर करतो."

"पण तो करताना काळजी घेतली नाही तर मग गौतमसारखी त्यांना जेवताना आई आठवते."

"ती आठवली म्हणून तर त्यावरचा तोडगाही सापडला मला. खरं ना?"

■

लाहीलाही

गिरिजा आणि गौतम सिनेमाला गेले होते. उषाताईंना आज तसा मोकळा वेळ होता. त्या काकूंबरोबर स्वयंपाकघरात संध्याकाळच्या जेवणाची तयारी करत होत्या. काही तरी वेगळा बेत करावा असं दोघींच्याही मनात होतं.

तितक्यात गिरिजा आली. तणतणतच. आल्याबरोबर तिनं आपल्या हातातली पर्स खुर्चीवर फेकून दिली आणि एका कोपऱ्यात गुढग्यांना हाताची मिठी घालत बसून राहिली. तिचं काही तरी बिनसलंय हे काकू आणि उषाताई दोघींच्याही लक्षात आलं होतं. वातावरणातला ताण हलका करण्यासाठी काकूंनी विचारलं,

"कसा होता सिनेमा, गिरिजा?"

पण तिचं हूं नाही की चूं नाही. ती घुम्यासारखी गाल जास्तीच फुगवून बसून राहिली. आता उषाताईंनीही तोच प्रश्न केला.

तरीही तिचं मौन काही सुटलं नाही. तेवढ्यात गौतम आला तेव्हा उषाताईंनी त्यालाच काय झालंय हे विचारलं. तो हसत हसत म्हणाला,

"तिच्या अंगाची लाहीलाही होतेय."

"मला चिडवू नकोस हं गौतम सांगून ठेवतेय."

"अग, पण झालंय तरी काय एवढं? सिनेमालाच गेला होतात ना?"

"मी सांगतो आई काय झालंय ते. आम्ही सिनेमालाच गेलो होतो. त्या मल्टिप्लेक्समध्ये. सिनेमाही

चांगलाच होता. पण हिनं सिनेमामध्ये पॉपकॉर्न घेण्याचा हट्ट धरला. त्याला मी विरोध केला. तिला पॉपकॉर्न मिळालं नाही म्हणून ती फुरंगटून बसली आहे.''

''इश्श! पॉपकॉर्न म्हणजे लाह्याच ना आपल्या?'' काकू म्हणाल्या, ''आता करते. आहे काय न नाही काय!''

''काकू तसं तुम्ही म्हणता ते खरंच आहे. पण घरात केलेल्या लाह्यांना तोंड लावत नाही कोणी. तेच त्या थिएटरमध्ये त्यावर बटरचा जाडजूड थर देऊन आणि मीठ, मिरपूड घालून दिलं की पंचवीस तीस रुपयांना बचकभर पॉपकॉर्न घेतात ही.''

''तशा लाह्या कराल तुम्ही, काकू?''

''हो. त्यात काय आहे, आताच ताई म्हणाल्या तशा लाह्यांवर तूप आणि मीठ, मिरपूड घातलं की त्या तिथल्यासारख्याच होतील.''

''नाही होणार. तिथल्यासारखं मशीन कुठं आहे आपल्याकडे?''

''मशीन नसलं म्हणून काय झालं, गिरिजा? आपण कढईतही करू शकतो पॉपकॉर्न. लाह्या फुलण्यासाठी आवश्यक त्या सगळ्या क्रिया केल्या की झालं.''

''आता विषयच निघाला म्हणून विचारते ताई, मक्याच्या लाह्या का तयार होतात? गव्हाच्या का नाही होत? किंवा इतर कशाच्या?''

''होतात ना! तसंच म्हटलं तर गव्हाच्याही लाह्या होतात. पण त्या अशा मोठ्या, फुललेल्या होत नाहीत आणि चविष्टही नसतात. मला एक सांगा आपण मक्याचे दाणे नुसतेच खातो. तसे गव्हाचे दाणे खातो का?''

''नाही. पण आई मक्याचे दाणे तरी नुसते कुठं खातो?''

''का नाही? भुट्टा खाता ना तुम्ही? म्हणजे मक्याचं कणीस?''

''हो तर, नुसतंच शेगडीवर भाजून तरी किंवा उकडून तरी खातात की कणसं.''

''तेच तर सांगत होते काकू. आणि गौतम ती कणसं खाताना तुम्ही त्यातले दाणेच नुसते खाता ना? की त्या कणसाचा मधला टणक भागही खाता?''

''नाही, नुसते दाणेच खातो. पण तशी ज्वारीचीही कणसं येतात. ती कोवळी असताना त्यांच्या दाण्याचा हुरडाही भाजून खातो आपण.''

''पण कोवळी असतानाच. कच्ची असतानाच ती कोवळी असतात. पिकून टणक झाल्यावर ते दाणे मक्याच्या दाण्यांसारखे खातो का आपण?''

"नाही. तसे भाजले तरी ते खाववणार नाहीत. चवही नसते त्यांना कोवळ्या हुरड्यासारखी."

"गौतम सांगतो ना काकू त्यातच तुमच्या प्रश्नाचं एक उत्तर सामावलेलं आहे. पिकलेल्या आणि त्या प्रक्रियेत कोरड्या पडलेल्या गव्हाच्या किंवा ज्वारीच्या दाण्यात चव राहत नाही. मक्याचे दाणे पिकल्यावरही चविष्ट असतात आणि मुख्य म्हणजे ते गहू किंवा ज्वारीसारखे कोरडे होत नाहीत. त्यामुळेच त्यांच्या लाह्या बनतात."

"मक्याचे दाणे कोरडे नसतात? दातांखाली धरले तर ते कठीणच लागतात. दातांची परीक्षाच पाहतात. तर तुम्ही म्हणताय की ते कोरडे नसतात."

"तसे ते कोरडे असतात की काय याची परीक्षाच घेऊया थोड्या वेळानं आपण. पण आता ते दाणे फुटून त्याची लाही कशी बनते ते सांगत होते ना, ते ऐका. तूही नीट ऐक गिरिजा. त्या दिवशी तू डेव्हिल्ड एग्ज बनवली होतीस ना तशीच आज पॉपकॉर्न तयार करणार आहेस. तुलाच खायची हुक्की आलीय ना, मग तूच बनव ते."

"पण मग मी एकटीच खाईन. गौतमला नाही देणार."

"खा ना तू एकटीच. नाहीतरी त्या डेव्हिल्ड एग्जच्या वेळी मी नियम घालून दिलाच आहे. तूच पदार्थ बनवायचास आणि तो कसाही होवो, जमलेला की फसलेला, तूच तो खायचाही आहेस."

"मग सांग. आता लागते बनवायला."

"पण त्या आधी मक्याची लाही कशी होते ते तरी ऐकशील?"

"सांगा तुम्ही ताई. मलाही उत्सुकता आहे."

"मक्याच्या दाण्याची ॲनॅटॉमी त्यासाठी बघायला हवी."

"वाटलंच होतं मला, आई. तू त्या ॲनॅटॉमीवर केव्हा घसरतेस तेच बघायचं होतं मला."

"गिरिजा, अग कोणत्याही कच्च्या पदार्थाची अंतर्गत रचना कशी आहे हे समजून घ्यायलाच हवं. त्या शिवाय शिजवल्यानं म्हणजेच उष्णता दिल्यानं तिच्यात नेमका कोणता फरक पडतो ते समजणार नाही आणि शिजवल्यानंतरही त्याची चव, पोत, स्वाद तसा राखण्यासाठी नेमकं कसं शिजवायला हवं ते कळणार नाही."

"बरोबर आहे तुमचं ताई. म्हणून तर टोमॅटो आणि सुरण किंवा डाळ एकाच तऱ्हेनं शिजवता येत नाही."

"या मक्याच्या दाण्याचा गाभा असतो. तो मुख्यत्वे स्टार्चचा म्हणजेच पिठुळ पदार्थाचा बनलेला असतो."

"म्हणजे कर्बोदकाचा."

"वाऽह काकू, चांगलंच लक्षात ठेवलं आहेत की तुम्ही! या गाभ्याच्या भवती एक आवरण असतं. त्याची साल म्हणा हवं तर. ती चांगलीच टणक आणि घट्ट विणीची असते. एकसंध असते ती. या दोन्हींच्या मध्ये असतं पाणी. त्यातलं काही त्या पिठुळ पदार्थात शोषलेलं असतं. तर काही बाष्पाच्या स्वरूपात गाभ्याच्या वर आणि सालाच्या खाली राहिलेलं असतं."

"पण आई तसं पाणी तिथं असतं तर मग दाबल्यावर तो दाणा थोडा दबला जायला हवा. शिवाय पाणी थोडंफार इकडेतिकडे पसरल्यासारखंही वाटायला हवं."

"तितकं नसतं पण असतं आणि तसं ते असतं की नाही याचीही परीक्षा घेणार आहेस तू लाह्या करताना. तर आपण जेव्हा हा दाणा तापवतो तेव्हा त्यातल्या त्या पाण्याची वाफ होते. वरची साल घट्ट विणीची असल्यामुळे ती वाफ एकदम बाहेर निसटेल अशी मोठी छिद्रं तिला नसतात. त्यामुळे ती वाफ आतच अडकून पडते. तिच्यात वाढही होत राहते आणि तिचं तापमानही वाढायला लागतं. थोडक्यात त्या दाण्याचा..."

"प्रेशर कुकर बनतो."

"अगदी बरोबर. अंड्याचाही असाच बनतो आणि–"

"तसा तो बनू नये यासाठी त्याला सेफ्टी व्हॉल्व कसा लावायचा हेही सांगितलं आहे तुम्ही."

"इथं मात्र तसा सेफ्टी व्हॉल्व नसतोही आणि लावायचाही नसतो. कारण आतल्या वाफेचा दाब वाढायला हवा असतो. वाढता वाढता तो त्या वरच्या सालीला असह्य होण्याइतका वाढला की साहजिकच त्याचा स्फोट होतो. त्याबरोबर आतला मऊ गाभा आतून उमलल्यासारखा उलटा होतो. साल खाली आणि गाभा त्याच्यावर अशी उलटीपालटी होते. तीच आपली लाही. आतून उमलून आलेला मक्याचा दाणा म्हणजेच लाही. तशी ती होण्यासाठी आतला गाभा मऊ अशा पिठुळ पदार्थाचा बनलेला असायला हवा, त्यात पाणी असायला हवं आणि वरचं सालही घट्ट विणीचं हवं."

"पण जेव्हा आपण अशा लाह्या बनवतो तेव्हा काही चुकार दाणे तसेच खाली राहिलेले असतात. मूळ दाण्यापेक्षा ते टणक झालेले असतात आणि फुललेले तर मुळीच नसतात. असं का?"

"त्याची दोन कारणं आहेत. पहिलं म्हणजे त्यांच्यात पुरेसं पाणी नसतं. मक्याची जर लाही व्हायची असेल तर आतल्या वाफेचा दाब पुरेसा वाढायला हवा. म्हणजेच आत पुरेशी वाफ तयार व्हायला हवी. पाणी कमी असेल तर तेवढी वाफ

तयार होणार नाही. दाण्याचा स्फोट होणारच नाही.''

''मग असा स्फोट व्हायला किती पाणी असायला हवं म्हणतेस?''

''त्याचं मोजमाप केलं गेलं आहे. दाण्याच्या एकूण वजनापैकी साधारण साडेतेरा ते पंधरा टक्के वजन पाण्याचं असायला हवं. त्याहून कमीही नाही की जास्तही नाही.''

''कमी नाही हे समजू शकते पण जास्ती का नाही?''

''त्याचं कारण म्हणजे जेव्हा स्फोट होतो तेव्हा त्या वाफेचं तापमान २३० अंशांपर्यंत पोचलेलं असतं. त्याचा स्फोट होतो तेव्हा ती वाफ एकदम आतल्या गाभ्याला सोडून जाते. त्यामुळे गाभ्याचं तापमान एकदम उतरतं, तो कोरडा बनतो. त्यामुळेच तर ती लाही नुसतीच लापशीसारखी विसविशीत होत नाही. फुलून आल्यावर खुसखुशीत होते. पाणी जास्ती असेल तर स्फोट झाल्यावरही त्यातली काही वाफ त्या गाभ्याला चिकटून राहील. त्याचा लगदाच सालीबाहेर येईल. ती लाही चांगली होणार नाही.''

''पण मग पाणी कमी असतं तेव्हा काय होतं?''

''तेव्हा वाफेचा दाब पुरेसा वाढत नसणार. त्यामुळे मग त्या प्रेशर कुकरचा स्फोटही होत नसणार. खरं ना ताई?''

''अगदी बरोबर सांगितलंत. स्फोट तर होत नाही पण वाढत चाललेल्या तापमानामुळे त्या गाभ्यातला उरलासुरला पाण्याचा अंशही त्याला सोडून जातो. तो गाभा जास्ती जास्ती कोरडा बनत जातो. त्याहूनही तापमान वाढलं की तो जळल्यासारखाच होतो. कोळशासारखा टणक होतो.''

''म्हणजे मग गव्हाची किंवा ज्वारीची लाही बनत नाही याची कारणं त्यांची अंतर्गत काय म्हणालात ॲनामाटी–''

''ॲनॅटॉमी काकू.''

''तेच ते गिरिजा, ती वेगळी असणार.''

''बरोबर सांगितलंत. एक तर हे दाणे मक्याच्या दाण्याच्या मानानं लहान असतात. त्यांच्या लाह्या झाल्याच असत्या तरी त्या इवल्याशा झाल्या असत्या. त्यांना चव नसेल हे तर आपण बघितलंच आहे. त्या शिवायही दोन तीन कारणं आहेत. एक म्हणजे त्या दाण्यांमध्ये पुरेसा स्टार्च नसतो. त्यामुळे ते मक्यासारखे फुलून येऊ शकत नाहीत. झालंच तर दाण्यांचा प्रेशरकुकर बनेल इतकं पाणी त्यांच्यामध्ये नसतं. त्यामुळे आत पुरेशी वाफ तयार होत नाही. शिवाय त्यांची सालं सच्छिद्र असतात. इटुकली पिटुकली भोकं असतात त्यांना.''

''त्यामुळे मग वाफ आत कोंडून राहत नसेल. ती हळूहळू बाहेर झिरपत राहील. गळक्या प्रेशर कुकरसारखी. प्रेशर कुकरची आतली रिंग झिजलेली असली

ना गिरिजा की त्यातूनही वाफ अशीच हळूहळू बाहेर निसटत राहते आणि मग त्यात पदार्थ व्यवस्थित शिजत नाही.''

''अगदी योग्य बोललात काकू. तरीही तांदळापासून कुरमुरे बनवले जातात ते म्हणजे तांदळाच्या लाह्याच असतात.''

''पण त्यांच्यामध्ये पुरेसा स्टार्च आणि पाणी नसतानाही त्या कशा होतात?''

''त्यातल्या स्टार्चचं प्रमाण काही वाढवता येत नाही. पण पाण्याची व्यवस्था करता येते. त्यासाठी दोन पद्धती वापरतात. बंगाल, बिहारमध्ये हे कुरमुरे बरेच खाल्ले जातात. त्यांना ते मुरी म्हणतात. ते तयार करण्याची पद्धतही मोठी मजेशीर आहे. पारंपरिकरीत्या त्यासाठी मातीच्या चुली वापरतात. जमिनीत एक खड्डा खणून त्यात गवऱ्यांचा जाळ तयार करतात आणि त्याची राख झाली की ती वापरतात.''

''म्हणजे आपण हुरड्याची कणसं भाजण्यासाठी जशी भट्टी तयार करतो तशीच.''

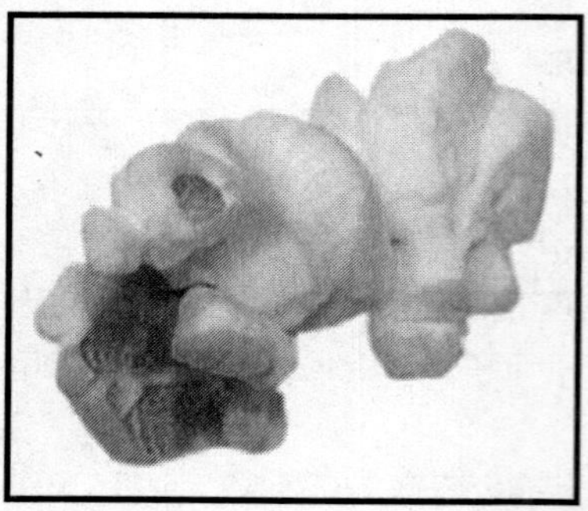

''तशीच. या भट्टीत मग एक मडकं ठेवतात. त्या मडक्यात वाळू घातलेली असते. ती तापवली जाते. दुसऱ्या एका भांड्यात तांदूळ घेऊन त्यात मीठ घातलेलं पाणी घालतात. ते सतत ढवळत ठेवतात. तोवर ती वाळूही चांगलीच तापलेली असते. पाणीही तापलेलं असतं. त्याबरोबर मग पाण्यासकट ते तांदूळ त्या वाळू असलेल्या भांड्यात ओततात. जेमतेम अर्धा मिनिटातच त्या पाण्याची वाफ होते आणि ती एकदम त्या तांदळाच्या दाण्यात शिरून ते फुलून येतात. त्यांचे कुरमुरे बनतात.''

''तुम्ही ही पारंपरिक पद्धत म्हणालात. म्हणजे आता वेगळीच वापरतात की काय?''

''हो. आता त्यांचे कारखानेच निघालेत. तांदळाच्या दाण्यात पुरेसं पाणी नसतं. त्यामुळे मक्यासारखी त्याची लाही होत नाही. त्यासाठी त्या दाण्यात पुरेशी वाफ शिरेल आणि तिचा स्फोटही होईल याची व्यवस्था या पद्धतीत केलेली असते.''

''ती कशी काय?''

''त्यासाठी ते तांदूळ प्रेशर कुकरमध्ये शिजत ठेवतात. तिथं एक तर वाफ झालेली असते आणि तिचं तापमान तसंच दाबही वाढलेला असतो. त्यामुळे मग त्या तांदळामध्ये ती वाफ शिरते. थोड्या फार धसमुसळेपणानंच. ती पुरेशी शिरली

की मग तो दाब एकदम कमी करतात.''

''म्हणजे वरचा व्हाल्व्ह एकदम काढून घेऊन ती वाफ सुटू देतात की काय?''

''तसंच म्हणायला हरकत नाही. पण त्या व्हाल्व्हमधून सुटणारी वाफ तशी मंद गतीनंच त्यातून बाहेर पडते. समजा तुम्ही त्या प्रेशर कुकरचं झाकण एकदम काढलंत तर काय होईल?''

''ती कोंडून पडलेली वाफ एकदम फुसांडत बाहेर येईल की!''

''येईल ना? तर अशीच एकदम स्फोट केल्यासारखा तिचा दाब कमी केला जातो. आता होतं काय तर त्या तांदळाच्या दाण्यांमध्ये शिरलेल्या वाफेचा दाब जास्ती झालेला असतो आणि बाहेरचा दाब एकदम शून्यावर आलेला असतो. त्यामुळे मग ती आतली वाफ स्फोट करत त्या दाण्यातून बाहेर पडू पाहते. दाण्याची लाही बनवते.''

''पण ती लाही कुठं होते? त्याचे तर हलके कुरमुरेच बनतात.''

''हो. कारण स्फोट झाला तरी आत पुरेसा स्टार्च नसल्यामुळे मक्याच्या लाहीसारखे ते आतून उमलून येत नाहीत. याच कारणांमुळे मग सगळ्याच जातीच्या मक्यांच्या लाह्या होत नाहीत. कारण काही जातींच्या दाण्यांची...''

''अंतर्गत ॲनॅटॉमी वेगळी असते. खरं ना आई?''

''चांगलं लक्षात ठेवलं आहेस. तसंच त्या दाण्यांना तडेही गेलेले नसावेत.''

''कारण मग त्या फटींमधून वाफ बाहेर सांडून जाईल. आतल्या गाभ्याचा कोळसा होईल पण लाही होणार नाही.''

''वाऽह, तर मग आता लाह्या करायची तुझी तयारी झाली असेल असं आम्ही समजतो.''

''आम्ही? म्हणजे?''

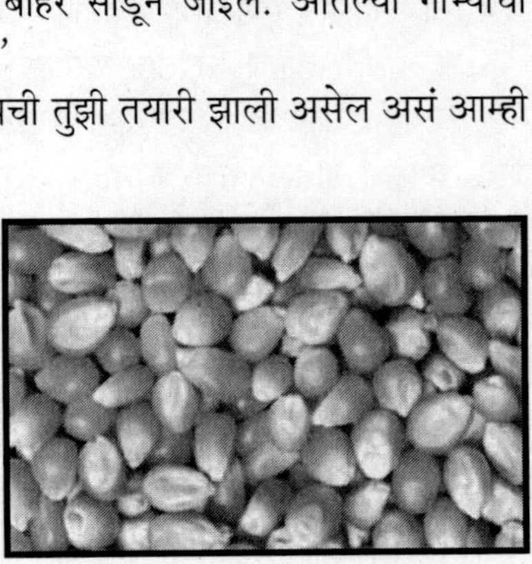

''आम्ही म्हणजे मी आणि काकू. तुला फार तर योग्य ते भांडं काढून देणं किंवा लाह्या तयार करण्यासाठी लागणारे पदार्थ काढून देणं एवढंच काम आम्ही करणार आहोत. तू या लाह्या कशा तयार करतेस ते बघत राहणार. तर मग

सांग तुला काय काय सामान हवं ते.''

''सामान ना, मक्याचे दाणे हवेत. चांगले निवडलेले. म्हणजे त्यांना तडे गेलेले नसतील असे. चमचे हवेत. एखादा झारा हवा. ढवळायला आणि झालेल्या लाह्या बाहेर काढायला. बस्स. एवढं बस्स होईल.''

''आणि या लाह्या करणार आहेस कशात? हवेत?'' आपल्याला आलेलं हसू तोंडावर पदर घेऊन लपवत काकूंनी विचारलं.

''हो, एक भांडं हवं.''

''कोणतं देऊ? दूध तापवायला आपण घेतो ते देऊ? की परात देऊ?''

''नको. तापवायचंच आहे ना! मग तवा चालेल.''

''थांबा काकू, तवा नका देऊ.''

''पण का? तव्यावर दाणे काय भाजले जाणार नाहीत?''

''जातील ना! त्यांच्या लाह्याही होतील. पण मग त्या सगळ्या स्वयंपाकघरभर पसरतील. अग जेव्हा त्या दाण्यांचा स्फोट होईल तेव्हा काय त्या फुसकुल्या फटाक्यासारख्या तिथंच फतकल मारून बसणार आहेत का?''

''नाही. त्या तडातड उडतील. जेवढा स्फोट मोठा तेवढ्या त्या जास्ती उडतील.''

''उडतील ना? मग तव्यासारखं पसरट भांडं कसं चालेल. शिवाय दाणे असतात इवलेसे. ते फुलून लाह्या तयार होतात तेव्हा त्यांचं आकारमानही वाढतं. तब्बल पस्तीस पटीनं वाढतं. म्हणजे तव्यावर सपाट पसरलेल्या दाण्यांच्या सर्वांच्या लाह्या झाल्या तर त्या किती जागा व्यापतील माहिती आहे?''

''किती?''

''याचंही मोजमाप केलं गेलंय काकू. प्रयोग केला तेव्हा त्या लाह्यांच्या डोंगराची उंची पंधरा सेंटीमीटर इतकी भरली होती.''

''इतकी? म्हणजे भलतीच म्हणायला हवी.''

''प्रयोगशाळेत प्रयोग करताना सगळ्याच गोष्टींची व्यवस्थित काळजी घेतली जाते. गिरिजा पहिल्यांदाच बनवतेय लाह्या. तेव्हा तिच्या लाह्यांचा डोंगर एवढा मोठा नाही होणार कदाचित. तरीही काही उंची तर तो गाठेलच. तेव्हा जर उभट भांडं घेतलंस तर बरं. किंवा मोठीशी कढई घे.''

''ती कशी चालेल? ती उभट थोडीच असते?''

''खरं आहे. नसते. पण तव्यासारखी पसरटही नसते. शिवाय कढई मोठी असली तर मग लाही तिच्यातून उडून बाहेर पडणंही टाळलं जातं. तरीही तुला हवं ते भांडं तू घेऊ शकतेस पण नुसत्या भांड्यांनी भागणार नाही. थोडं तेलही घे.''

''ते कशाला ताई? नुसत्या भाजल्या तरी लाह्या व्हायला हव्यात ना?''

"खरं आहे. तेल अगदीच थोडं, त्या भांड्याचा तळ जेमतेम भिजवेल एवढंच. तेल असलं की मग दिलेली उष्णता त्या दाण्याच्या सर्वच भागांमध्ये एकाच वेळी एकसारखीच पसरेल. म्हणजे तेल तळणासाठी वापरायचं नसून उष्णतेच्या वहनाला मदत करण्यासाठी वापरायचं आहे. त्या तेलामुळे लाह्यांच्या स्वादात किंवा चवीत काही बदल होणार नाही इतपतच तेल हवं. तेल घातल्यानं लाह्या व्यवस्थित फुलून यायला मदत होते. त्या वेड्यावाकड्या फुटत नाहीत."

"म्हणजे मग कोणतंही तेल घेतलं तरी चालेल. गोडं तेल चालेल, सूर्यफुलाचं चालेल, करडईचं चालेल, खोबरेल चालेल."

"कोणतंही चालेल. तेलाशिवाय त्या कढईवर ठेवायला झाकणही हवं. म्हणजे लाह्या आतल्या आतच राहतील. बरी आठवण झाली. मघाशी तू विचारत होतीस ना की ते मक्याचे दाणे तर कोरडेच वाटतात. त्यांच्यात पाणी कुठं असतं. तर ते खरोखरीच असतं की नाही याचीही शहानिशा तुझी तूच करून घे. त्यासाठी आणखी काही सामग्री लागेल. तीच आता घेऊन येते. जरा थांब."

असं म्हणून उषाताई लगबगीनं स्वयंपाकघराबाहेर पडल्या. त्या परत आल्या तेव्हा त्यांच्या हातात एक काचेची नळी, ती नळी पकडायला एक खास चिमटा, मेणबत्ती, ॲल्युमिनियम फॉईल इतकं सामान होतं. ते सगळं गिरिजाच्या स्वाधीन करत त्या म्हणाल्या, "आता मोजून एक दाणा त्या नळीत टाक. तिच्या तोंडावर ती फॉईल घट्ट बसव. बसवलीस?"

"हो. नाही. अग ही तर फाटली."

"फाटणारच. तू ती ताणायला गेलीस. तर फाटेलच."

"घट्ट म्हणजे त्या नळीच्या कडा झाकून जातील अशी पण न ताणता. तशी बसवलीस की त्या फॉईलला काट्यांनी भोकं पाड."

"म्हणजे बटाट्याला टोचून भोकं पाडतो तशीच ना, ताई?"

"तशीच. आता ती नळी त्या मेणबत्तीवर धर आणि तापव. काय काय होतंय ते सांगत राहा."

"आता तर काहीच होत नाहीये."

"थोडा वेळ वाट पाहा. ती नळी आणि आतला दाणा तापायला तर हवा. जसजसा तो तापेल तसतशी..."

"आई आता या भोकांमधून वाफ बाहेर पडतेय असं वाटतंय, हो वाफच."

"आणखी थोडा वेळ वाट पाहा. काय ग, काय झालं? ती नळी आता तुझ्या हातातून खालीच पडत होती. सांभाळून."

"अग तो नळीतला दाणा एकदम उडाला ना!"

"त्याबरोबर तू उडालीस. त्या दाण्याची लाही झालीय बघ. आता सांग ती

तुला दिसलेली वाफ कुठून आली? नळीत पाणी तर नव्हतं ना घेतलंस?''

''नाही. नळीत पाणी नव्हतं. म्हणजे मग ती वाफ त्या दाण्यामधूनच आली असणार.''

''पण त्या दाण्यातही पाणी नाही असं म्हणत होतीस ना तू?''

''म्हणजे मला तसं वाटत होतं. पण आता ही चक्क वाफ दिसतेय तर ती दाण्यातल्या पाण्याचीच असणार.''

''पण ताई त्या दाण्यातून वाफ बाहेर पडली म्हणजे त्याची साल तशी घट्ट विणीची नसणार. मग त्याचा प्रेशर कुकर होऊन तो फुटला कसा?''

''चांगलं विचारलंत काकू. ती साल घट्ट विणीची होती म्हणून तर आतल्या कोंडलेल्या वाफेचा स्फोट होऊन दाण्याची लाही झाली. तुम्हाला ती घट्ट विणीची नाही असं वाटलं कारण गिरिजाला दिसलेली ती वाफ. ती साल घट्ट विणीची असली तरी तिला अजिबातच भोकं नसतात असं नाही. थोडीफार असतातच. ती लहानही असतात. तशी ती नसती तर दाणे भिजवायला ठेवल्यावर त्यात पाणी नसतं शिरलं. पण जेवढी वाफ तयार होते त्यातली सगळीच बाहेर पडू शकत नाही. त्यामुळे जास्ती जास्ती वाफ आतच कोंडून राहते आणि शेवटी आता गिरिजानं बघितलं तसा दाण्याचा स्फोट होतो.''

''तुम्ही आता भिजवलेल्या दाण्याचं सांगितलंत. असे भिजवलेले दाणे घेतले तर त्यांची लाही होणार नाही. कारण त्या दाण्यांमध्ये तुम्ही सांगितलंत त्यापेक्षा जास्ती पाणी असेल आणि मग सगळा लगदाच होऊन जाईल.''

''अगदी बरोबर बोललात. गिरिजाला तो प्रयोग उद्या करायचाय. त्यासाठी रात्रभर काही दाणे पाण्यात ठेव. तसेच दुसरे काही दाणे आज दिवसभर उन्हात ठेवून वाळवून घे. त्यांच्याही लाह्या होतात की काय तेही बघूया.''

''नाही होणार आई.''

''का ग?''

''कारण उन्हात ठेवल्यामुळे ते तापतील. पण हळूहळू तापवल्यामुळे एकदम सारी वाफ होणार नाही. थोडीथोडीच होईल. ती बाहेर पडून जाईल. त्यामुळे आतला पाण्याचा अंश कमी झालेला असेल. जास्त वाळवले तर ते दाणे पार कोरडे झालेले असतील. त्यांचा स्फोट कसा होईल मग?''

''शाबास! व्यवस्थित ओळखलंस. तरी तुझी ही अटकळ योग्य आहे हे

बघण्यासाठी अशा वाळवलेल्या दाण्यांच्याही लाह्या होतात की काय हे तुला तपासून बघावंच लागेल. पण आता तुझी तयारी झालेली दिसतेय. तेव्हा लाह्या बनवायला सुरुवात करायला हरकत नाही.''

''पण ताई तुम्ही मघाशी म्हणालात तशा त्या नुसत्या लाह्याच होतील. पॉपकॉर्न नाही होणार.''

''तेही करता येईल. मशीनशिवाय. त्यासाठी मग तुपामध्ये थोडं मीठ घालून आणि तुला दुसरा कोणता मसाला घालायचा असेल तर तो म्हणजे थोडं तिखट किंवा ओव्याची पूड किंवा मिरपूड किंवा चाट मसाला, जे काही हवं ते, ते घालून त्या मिश्रणात ते दाणे थोडा वेळ ठेव. त्या दाण्यांनी ते थोडंसं शोषून घेतलं की मग त्यांच्या लाह्या बनवायला घे.''

''पण त्या लाह्या होणार नाहीत आई.''

''का?''

''कारण त्यांचं पॉपकॉर्न झालेलं असेल.''

■

शिताची परीक्षा

काकू स्वयंपाकघरात काही तरी शिजवण्यात दंग होत्या. त्या जो काही पदार्थ शिजवत होत्या त्याचा खमंग वास सुटला होता. त्याच्या दरवळानं गौतमच्या नाकपुड्या चाळवल्या गेल्या आणि ओढल्यासारखा तो स्वयंपाकघरात आला.

''काय बेत आहे आज काकू?'' खोलवर श्वास घेत गौतमनं विचारलं.

''मटनाचा एक नवीन पदार्थ करते आहे. परवाच टीव्हीवर पाहिला मी तो. पण हा नवा असल्यानं मटन नीट शिजलंय की नाही ते काही कळत नाही. जरा चाखून सांगतोस का मला ते शिजलंय का ते?''

''म्हणजे मला तुम्ही गिनीपिग बनवणार तर!''

''तसं नाही रे. एरवीच्या पदार्थांचे कसे अनुभवातून आडाखे बनलेले असतात. त्यामुळे ते शिजलंय की नाही याची चाखून परीक्षा नाही घ्यावी लागत. पण आज हे सगळं नवीनच आहे. न शिजल्यामुळे मटन वातड राहिलं तर सर्वांच्याच तोंडची चव जाईल. म्हणून जरा तुला सांगते आहे. बघ ना जरा.''

गौतमनं तसे सुरुवातीला आढेवेढे घेतले असले तरी त्यालाही त्या पदार्थाची चव घेऊन पाहायची जबरदस्त इच्छा झालीच होती. तरीही आपण नाइलाजानं ते चाखतो आहोत असा बहाणा करत त्यानं काकूंनी पुढं केलेला चमचा फुंकर मारून तोंडात टाकला. थोडा वेळ चावला आणि तो म्हणाला,

''तसं झाल्यासारखं वाटतंय. पण आणखी थोडा वेळ शिजवलंत तरी चालेल.''

''या मटनाचं ना नीटपणे सांगता येत नाही. ताईंनाच विचारायला हवं. तसं भाजी शिजलीय की नाही हे कळतं. तरीही काही वेळा घोटाळा होतोच.''

''मग आईला विचारा ना.''

"हो. ते तर करायचंच आहे. कारण आमचे आडाखे नुसते अनुभवाचे. ते तसंच का हे ताईच चांगलं समजावून सांगतात."

"अरे वा, आज गौतम बरा स्वयंपाकघरात! का परत एकदा चहाची हुक्की आलीय त्याला." उषाताई स्वयंपाकघरात शिरत म्हणाल्या.

"नाही आई, काकू जे काही बनवताहेत ना त्याचा खमंग वास सुटला आहे. त्यामुळं मी आलो तर काकूंनी माझ्यावरच प्रयोग करायला सुरुवात केली."

"प्रयोग कसला गौतम! अरे नुसतं–" काकूंनी अपराधी स्वरात म्हटलं. तो ओळखून उषाताईंनीच विचारलं,

"कसला प्रयोग केला त्यांनी? तो पदार्थ किती तिखट झालाय, त्याचं स्कोव्हिल रेटिंग किती आहे हे तर तपासायला नाही ना सांगितलं तुला?"

"नाही हो ताई. हा एक मटनाचा नवीन पदार्थच बनवतेय. तर मटन शिजलंय की नाही हे बघायला सांगितलं त्याला."

"पण आई असं नेहमीच चाखून न पाहता कोणताही पदार्थ शिजलाय की नाही हे ओळखण्याची काही तंत्रं आहेत की नाही?"

"आहेत ना गौतम. अरे भात शिजलाय की नाही हे त्यातली काही शितं बोटांनी दाबून ठरवता येतं. त्यावरूनच तर ती शितावरून भाताची परीक्षा ही म्हण आलीय. झालंच तर भाकरी चांगली शिजलीय की नाही हेही हातांनी दाबून ओळखता येतं. चपातीचा चांगला फुटबॉल होतो. वडा तेलात तरंगायला लागतो."

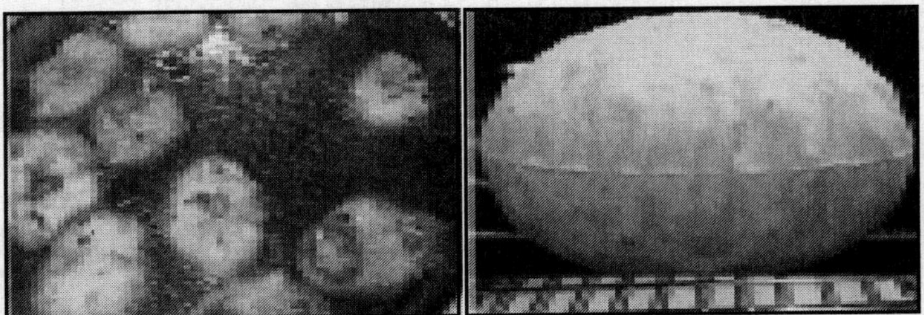

तरंगणारे वडे | फुगलेला फुलका

"बघ, काकूंनी भात-भाकरीबद्दल तर सांगितलंच. त्याचा अर्थ समजला का तुला?"

"हो जिभेऐवजी हातानं त्या पदार्थांची परीक्षा करायची."

"ते खरंच. पण याचा खरा अर्थ हा की पदार्थ शिजला की त्याचा पोत बदलतो. आणि त्याचीच परीक्षा घेतली जाते. पदार्थ शिजला की त्याचा पोत, गंध, रंग बदलतात. त्यावरून मग चव न घेताही तो शिजल्याची ओळख पटवता येते.

काही वेळ एकाहून अधिक गुणधर्म बदलतात. मग तर तो शिजल्याची खूण पटवणं सोपं जातं. म्हणून तर पदार्थ शिजल्याची परीक्षा हातांनी, डोळ्यांनी, नाकानं करायची असते.''

''तरीही त्याचे काही नियम आहेत की नाही? की एकजात पदार्थ मऊ झाला की शिजला असं समजायचं?''

''असं कसं! तसे काही नियम आहेतच ना. चपाती तव्यावर भाजून झाल्यावर ती नुसतीच ज्योतीवर ठेवली जाते. त्यावेळी तिला फार मोठ्या वेगानं उष्णता मिळते. त्यामुळे तिच्यात जो काही थोडासा ओलावा उरलेला असतो, जे काही बाष्प असतं, त्याची एकदम वाफ होते. ती वाफच चपातीला फुगवते.''

''पण मग ती भाजली जात असतानाही त्या कणकेतल्या पाण्याची वाफ होत असेलच की.

''होते ना! पण वरचा पापुद्रा सच्छिद्र असल्यामुळे ती बाहेर निसटते. आतच साठून राहत नाही. त्यामुळे ती फुगत नाही. अर्थात जाळावर ठेवल्यावरचं तिचं फुगणंही तसं थोड्या वेळासाठीच असतं. कारण तिथून ती उतरवली की तोवर आतली साठलेली वाफ बाहेर पडून जाते आणि चपाती परत मूळपदावर येते.''

''पण वडा तेलामध्ये का तरंगतो?''

''कारण तो जसा शिजायला येतो तसा त्या आंबवलेल्या पिठामधला कार्बनडाय ऑक्साईड वायू मोकळा होतो. त्यामुळे तो वडा जसा कुरकुरीत होतो तसाच तो हलकाही होतो. त्याची घनता तेलापेक्षा कमी होते. साहजिकच तो तरंगतो.''

''पण इतर पदार्थ असे नुसते पाहून शिजलेयत की नाही हे थोडंच ओळखता येतं?''

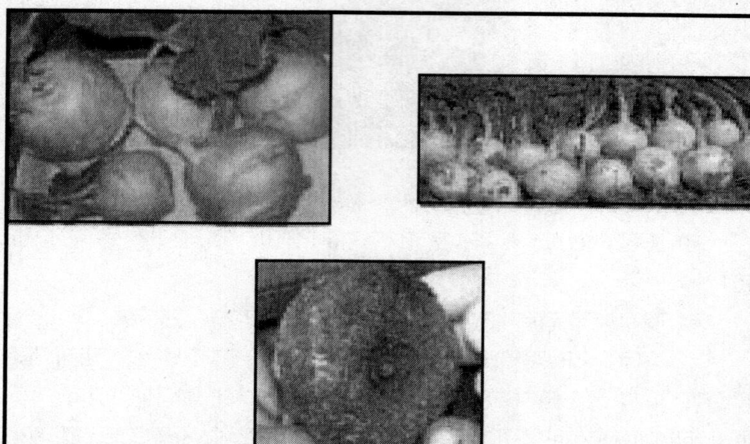

"नाही. पण त्यांचेही नियम आहेतच. आता भाज्यांचंच घे. सहसा जमिनीखाली उगवणाऱ्या ज्या भाज्या असतात.

"जमिनीखालच्या? म्हणजे बटाटा?"

"तो तर आहेच. नवलकोल आहे, कांदा आहे. सुरण आहे. या भाज्या शिजल्या की बोटानं दाबल्या तर आत दबल्या जायला हव्यात."

"पण तसं करून बघायचं म्हणजे बोटांना चटकाच बसेल चांगला."

"हो. म्हणून बोटांऐवजी काटा वापरायचा. तो खास प्रयत्न न करता, कोणताही विरोध न होता आत गेला तर भाजी शिजलीय असं समजायचं. याला अपवाद गाजराचा. कारण गाजर तितकं मऊ होत नाही."

"पण ताई, सगळ्याच भाज्या काही जमिनीखाली उगवत नाहीत. उलट जमिनीच्या वर उगवणाऱ्याच जास्ती असतात."

"हो आहेत ना. त्यातल्याही वेलींवर धरणाऱ्या भाज्या बटाट्यासारख्याच शिजल्या की मऊ होतात."

"वेलींवरच्या म्हणजे?"

"तुला इथं कुठं अशा वेली पाहायला मिळतात, गौतम. पण आम्ही पाहिल्यात

गावाकडे. वेलीवरच्या म्हणजे तोंडली, भोपळा, कारली. हिरव्या टोमॅटोचीही तीच गत होते. टिंडाही त्याच जातकुळीचा.''

''त्याही नीट शिजल्या की काटा त्यांच्यामध्ये सहज शिरतो. पण फरसबी, वालीच्या शेंगा यांसारख्या भाज्या मात्र शिजल्यावरही कोवळ्या कुरकुरीत राहायला हव्यात. शिजलेल्या बटाट्यासारख्या त्या एकदम मऊ पडता नये. त्यासाठी त्या अख्ख्या शिजवल्या असतील तर एखादी घेऊन मोडावी. थोडाफार आवाज करून ती सहज मोडली तर शिजलीय असं समजायला हरकत नाही. तोंडलीही परतून केली तर अशी कुरकुरीत राहतात.''

''आणि त्यांचा रंग? त्यात बदल होतोच ना?''

''तरीही तो पार बदलून जाता कामा नये. मूळ रंगाच्या जवळपासच तो राहायला हवा. पार बदलला तर भाजी जास्तच शिजवली गेलीय असंच समजा.''

''पण ताई, भाज्या शिजल्याहेत की नाही हे ओळखणं तसं कठीण जात नाही. अडचण येते ती डाळींच्या बाबतीत.''

''डाळींच्या आपण उसळी तरी करतो किंवा आमट्या. आजकाल तर आमट्या प्रेशर कुकरमध्येच शिजवतात. तेव्हा डाळीच्या शिजण्याचं गणित शिट्ट्यांच्या संख्येवर बसवलेलं असतं. डाळी कोरड्या असतात. तशाच त्या शिजवायला गेलं तर फार वेळ घेतात. त्यामुळे त्या भिजत घालून शिजवणं चांगलं. त्या परिस्थितीत प्रेशर कुकरचाही चांगला उपयोग होतो. कारण मग डाळींमध्ये शिरलेल्या पाण्याचीही वाफ होते आणि ती आतून शिजायला मदत करते. प्रेशर कुकरमध्ये डाळी शिजवण्याचा आणखीही एक फायदा आहे.''

''पटकन शिजण्यापेक्षा दुसरा कोणता फायदा असणार?''

''काही डाळींमध्ये नैसर्गिक विषारी पदार्थ असतात. उदाहरणार्थ, राजम्यामध्ये लेक्टिन या प्रकारचं एक रसायन असतं. त्याचं विषारीपण नाहीसं केलं नाही तर मग अपचन होतं, पोट दुखत राहतं. पण वाढीव तापमानाला राजमा शिजवला की या रसायनाचा बंदोबस्त होतो. तीच बाब सोयाबीनची. इतर डाळींमध्ये विषारी पदार्थ फारसे नसतात. पण त्याही अशा उच्च तापमानाला शिजवल्या की चांगली काळजी घेतली जाते.''

''राजमा तसा शिजायलाही वेळ घेतो. ताई. सगळ्यात जास्ती वेळ त्यालाच लागतो.''

''तरीही प्रेशर कुकरमध्ये तो पंधरा वीस मिनिटात शिजतो. सोयाबीनला खरं तर जास्ती वेळ लागतो. पण आपण सोयाबीनचा वापर फार कमी करतो. केलाच तर त्याच्या पिठाचा किंवा त्याच्यापासून तयार केलेल्या कणांचा. तेही वेळ घेतात शिजायला. इतर डाळी त्या मानानं लवकर शिजतात. साधारण दहा ते पंधरा

मिनिटात त्या शिजतात. चांगल्या भिजवलेल्या असल्या तर आणखी कमी वेळ लागतो. उसळी करताना मात्र अल देन्तेचा नियम लागू होतो.''

''अल देन्ते? हा कोण? कोणी फारसी होता की काय?''

''नाही. खरं तर हा कोणी माणूस नाही. तो एक इटालियन शब्द आहे. इटालियन जेवणात पास्ता पुष्कळ वेळा असतो.''

''आपणही आता तो शिजवतो की. आपल्या शेवयासारखा किंवा नूडलसारखा असतो.''

''तो एकच प्रकार झाला पास्ताचा. स्पागेटी म्हणतात त्याला. त्याशिवाय पेने, स्पिरिली, फारफाले, मॅकॅरोनी, रिगाटोनी, कॅनेलोनी असे कितीतरी प्रकार आहेत. त्यांचे आकार वेगवेगळे असतात. पण एकाच प्रकारच्या मैद्यापासून ते बनवलेले असतात. ते नुसते मीठ टाकलेल्या पाण्यात उकडतात आणि मग त्यांच्यावर वेगवेगळी सॉसेस ओतून निरनिराळे पास्ता बनवतात. तर ते नीट उकडले आहेत की नाहीत हे ओळखायच्या पद्धतीला अल देन्ते म्हणतात.''

''पण त्याचा अर्थ काय?''

''देन्ते म्हणजे दात. म्हणजे त्यातला एक तुकडा काढून तो दाताखाली धरला तर मऊ तर लागायला हवा पण त्यात शिरण्यासाठी दातालाही थोडी मेहनत घ्यावी लागावी. म्हणजे भाताच्या शितासारखा दात न वापरताच तो खाता येऊ नये. अशा प्रकारच्या मऊपणाला किंवा टणकपणाला म्हणा हवं तर, अल देन्ते म्हणतात.''

''म्हणजेच त्याची परीक्षा हातांनी किंवा बोटांनी दाबून न करता दातांनी दाबून करायची, असंच ना आई?''

अल देन्ते

''बरोबर. ही दंतपरीक्षा म्हणून अल देन्ते. तर उसळी केलेल्या डाळीही अशाच अल देन्ते झाल्या की शिजल्या आहेत हे ओळखावं.''

''पण खरी अडचण येते ती मटन, कोंबडी यांच्या बाबतीत. ते नीट शिजले आहेत की नाही हे ओळखणं फारच कठीण जातं बाई.''

''आपण हे मांसाहारी पदार्थ फारसे शिजवत नाही. आठवड्यातून एक दोन वेळाच फार तर ते केले जातात. त्यामुळे त्यांच्या बाबतीत अनुभव कमी पडतो. नाही तर तुमच्या अनुभवापेक्षा हे नियम काही जास्ती

विश्वासार्ह नसतात.''

''तरीही कोंबडी शिजलीय की हे ओळखायचे काही आडाखे असतीलच ना!''

''आहेत ना. कोंबडी सोलल्याशिवाय शिजवली असेल तर तिची कातडी साधारण गडद सोनेरी रंगाची व्हायला हवी. झालंच तर आपल्या तळहातासारखा तिचा पोत व्हायला हवा. म्हणजे काट्यानं दाबला तर तो काट्याच्या दाबापोटी दबला जाईल. पण आत शिरणार नाही. तिच्या तंगडीच्या भागात जर तुम्ही तो काटा टोचलात तर त्यातून पांढरट रंगाचा रस बाहेर पडायला हवा.''

''पण काही वेळा तो तांबूस असतो. तिखटाच्या रंगामुळे असेल का?''

''नाही काकू, तिखटामुळे रश्श्याचा रंग लालसर होईल. मांसाच्या आतून येणारा रंग तांबूस असेल तर ती कोंबडी अजून नीटशी शिजलेली नाही असं समजायला हवं. शिवाय आपण जे मसाले घालतो, ते ती शिजली की चांगले आत मुरतात आणि त्या सर्वांचा खमंग नाकपुड्या चाळवणारा वास सुटतो.''

''म्हणजे आता काकूंनी शिजवलेल्या पदार्थाचा सुटला होता तसा. म्हणजे मग तो नीट शिजलाय काकू. मी चाखून बघायची गरजच नव्हती.''

''पण ही कोंबडी नाहीय, गौतम. ते मटन आहे.''

''मग काकू, तुम्ही गौतमला चाखून बघायला सांगितलंत तेच योग्य झालं. कारण मटनाच्या बाबतीत असे सोपे आडाखे नाहीत. एक परीक्षा आहे. मटनाच्या पोताची बोटांनी केलेली परीक्षा. हाताचं पहिलं बोट जर अंगठ्याच्या तळाशी

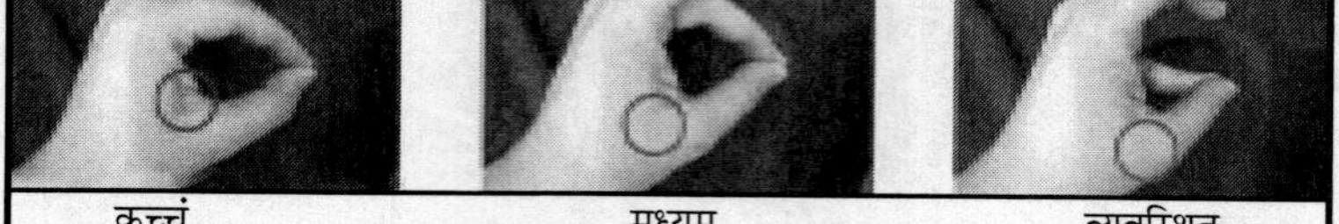

कच्चं मध्यम व्यवस्थित

असलेल्या मांसल भागावर दाबलं तर तो भाग मऊ लागतो. बोटाच्या दबावाखाली सहज दबतो. मटनाचा तुकडा अंगठा आणि तेच पहिलं बोट यांच्यामध्ये पकडलंत आणि तसंच लागलं तर ते मटन अजून शिजायला हवं असंच समजायचं.''

''अगोबाई! म्हणजे निरनिराळ्या बोटांनी दाबलं तर तो तुकडा वेगवेगळा लागतो की काय?''

''नाही काकू. पण निरनिराळ्या बोटांनी अंगठ्याच्या तळाच्या मांसल भागावर दाब दिलात तर होणारी संवेदना वेगवेगळी असते. तुमचं मधलं बोट जर त्याच ठिकाणी दाबलंत तर आता मऊपणा थोडा कमी झालेला आढळेल. म्हणजे अजूनही तो भाग दबेल पण तुम्हाला जोर लावावा लागेल. मटनाचा तुकडा तसाच वाटला

तर तो शिजलाय पण अजून थोडा शिजवलात तरी चालेल असं समजायला हरकत नाही.''

''म्हणजे आता मी तो चाखल्यावर मला जसं वाटलं तसंच असणार काकू. मग तो चाखण्याऐवजी मी दाबून बघायला हवा होता.''

''पण मग चव कशी कळली असती तुला? आणि तो चांगलाच शिजला असेल तर.''

''तर मग तो अनामिका त्या अंगठ्याखालच्या मांसल भागावर दाबलेल्या संवेदनेसारखी होईल. आता तो तुकडा तसा ताठर वाटेल. टणक नाही पण मऊही नाही.''

''मीही तसंच दाबून बघते. पण कित्येक वेळा तो आडाखा चुकतो. मग ते कमी तरी शिजतं नाही तर जास्ती तरी. पण माझा आडाखा का चुकतो ते आता कळलं.''

''पण मासे शिजले आहेत की नाही हे ओळखणं एकदम सोपं. मासा व्यवस्थित शिजला असेल तर तुम्ही एखादी सुरी त्या माशाच्या सगळ्यात जाड भागात खुपसलीत तर कोणताही विरोध न होता सहजासहजी ती आत शिरेल. दुसरीही एक परीक्षा करून पाहण्यासारखी असते. विशेषतः सुरमई, रावस, घोळ यांच्यासारखे मोठे मासे असतात तेव्हा त्यांच्या मध्यावर जरा छेद देऊन आत पाहा. जर तो आतला भाग दुधाळ, अपारदर्शक दिसला तर मग तो शिजलाय असं समजायला हरकत नाही. पण तोच जर अजूनही किंचित पारदर्शक असेल धूसर काचेसारखा, तर मग अजून थोडा शिजवायला हवा.''

''आणि कोळंबी?''

''ज्या पाण्यात तुम्ही ती शिजवता त्याला उकळी आल्यावर दोन ते तीन मिनिटंच ठेवा. कोळंबी तशी पटकन शिजते. जास्ती शिजवली तर तिचा लगदा लगदा तरी होतो किंवा ती कडक तरी होते. कोळंबीच्या जातीवर ते अवलंबून असते. म्हणून कोळंबी कधी जास्ती शिजवायची नसते. लहान कोळंबी जास्ती लवकर शिजते. त्या मानानं किंग प्रॉन किंवा जम्बो प्रॉन शिजायला जास्ती वेळ घेतात. त्यांचं मांसही तितकं मऊ नसतं.''

''पण तीही माशासारखी अपारदर्शक बनते का?''

''हो, कच्ची सोललेली कोळंबी जराशी पारदर्शकच असते. पण चिनी स्वयंपाकात न सोलताच ती शिजवतात. त्यावेळी जरा दाबून बघितलेली बरी.''

''आई, भाज्या झाल्या, मटन, मासे कोंबडी झाली. पण अंड्याचं काय?''

''अंडं उकडलं गेलंय की नाही हे कसं ओळखायचं हे त्या दिवशी गिरिजाला सांगितलंच आहे मी.''

“आठवतंय ना मला. चांगलं उकडलं गेलं की ते पाण्यात फिरत नाही. एकाच जागी थांबून राहतं.”

“बरोबर. पण अंडं आपण नुसतं उकडतच नाही, त्याचं ऑमलेटही करतो. तर ते करताना एका बाजूच्या रसाला बुडबुडे यायला लागले की ते परतावं. दुसऱ्या बाजूलाही तसेच बुडबुडे यायला लागले की ते उतरवावं. कारण चुलीवरून उतरवल्यावरही त्यातली शिजण्याची प्रक्रिया सुरूच असते. त्यामुळे ते चुलीवरच ठेवलं तर जास्ती शिजतं. तसं झालं की त्याच्या कडा आतल्या बाजूला वळायला लागतात.”

“अंडं फ्राय करतानाही असंच होतं असं म्हणाला होतात तुम्ही.”

“मग बरोबरच आहे ते. कारण ऑमलेट करणं म्हणजे फ्रायच करणं आहे. फरक एवढाच की नुसतं फ्राय करताना आपण ते तसंच्या तसंच तव्यावर पसरतो. ऑमलेट करताना ते फेटून घेतलेलं असतं आणि त्यात कांदा, टोमॅटो, भोपळी मिरची, चीज, मशरूम वगैरे इतर पदार्थही घालतो. ते सगळे लवकर शिजणारे असतात. त्यामुळे अंडं फ्राय करताना जेवढा वेळ लागतो तेवढाच ऑमलेट करतानाही लागतो.”

“चला इतक्या वेळात ते मटनही शिजलं असेल, गौतम. परत चाखून बघतोस का?”

“कशाला? मघाशीच खरं तर बरंचसं शिजलं होतं. आतापर्यंत जी काही कसर राहिली होती तीही भरून निघाली असणार. वासच बघा कसा दरवळतोय! माझ्या तोंडाला तर आताच पाणी सुटलंय.”

“हीही एक पदार्थ व्यवस्थित शिजल्याची खूणच आहे.”

■

शिळंपाकं

गोदाकाकूंना त्यांच्या भाचीनं बोलावलं होतं. म्हणून उषाताईंनी त्यांना सुटी दिली होती. पण जाण्याआधी त्यांनी सगळा स्वयंपाक करून रेफ्रिजिरेटरमध्ये ठेवून दिला होता. संध्याकाळी परत आल्यानंतर त्यांनी तोच गरम करून सर्वांना वाढलं होतं.

जेवायला सुरुवात करणार इतक्यात गोदाकाकू एकदम म्हणाल्या, ''ती भाजी खाऊ नका.''

बटाट्याची भाजी गौतम-गिरिजाला चांगलीच आवडत असे. विशेषत: बटाटे उकडून, त्यात भरपूर कांदा घालून केलेली, मसाला डोश्यामधली भाजी त्यांच्या चांगल्याच आवडीची होती. त्यामुळे दोघांनीही पहिल्याच घासात भरपूर घेऊन ती खायला सुरुवात केली होती. तोच गोदाकाकूंनी दिलेला इशारा ऐकून त्यांचा घास हवेतच राहिला होता.

''का काकू? काय झालंय या भाजीला?''

''मला वाटतं ती लागलीय.''

''लागलीय? म्हणजे?''

''म्हणजे खराब झालीय. नासलीय.''

''नासलीय? मला तर चांगली दिसतेय.''

''नाही. नीट बघ गिरिजा. हाताला थोडी बुळबुळीत लागतेय आणि तिला जरा आंबटसर वासही येतोय.''

उषाताईंनीही तोवर भाजीची परीक्षा केली होती. त्यांनीही काकूंच्या म्हणण्यालाच दुजोरा दिला. काकूंनीही लगबगीनं पुढं येत सर्वांच्या पानातली भाजी काढून घेतली.

''मी जायलाच नको होतं. म्हटलंही मी शकूला तसं. एखाद्या सुटीच्या

दिवशी–''

''काकू तुम्ही गेलात यात काहीही चुकलं नाही तुमचं.'' प्रभाकर म्हणाला, ''तुमच्या शकूच्या मुलाचा पहिला वाढदिवस होता म्हणून तिनं तुम्हाला एवढं अगत्यानं बोलावलं तर जायलाच हवं होतं. इतर दिवशी जाऊन कसं चालेल?''

''आणि ही भाजी खराब झाली त्यात तुमचा काय दोष? उगीचच स्वत:ला अपराधी मानण्याचं काहीही कारण नाही.''

''पण आता भाजी नाही तर मग.''

''तो छुंदा काढा. त्याच्याबरोबर खातील चपाती सगळीजणं. शिवाय आमटीही आहे. ती चांगली आहे हे बघितलंय मी.''

''पण आई, ही भाजी अशी नासलीच कशी?''

''शिळी होती म्हणून.''

''पण रेफ्रिजिरेटरमध्ये ठेवली होती मी.'' अजूनही काकूंच्या मनातून अपराधीपणाची भावना गेली नव्हती.

''आणि मग हा छुंदाही शिळाच आहे की. तो काय ताजा, आताच बनवलेला आहे थोडाच! मग तो नाही नासला तो?''

''हो आई, गौतम म्हणतो ते खरंच आहे. भाजीच का नासली आणि छुंदा का नाही नासला?''

''त्याचं कारण म्हणजे ताजा म्हणजेच खाण्याजोगा राहण्याचा निरनिराळ्या पदार्थांचा काळ निरनिराळा असतो. छुंदा हा जास्ती काळ खाण्याजोगा राहण्यासारखाच केलेला असतो. तीच बाब चकली, लाडू, बिस्कीटं वगैरे पदार्थांची आहे. भाजी, आमटी, भात वगैरे थोडा वेळच खाण्याजोगे असतात. ते ताजेच खायचे असतात. आता रेफ्रिजिरेटरची सोय झाल्यामुळे हा खाण्याजोगं राहण्याचा काळ म्हणजेच त्यांचं शेल्फ लाईफ थोडं वाढू शकतं.''

''पण हे पदार्थ असे नासतातच का?''

''गिरिजा, अग शिजवलेले पदार्थच नासतात. तो छुंदा काही शिजवलेला नाही, म्हणून तो नासला नसणार.''

''नाही गौतम, न शिजवलेले पदार्थही खराब होतात. फळंही न शिजवता खातो आपण. पण त्यांचं शेल्फ लाईफही मर्यादितच असतं.''

''हो ताई, आणि डाळ, तांदूळ, गहू यांनाही कीड लागते. मग ते टाकूनच द्यावे लागतात. पिठंही अशीच खराब होतात. सुक्या खोबऱ्याची वाटीही नासते.''

''हो, मग ती खवट लागते. तेलही असंच खराब होतं. तेव्हा फक्त शिजवलेले पदार्थच नासतात असं नाही. कच्चे पदार्थही नासतात.''

''तरीही लाकूड, भांडी नासत नाहीत. वर्षानुवर्षं तशीच राहतात.''

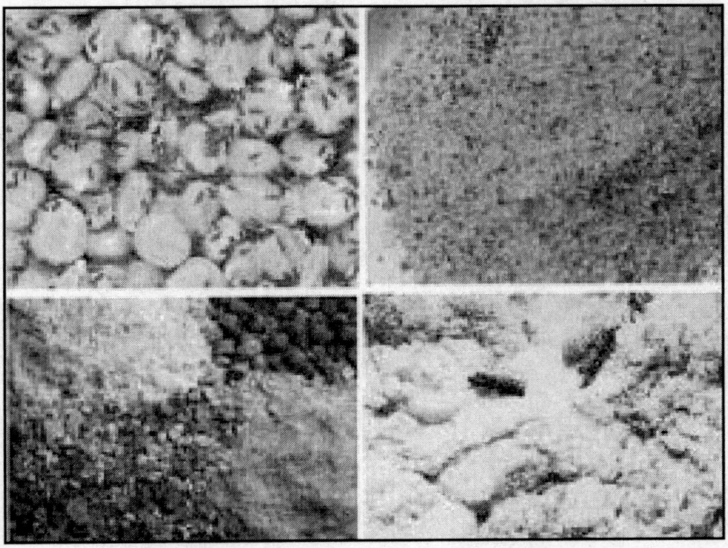

साठवलेल्या धान्यांना व पीठांना लागलेली कीड

"का लाकडाला वाळवी लागतेच की! पुस्तकांनाही लागते. झालंच तर दमट हवेतही लाकूड किंवा पुस्तकं खराब होतात. पुस्तकांवर काळपट डाग पडायला लागतात."

"हो आणि गेल्या पावसाळ्यात तर माझ्या न वापरलेल्या सुटावर आणि बुटांवरही पांढरा थर जमून ते खराब झाले होते." प्रभाकरनीही त्यात भर टाकली.

"तेव्हा गौतम, फक्त शिजवलेलेच पदार्थ खराब होत नाहीत हे तुला आता समजलं असेलच आणि खाण्याचे पदार्थ का नासतात याचं कारणही."

"नासण्याचं कारण? ते कुठं कोणी सांगितलंय?"

"का? आम्ही सगळ्यांनी सांगितलं ते, मी, काकूंनी आणि प्रभाकरनीही."

"केव्हा आई? मीही नाही ऐकलं." गौतमला दुजोरा देत गिरिजाही म्हणाली.

"अरे नाही कसं? तसं स्पष्टपणे नाही बोललो आम्ही. पण ता वरून ताकभात ओळखायला शिका की तुम्ही. काकू काय म्हणाल्या. डाळींना कीड लागते. मी काय म्हणाले, लाकडाला, पुस्तकांना वाळवी लागते, प्रभाकरनी दमट हवेत सूट आणि बूट यांच्यावर भुकटीसारखा पांढरा थर जमल्याचं सांगितलं. याचा अर्थ असा होतो की पदार्थांवर हवेचा परिणाम होतो आणि ज्या पदार्थांवर किडी, बुरशी, किंवा

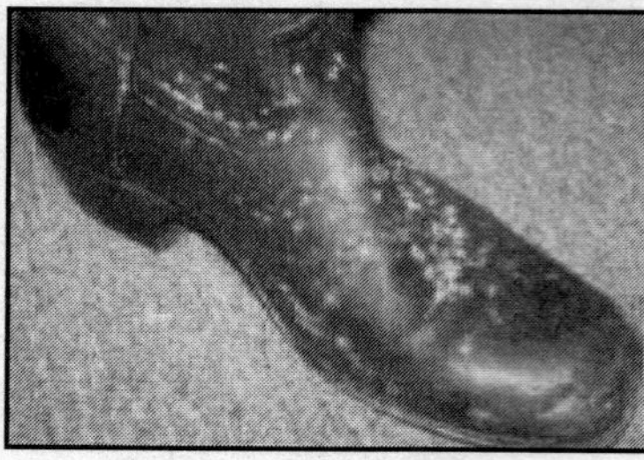
पादत्राणांवरील बुरशी

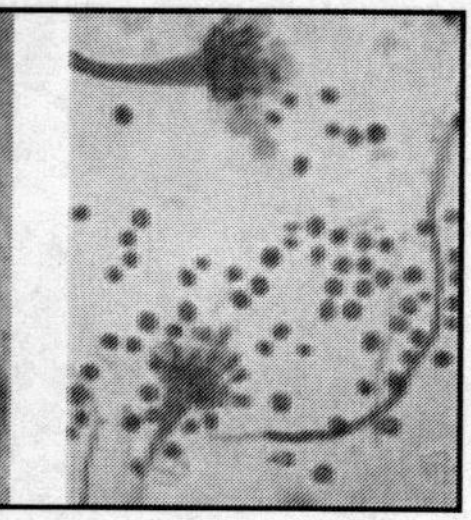
ॲस्परजिलस नायजर

जीवाणू यांची वाढ होऊ शकते ते पदार्थ नासतात. मग ते शिजवलेले असोत की नसोत.''

''नुसत्या हवेचाही परिणाम होतो, ताई?''

''होतो तर! तुम्ही सफरचंद किंवा पेअर कापून ठेवलेलं असलं तर काय होतं?''

''काळपट पडतं. गंजल्यासारखं होतं.''

''बरोबर, ते गंजतच असतं.''

''हे मात्र काहीतरीच हं आई तुझं. अग लोखंड गंजतं. सफरचंद कसं गंजेल?''

''सफरचंदही गंजतंच, गिरिजा. ताईंनीच तसं सांगितलं होतं आपल्याला. आठवतंय?''

''पाहिलंस गिरिजा. काकू नुसतं लक्ष देऊन ऐकतच नाहीत तर ते नीट लक्षातही ठेवतात. मागे मी सांगितलं होतं की सफरचंदातही लोह असतं. हवेतल्या ऑक्सिजनशी त्याचा संपर्क आला की त्याचं आयर्न ऑक्साईडमध्ये रूपांतर होतं. लोखंडाच्या गंजण्यातही नेमकी हीच प्रक्रिया होत असते. त्यामुळे सफरचंदही गंजतं असंच म्हणायला हवं. हवेतल्या वायूंचा असा थेट परिणाम तर होतच असतो. पण पदार्थ नासायला जास्ती कारणीभूत ठरतात ते हवेत असणारे जीवजंतू. किडी, त्यांची अंडी, जीवाणू, बुरशी. खास करून खाद्यपदार्थांमध्ये असणाऱ्या पोषणतत्त्वांचा आपल्यासारखाच त्यांनाही फायदा होत असतो आणि अशी त्यांची वाढ झाली की ते पदार्थ जेव्हा पोटात जातात तेव्हा त्याच्याबरोबर हे जीवजंतूही पोटात जातात. ते आपल्याला अपायकारक ठरू शकतात. म्हणून त्यांची वाढ झालेले पदार्थ खाण्याजोगे राहिले नाहीत, ते नासले असं आपण म्हणतो.''

''म्हणजे मग आपण या जीवजंतूंची वाढ होऊ दिली नाही, तशी काळजी घेतली तर पदार्थ नासणार नाहीत, असंच ना ताई?''

''नाही काकू. कारण आपण ज्याला अन्न म्हणतो ते सगळे सजीव असतात,

आपल्यासारखेच. तांदूळ, गहू यांसारखी पिकं असोत, भाजीपाला असो, फळफळावळ असो की मांसमच्छी असो, सगळे सजीवच असतात. प्रत्येक सजीवाचं विशिष्ट आयुष्य असतं. आपलं आयुष्य जसं बालपण, तारुण्य, म्हातारपण असा प्रवास करतं, तसंच या अन्नाचंही. आपली जशी वाढ होत असते तसतशी आपल्या शरीराची झीज होतच असते. तशीच या अन्नपदार्थांचीही. आपल्या म्हातारपणात आपण अशक्त बनतो, विकलांग होतो तसेच हे अन्नपदार्थही.''

''अय्या! आई म्हणजे आपलं खाणंही म्हातारं बनतं?''

''हो, तसंच म्हणायला हवं. एजिंग प्रोसेस म्हणजे वय वाढण्याची प्रक्रिया सर्वच सजीवांमध्ये होत असते आणि वय वाढल्यानं होणारी शरीराची झीजही. ही सगळी झीज आपल्या शरीरात असणाऱ्या काही विकरांची करामत असते. ही विकरं शरीराच्या घटकांचं विघटन करतच असतात. तीच बाब अन्नपदार्थांबाबतही होते.''

''ती कशी काय?''

''झाडाला आधी फुलं येतात. त्यातूनच फलधारणा होते. फळं येतात. सुरुवातीला इटुकली पिटुकली असतात. हळूहळू वाढत जातात. पूर्ण वाढ झाली तरी ती कच्ची असतात. मग पिकायला लागतात.''

''आणि पिकली की ती तोडून आपण खातो.''

''पण न तोडता तशीच झाडावर ठेवली तरी ती काही कायमची तशीच राहत नाहीत. पिकण्याची प्रक्रिया तशीच चालू राहते आणि काही काळानंतर त्याच प्रक्रियेतून ती फळं जास्तीच पिकतात. ओव्हर राईप होतात. सडायला लागतात.''

''होतं खरं असं. गावाकडे पाहिलंय मी. अशी कितीतरी जास्ती झालेली फळं खाली पडून सडत राहतात.''

''पण आपण त्यांचं आयुष्य निम्म्यावरच खतम करतो. फळं आपण तोडतो. पिकांची कापणी करतो. भाजीपाला खुडतो. मासे किंवा प्राणी मारून त्यांना कापतो. त्यांचं मांस खायला घेतो. अशा पदार्थांची झीज होण्याची प्रक्रिया तर वेगच घेते. कारण आता त्यातली विकरं मोकाट सुटतात. त्याच्या घटकांचं विघटन करायला लागतात. म्हणून तर भाजीपाला काय किंवा मांसमच्छी काय थोडेच दिवस टिकतात. तेवढ्या वेळात ते खाल्ले नाहीत तर कुजायला लागतात. नासायला लागतात.''

''म्हणजे त्यांच्यावर जीवजंतूंची वाढ नाही झाली तरी ती नासतातच.''

''बरोबर. पण त्यांच्या कुजण्याच्या प्रक्रियेत अंगभूत विकरांबरोबरच त्या पदार्थांच्या घटकांची मोडतोड करणाऱ्या जीवजंतूंचाही सहभाग असतो. त्यामुळे त्यांनाही मोकळं रान मिळतं. उभ्या पिकामध्ये किंवा जिवंत मासे आणि प्राणी यांच्यामध्ये या विघटनकारी जीवजंतूंचा सामना करण्याची शक्ती असते. त्यांची कापणी झाल्यावर ती शक्ती नाहीशी होते. साहजिकच ते जीवजंतू आपली कामगिरी करायला मोकळे राहतात. त्यांना अटकाव करणारं कोणीही नसतं.''

''पण ताई, सगळेच जीवाणू काही घातक नसतात असं तुम्हीच एकदा सांगितलं होतंत ना? कारण इडलीसारखे काही पदार्थ तयार करण्यासाठी पीठ आंबवावंच लागतं. या आंबवण्याला काही जीवाणूंचा हातभार लागतो असं तुम्हीच सांगितल्याचं आठवतंय मला.''

''चांगलंच लक्षात ठेवलं आहेत की काकू तुम्ही. खरंच आहे तुमचं म्हणणं. दुधाचं दही करण्यासाठीही लॅक्टोबॅसिलस केसाय या जीवाणूंची मदत होते. पाव तयार करण्यासाठी यीस्टची मदत होते. चीज किंवा वाईन करण्यासाठीही अशाच काही जीवाणूंची मदत लागते. सोया सॉस, इडली-डोसे किंवा ढोकळा या पदार्थांमध्येही त्यांची मदत होते. एवढंच कशाला पण आपण खाल्लेल्या अन्नाचं पचन करण्यातही आपल्या आतड्यांमध्ये कायमचं वास्तव्य करून असणाऱ्या काही जीवाणूंची मोलाची मदत मिळत असते.''

''काय सांगतेस काय आई ! म्हणजे माझ्या पोटात हे जीवाणू आहेत? मग मी आजारी कशी नाही पडत? माझं पोट कसं नाही बिघडत?''

कारण हे मदत करणारे जीवाणू आणि आपण यांच्यामध्ये 'एकमेका हात देऊ अवघे धरू सुपंथ' या धर्तीचं सहजीवन असतं. त्यांना जगण्यासाठी आपण आसरा देतो, मदत करतो. त्याची फेड ते आपल्या अन्नाचं पचन करून आपल्याला ऊर्जा देऊन करतात.''

''पण हे जीवाणू तर आपल्याला दिसत नाहीत ना, मग त्यांची वाढ होऊन एखादा पदार्थ नासलाय हे कसं ओळखायचं?''

''पदार्थ नासलाय म्हणजेच खाण्याजोगा उरलेला नाही हे ओळखण्याचे चार मुख्य मार्ग आहेत. नासल्यामुळे त्यांचा रंग, पोत, वास आणि चव यांच्यामध्ये जाणवण्याइतका फरक झालेला असतो. तो पाहून आपण हे ओळखू शकतो.''

''पण पदार्थाची चव घ्यायची म्हणजे तो चाखायला हवा आणि तो नासला असेल तर खाण्याजोगा राहिलेला नसतो. मग त्याची चव कशी घ्यायची?''

''खरं आहे तुझं म्हणणं. पण तो चाखण्यापूर्वी इतर तीन मार्गांनी त्याविषयीचा आडाखा आपण बांधू शकतो. आता रंगच घे. फळं जास्ती पिकलेली असली,

म्हणजे ती पिकण्यासाठी ज्या काही जीवरासायनिक क्रिया होत असतात त्यांचा थोडा अतिरेक झालेला असला की ती कुजायला लागतात. त्यापायी मग त्यांचा रंग बदलतो.''

''म्हणजे सफरचंदाचा बदलतो तसा?''

''हो, पण कापलेल्या सफरचंदाचा रंग नुसत्या गंजण्यापायीही बदलतो. तसा गंज चढला असला तरी ती खाण्याजोगी असतात. पण न कापलेलं सफरचंद किंवा जास्ती रसाळ असलेले आंबे, पेअर यासारखी फळं डागाळतात. त्यांच्यावर काळसर डाग पडलेले असतात. केळीसुद्धा जास्ती पिकली की काळी पडतात. अशी फळं कुजायला लागलेली असतात. ती खाण्याजोगी राहात नाहीत.''

''हो आई, आणि पावाच्या तुकड्यावर हिरवे हिरवे डाग दिसतात ते?''

''तेही त्यावर बुरशी वाढायला लागल्यामुळे पडलेले असतात. काही डाळी किंवा तांदूळ यांसारख्या धान्यांवरही काही वेळा बुरशी, अरगट नावाच्या सूक्ष्मजीवांची वाढ झालेली असली की त्यांचाही रंग असा पालटलेला असतो.''

''पण डाळी काय किंवा गहू, तांदूळ काय कोरडेच असतात. आपण महिनोन् महिने ते साठवून ठेवतो.''

''पण ते कोरडेच राहतील याची दक्षता घेतली नाही, दमट वातावरणात ते साठवले तर मग या बुरशींना वाढायला योग्य अशी परिस्थिती मिळते.''

''पण असा रंग बदललेला नसेल तर?''

''पदार्थ नासलाय हे ओळखण्याची ती एकच खूण नाही. त्याचा पोतही बदलतो. घट्ट असलेला पदार्थ विसविशीत होतो. फळं लिबलिबीत होतात. केळी, आंबा, सफरचंद, पेरू यांचा पिकल्यावरही असणारा ताठरपणा निघून जातो. शिजवलेल्या भाज्या, डाळी, भात बुळबुळीत होतात.''

''म्हणजे घट्ट पदार्थ असे विसविशीत होतात. तर मुळातच द्रवरूप किंवा लापशीसारखे असणारे पदार्थ खड्यासारखे होतात.''

''चांगली आठवण करून दिलीत काकू. मुरांबा जुना झाला की त्यातल्या द्रवाचं प्रमाण कमी होऊन त्याचे खडे झाल्यासारखे होतात. झालंच तर मेयॉनेजसारखी इमल्शन असतात त्यातले दोन पदार्थ एकमेकांपासून वेगळे होतात. पाणी आणि तेल निरनिराळी होतात आणि आपल्या बरोबर आपल्यामध्ये विरघळणाऱ्या पदार्थांनाही घेऊन जातात.''

''आणि अशा नासलेल्या पदार्थांना आंबटसर वासही यायला लागतो.''

''हो काकू. त्यात वाढत असलेल्या जीवाणूंनी त्यातल्या शर्करामय पदार्थांचं मद्यार्कात, अल्कोहोलमध्ये रूपांतर केलेलं असल्यानं त्यांना हा वास यायला लागतो.''

"हो बाई, त्या मधल्या चौकाच्या पलीकडे कोणीतरी दारूची भट्टी लावली होती. तिथून जाताना हवेत असा आंबूस वास भरून राहिलेला असायचा."

"असणारच. कारण या बेकायदा भट्ट्या बहुतेक कुजलेल्या फळांपासूनच ती गावठी दारू बनवत असतात. म्हणजे खरं तर नासलेले पदार्थच. म्हणून तर ती प्याल्यानं त्यातल्या घातक पदार्थांपोटी अनेकांना प्राणाला मुकावं लागतं. पण आपण पदार्थ नासले आहेत की नाही हे कसं ओळखायचं याविषयी बोलत होतो. तर या अशा बऱ्याच खुणा आहेत. काही वेळा यातल्या सगळ्याच खुणा दिसतात. काही वेळा एखादीच. पदार्थाचं मूळ स्वरूप आणि तो कितपत नासला आहे यावरही हे सगळं अवलंबून असतं."

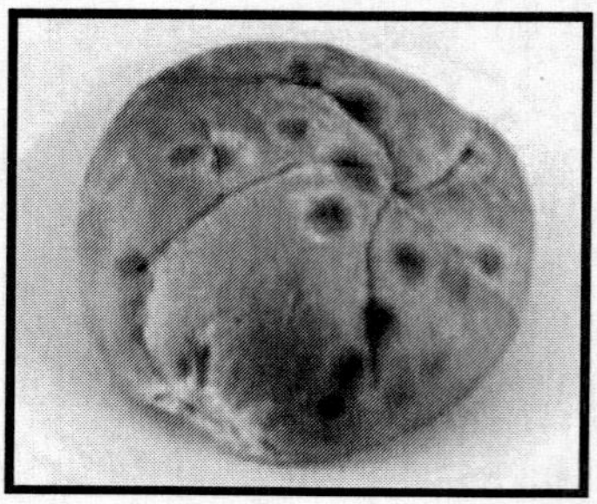

"कोणत्या जीवजंतूंची वाढ झाली आहे यावरही ते अवलंबून असेल."

"थोड्याफार प्रमाणात तू म्हणतेस ते खरंच आहे. पदार्थ नासवण्यामध्ये बुरशी आणि यीस्टचा सहभाग असेल तर मग त्यांची वाढ त्यांच्या रंगामुळे दिसते. पावावरचे हिरव्या रंगाचे ठिपके बुरशीच्या वाढीपोटी आलेले असतात. तसंच कडधान्यांवरची बुरशी काळसर रंगाची दिसते. प्रभाकर म्हणत होता ती सुटाबुटावरची बुरशी पांढऱ्या रंगाची असते. पावसाळ्यात बंद कपाटांच्या फळ्यांवर जी काळसर रंगाची पुटं दिसतात तीही बुरशीचीच असतात."

"हो, आपण मसाले किंवा डाळी वगैरे ठेवतो ती कपाटं अधूनमधून उघडून कोरडी केली नाहीत किंवा त्यांना थोडं ऊन लागू दिलं नाही तर पावसाळ्यात त्यांच्या फळ्यांवरही असे काळ्या रंगाचे पट्टे उमटलेले असतात. फडक्यानं पुसलं की ते निघून जातात."

"तरीही त्यांचा पातळसा न दिसणारा थर त्या फळ्यांच्या लाकडाला चिकटून बसलेला असतो. त्यातल्या बुरशीची परत वाढ होते. थोड्या दिवसांनी पाहिलंत तर परत ते पट्टे दिसतात. खरवडून काढल्यासारखं पुसलंत तरच कदाचित ते नाहीसे होतात."

"काही वेळा बरेच दिवस पडून राहिलेल्या पुस्तकाची पानंही अशीच काळी पडलेली दिसतात."

"तोही या बुरशीचाच प्रताप. दमट हवेत त्या पुस्तकांच्या पानांमधल्या सेल्युलोजचा फन्ना उडवत ही बुरशी वाढते. सेल्युलोजचा नाश झाल्यानं ती पानंही पटकन फाटतात."

''मघापासून तू आई आणि काकू देखील, दमट हवेविषयीच बोलताहात. म्हणजे कोरड्या हवेत पदार्थ नासत नाहीत की काय?''

''तरीही ते नासतात. कारण पदार्थांचंही वय होतच असतं. त्यांच्या घटकांचं नैसर्गिक विघटन होण्याची प्रक्रिया सुरूच असते. पण त्यांचा वेग मंदच असतो. जीवाणू किंवा बुरशी यांच्या वाढीसाठी पाणी किंवा बाष्प आणि योग्य तापमान यांची गरज असते. दमट हवेमुळे त्यांना हवं तेवढं पाणी मिळतं. उबदार हवेत त्यांची जोमानं वाढ होते. त्यामुळं उन्हाळ्यात उघड्यावर ठेवलेले शिजवलेले पदार्थ नासण्याची शक्यता जास्ती असते.''

''आणि पावसाळ्यात तर दमटपणाचीही जोड त्यांना मिळते.''

''योग्य बोललात काकू, म्हणून तर बहुतेक पॅकबंद पदार्थांवर एक सूचना छापलेली तुम्हाला नेहमी दिसेल. कोरड्या थंड आणि काळोख्या ठिकाणी ठेवा. कीप इन ड्राय कूल अॅन्ड डार्क प्लेस.''

''अशी सूचना तर औषधांवरही असते. शिवाय त्यांच्या बाटल्याही काळसर रंगाच्या असतात.''

''कारण थेट सूर्यप्रकाशात ठेवली तर त्या औषधांमधल्या रसायनांवर त्या प्रकाशकिरणांचा परिणाम होत असतो. त्यापायी मग त्या औषधांची शक्ती घटत जाते. याच कारणांसाठी बीयर किंवा वाईन यांच्या बाटल्याही काळ्या असतात. म्हणजे त्यांच्या काचांमधून सूर्यप्रकाश थेट आत जात नाही.''

''त्या बीयरचं जाऊ दे मेलं. पण औषधंही अशी उघड्यावर ठेवली तर त्यांची शक्ती कमी होते. म्हणून का त्यांच्यावर एक्स्पायरी डेट लिहिलेली असते, ताई?''

''हो कारण त्या औषधांचं आयुर्मान किती आहे, शेल्फ लाईफ किती आहे याची तपासणी केलेली असते. त्यावरून त्या औषधाची उपायकारक शक्ती किती टिकू शकते हे अजमावलेलं असतं. त्यासंबंधी ग्राहकाला इशारा देण्यासाठीच त्या तारखा स्पष्ट दिसतील अशा छापलेल्या असतात.''

''पण तशी लेबलं तर आता अनेक पॅकबंद पदार्थांवरही दिसतात.''

''तेही बरोबरच आहे. दूध, दही, लोणी, डब्यामध्ये बंद केलेले पदार्थ, लोणची, मुरांबे, पॅकबंद केलेले मसाले, अनेक पदार्थ ज्या स्थितीत बंद केलेले असतात त्या स्थितीतलं त्यांचं शेल्फ लाईफ किती आहे याचीही तपासणी केलेली असते. सरकारचा अन्न आणि औषध नियोजन विभाग त्याची वेळोवेळी छाननी करत असतो.''

''पण ते पदार्थ तर पॅकबंद केलेले असतात. मग जोवर ते उघडले नाहीत तोवर ते नासावेत का?''

''थोड्याफार प्रमाणात तुझी शंका योग्यच आहे. पण ते पॅकबंद करताना जी

काही परिस्थिती निर्माण केली होती ती तशीच राहील याची खात्री नसते. बहुतेक डबे पॅकबंद करताना निर्वात केलेले असतात. म्हणजे त्यांच्यातली हवा काढून घेतलेली असते. जोवर ती परिस्थिती तशीच राहते तोवर हवेतल्या वायूंमुळे किंवा जीवजंतूंमुळे त्या पदार्थाचं होणारं नुकसान टळतं. पण पदार्थामधली विकरं काम करतच असतात. त्यामुळे त्या पदार्थांमध्ये नैसर्गिकरीत्या जे बदल होतात ते टाळता येत नाहीत. पॅकबंद करण्यापूर्वी ते ज्या ताज्या स्थितीत असतात तीच स्थिती कायमची राहत नाही. त्यामुळे जितका काळ ते तसे राहू शकतील तो त्याचं शेल्फ लाईफ असतो.''

''आणि उघडल्यावर?''

''उघडल्याबरोबर त्यांचा हवेशी संपर्क येतो. त्यामुळे नैसर्गिक विघटनाच्या प्रक्रियेबरोबर हवेतल्या वायूंचा व जीवजंतूंचा प्रभावही पडायला सुरुवात होते. नासण्याच्या प्रक्रियेला चालना मिळते. म्हणून तर असे पदार्थ उघडल्यावर लगेचच वापरून टाकावेत असं त्या पॅकवर लिहिलेलं असतं. हल्ली टेट्रापॅकच्या कार्टनमध्ये दूध मिळतं. ते रेफ्रिजिरेटरमध्ये न ठेवता महिना-दीड महिनाही टिकतं. पण एकदा का ते कार्टन उघडलं की रेफ्रिजिरेटरमध्ये ठेवावं लागतं आणि त्या स्थितीतही एखादा दुसरा दिवसच टिकतं.''

''पण ताई, या ज्या एक्स्पायरी डेट्स दिलेल्या असतात त्यांच्यामध्येही मला फरक आढळला आहे.''

''फरक म्हणजे? दोन दोन वेगवेगळ्या तारखा दिलेल्या असतात की काय?''

''नाही. तसं नाही. पण कधी त्यावर बेस्ट बिफोर असं लिहिलेलं असतं. कधी युझ बिफोर असं असतं. कधी ते केव्हा तयार केलंय त्याची तारीख असते. पण त्यानंतर केव्हापर्यंत वापरावं ते काहीच लिहिलेलं नसतं.''

''खरं आहे. काही उत्पादकांच्या या पळवाटा असतात. पण सर्वच तसे नसतात. तरीही या वेगवेगळ्या तारखा असतात याचं कारण म्हणजे त्या पदार्थाचा दर्जा किंवा क्वालिटी आणि त्याची खाण्याजोगं राहण्याची स्थिती किंवा सुरक्षितता या दोन वेगवेगळ्या गोष्टी आहेत. काही पदार्थांच्या बाबतीत क्वालिटीला महत्त्व असतं आणि ती बिघडली तर तो पदार्थ खाण्याजोगा असला तरी खाल्ला जाऊ नये असं उत्पादकांना वाटत असतं. तर काही पदार्थांच्या बाबतीत सुरक्षितता अधिक महत्त्वाची असते. त्यामुळे या वेगवेगळ्या तारखा दिलेल्या असतात. ज्या दिवशी तो पदार्थ पॅकबंद केला ती तारीखही महत्त्वाची असते. कारण त्यानंतर किती दिवसांनी तो दुकानात आला किंवा दुकानातच पडून राहिला आहे की काय याची माहिती त्यावरून मिळते.''

''ती मिळून काय फायदा? कारण त्याचं जे काही आयुष्य आहे ते तो जेव्हा

तयार झाला तेव्हापासूनच मोजायला हवं.''

''तुम्ही म्हणता ते बरोबरच आहे काकू. पण समजा सुपरमार्केटमधल्या शेल्फवर दोन वेगवेगळे कार्टन् आहेत तर त्यातला जुना कोणता आणि नवीन कोणता हे तर तुम्हाला समजेलच ना. शिवाय एखाद्या सुपरमार्केटमध्ये नेहमीच जुना माल दिसत असेल तर तिथं खरेदी करायची की नाही हेही तुम्ही ठरवू शकता. पण या तारखा ठरवताना केवळ त्या पदार्थाच्या नैसर्गिक विघटनाचाच विचार करून चालत नाही. कारण ते विघटन मंदावण्यासाठी तसंच त्याच्यात जीवजंतूंची वाढ होऊ नये म्हणून काही इतर रसायनं मिसळलेली असतात. त्यांना प्रिझर्वेटिव्ह म्हणतात. त्यांचं शेल्फ लाईफ किती आहे, किती काळ अशी रसायनं हे संरक्षण देऊ शकतात यावरही त्या पदार्थाचं शेल्फ लाईफ ठरत असतं.''

''पण अशा पदार्थांचा बंद डबा एकदा उघडला की मग ते इतर कोणत्याही ताज्या किंवा शिजवलेल्या पदार्थांप्रमाणेच असतात. त्यामुळे मग ते रेफ्रिजिरेटरमध्येच ठेवायला हवेत.''

''करेक्ट आणि तिथंही फार दिवस नाही ठेवता येणार. जेवढ्या लवकर ते खाऊन टाकता येतील तेवढं बरं.''

''ताई, रेफ्रिजिरेटरवरून आठवलं, आजची ही खराब झालेली भाजीही रेफ्रिजिरेटरमध्येच ठेवली होती. तरीही खराब का झाली?''

''त्याचं काय आहे काकू, असं उरलेलं जेवण, शिळंपाकं रेफ्रिजिरेटरमध्ये ठेवतानाही काही नियम पाळायला हवेत. ते कधी कधी आपण पाळत नाही. कोणताही पदार्थ, विशेषत: शिजवलेला पदार्थ रेफ्रिजिरेटरमध्ये ठेवताना व्यवस्थित झाकायला हवा. अलीकडे ती प्लास्टिकची फिल्म मिळते, ग्लॅडरॅप किंवा क्लिन्गरॅप म्हणतात तिला. ती ताणून भांड्यावर बसवायला हवी.''

''त्यामुळे काय फरक पडणार आहे?''

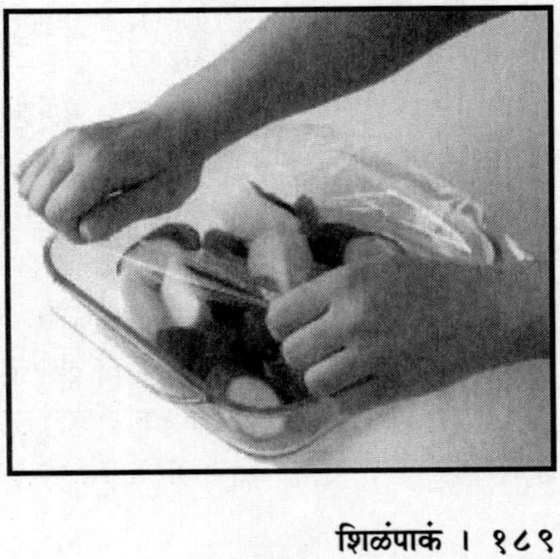

''त्यामुळे बाहेरच्या हवेचा त्या भांड्यात शिरकाव होणार नाही. त्या हवेतले जीवजंतू भांड्यात शिरणार नाहीत.''

''पण भांड्यातली मूळची हवा, ती तर असेलच ना?''

''असेल ना. पण कितीशी असेल? कारण ते भांडं त्या पदार्थानं भरलेलं असतं. त्यामुळे हवेला फारशी जागा राहत नाही. वरची फिल्म ताणून

बसवल्यामुळे बाहेरच्या हवेचा शिरकाव होत नाही. फळांच्या फोडी, म्हणजे कलिंगड,टरबूज, भोपळा त्याही त्या फिल्ममध्ये घट्ट गुंडाळून ठेवाव्यात. त्याचंही कारण तेच आहे. हवेतल्या जीवजंतूंचा संपर्क पदार्थाशी होता नये.''

''पण त्यांना वाढण्यासाठी गरम वातावरण लागतं ना? रेफ्रिजिरेटरमध्ये तर तापमान शून्याच्या जवळपास किंवा त्याहूनही कमी असतं.''

''खरंय. तरीही काही जीवाणूंची वाढ झपाट्यानं होत असते. त्यामुळे रेफ्रिजिरेटरमधून बाहेर पडल्यावर ते भराभर वाढू शकतात. हे झालं भांडं झाकण्याविषयी. पदार्थ शिजवल्यापासून किंवा गरम केल्यापासून रेफ्रिजिरेटरमध्ये ठेवेपर्यंत किती वेळ गेला आणि त्या वेळात तो कसा ठेवला होता हेही महत्त्वाचं आहे. जेवणातून उरलेला पदार्थ जेव्हा आपण असा ठेवून देतो तेव्हा तो ठेवेपर्यंत झाकलेलाच असतो आणि ठेवण्यापूर्वी त्या भांड्यावर ती फिल्म लावली तर मग तो व्यवस्थित टिकतोही. पण कित्येक वेळा आपण तो तसाच उघडा ठेवतो किंवा शिजवल्यावर थंड व्हावा म्हणून उघड्यावर ठेवतो आणि मग केव्हा तरी रेफ्रिजिरेटरमध्ये. अशा वेळी मग तो नासण्याची शक्यता वाढीस लागते.''

''पण ही भाजी तर मी लगेच आणि चांगली झाकून ठेवली होती. तुम्ही म्हणालात तसा ग्लॅडरॅप ताणून नव्हता लावला. पण वेळणीचं झाकण होतं भांड्यावर.''

''सध्या उन्हाळ्याचे दिवस आहेत. त्यामुळे पदार्थ लवकर खराब होतात. शिवाय बटाट्यामध्ये स्टार्च जास्ती असतो. त्यावर जीवाणूंची वाढही भराभर होते. अशा भाज्या लवकर खराब होतात.''

''पण आई तू तर मासे आणून ठेवून देतेस रेफ्रिजिरेटरमध्ये. आठवडा दोन आठवडेही ते तिथंच असतात. ते नाही खराब होत ते!''

''पण मी ते कुठं ठेवते ते पाहिलंयस का तू नीटपणे? ते मी ठेवते फ्रीझर कंपार्टमेन्टमध्ये. तिथं तापमान शून्याखाली पंधरा ते वीस अंश असतं. अशा स्थितीत व्यवस्थित झाकून ठेवलेला पदार्थ बराच काळ टिकतो. कारण त्या थंड वातावरणात जीवाणूंची वाढ तर होत नाहीच. पण नैसर्गिक विघटनाची प्रक्रियाही थंडावते. कारण त्या प्रक्रियेला चालना देणाऱ्या विकरांनाही त्या थंडीत काम करता येत नाही. आता जेवतो आहोत आपण म्हणून मी बोलायचं टाळत होते. पण मृतदेहही असेच या तापमानाला ठेवलेले असतात. कुजू नयेत म्हणून.''

''मात्र ताई, एकदा ते फ्रीझरमध्ये ठेवलेलं मटन किंवा मासे बाहेर काढले की मग मात्र ताबडतोब शिजवायलाच घ्यावे लागतात आणि खाऊनही टाकावे लागतात.''

''एकदम बरोबर. एकदा बाहेर काढल्यानंतर परत आत गोठवूनही जास्ती टिकवता येत नाहीत. कारण मध्यंतरीच्या काळात त्यांचं जे काही विघटन झालं

असेल ते उलटं फिरवता येत नाही. तेव्हा ते असे आतबाहेर करणंही ठीक नसतं.''

''याचा अर्थ आई जेवढं हवं तेवढंच अन्न शिजवावं. शिळंपाकं काही ठेवूच नये असाच झाला.''

''असंच नाही. व्यवस्थित काळजी घेतली की शिळंपाकंही चवीनं खाता येतं. शिवाय अन्न लवकर शिळं होणार नाही म्हणजेच जास्ती वेळ टिकून राहील याचीही तजवीज करता येते. पण ते नंतर कधीतरी. आता लवकर जेवा. नाहीतर जेवता जेवताच ते शिळं होऊन जाईल.''

■

साठवण

उन्हाळ्याच्या सुटीचा दिवस होता. पावसाळा सुरू व्हायला दोन एक आठवडे तरी होते. काकूंनी कडधान्य वाळवणासाठी काढलं होतं. तेच त्या निवडत बसल्या होत्या. गिरिजाही टीव्ही पाहून कंटाळली होती. काही तरी तोंडात टाकायला म्हणून ती स्वयंपाकघरात शिरली. काकूंना पाहून तिथंच थबकली आणि म्हणाली,

"काय करता आहात काकू?"

"पावसापूर्वी वाळवणं करून ठेवतेय."

"वाळवणं म्हणजे? आणि आज पाऊस कुठं पडणार आहे? कुठं ऐकलंत तुम्ही?"

"आज नाही ग, पण पंधरा-वीस दिवसात येणार आहे ना. त्यापूर्वी ही कडधान्यं व्यवस्थित वाळवून डब्यात भरून ठेवलेली बरी असतात."

"कशासाठी? आपण ती पावसात बाहेर थोडीच ठेवणार आहोत!"

"बाहेर कशाला ठेवायला हवीत. नीट वाळवून नाही ठेवली तर लवकर खराब होतात. मग टाकून द्यावी लागतात. साठवणीची कामं आहेत ही."

"साठवण? पुलंचं एक पुस्तक आहे आपल्याकडे. पण ते त्यांच्या साठाव्या वाढदिवशी काढलं होतं. म्हणून त्याला साठवण म्हटलं होतं. ही कडधान्यं काय साठ वर्षांची झाली आहेत थोडीच!"

"पुलंच्या पुस्तकाचं ते शीर्षक थोडं फार अलंकारिक अर्थानं दिलं गेलं होतं गिरिजा." दाराआड उभं राहून तिचं बोलणं ऐकणाऱ्या उषाताई आत शिरत म्हणाल्या. "तरीही त्यात त्या शब्दाचा मूळ अर्थ अभिप्रेत होताच. पुलंच्या अफाट साहित्यातून खास साठवून ठेवावं अशा निवडक साहित्याचा समावेश त्या पुस्तकात

केला गेला आहे. काकू आता ज्या साठवणीबद्दल बोलत होत्या तेही त्याच अर्थानं.''

''म्हणजे हे कडधान्य साठवून ठेवायचं? कशासाठी? आणि किती दिवस?''

''पूर्वीच्या काळी गिरिजा, पावसात नवं धान्य बाजारात मिळत नसे. सगळेजण शेतीमध्ये गुंतलेले असत. ती करून धान्यं पिकलं की मग दसरादिवाळीकडे नवीन धान्य बाजारात येत असे. त्यामुळे सगळा पावसाळा अशा साठवणीच्या साहित्यावरच गुजराण करावी लागत असे.''

''तरीही आता तुम्ही काय ते वाळवणं करता आहात तसं करायची काय गरज होती? साठवून ठेवायचं पोत्यांमध्ये नाहीतर डब्यांमध्ये.''

''तसं तर ते ठेवावंच लागे गिरिजा. पण नुसतंच असं नीटपणे न वाळवता ठेवलं तर लवकर खराब होत असे. म्हणून हे सगळे सोपस्कार करायचे.''

''त्या दिवशी तुम्ही सगळे विचारत होतात ना गिरिजा की अन्न का खराब होतं म्हणून, त्यावेळी मी काय सांगितलं होतं ते विसरलीस?''

''विसरेन कशी! पण तू शिजवलेलं अन्न कसं नीट साठवून ठेवायचं हे सांगत होतीस. आता तर काकू या कडधान्यांबद्दल...''

''हो, ते शिजवलेलं नाही हे मान्य. तरीही त्याची पण व्यवस्थित साठवण करावीच लागते. आता पावसाळ्यात हवा दमट होते. पण तापमान तेवढं घसरलेलं नसतं. त्या वातावरणात बुरशी व्यवस्थित वाढू शकतात. इतर जीवाणूंनाही आपलं बस्तान बसवायला चांगली परिस्थिती मिळते. त्यामुळे त्याच्यापासून या धान्यांचं संरक्षण करावं लागतं.''

''पण या डाळी आता वाळवून काय होणार आहे?''

''अन्न कशामुळे खराब होतं हेही मी सांगितलं होतं.''

''मला चांगलं आठवतंय ताई. एक म्हणजे हवेतल्या वायूंबरोबर प्रक्रिया झाल्यामुळं. कापलेलं सफरचंद गंजतं ते त्यामुळेच. त्याशिवाय हवेत जीवजंतूही असतात. तेही अन्न नासवतात आणि त्याशिवाय अन्न म्हातारंही होत असतं. त्या वाढत्या वयानुसार होणाऱ्या प्रक्रियाही अन्नाची नासधूस करतात.''

''वाऽह काकू, चांगलाच धडा शिकला आहात. तेव्हा अन्न, मग ते शिजवलेलं असो की नसो, व्यवस्थित साठवून ठेवायचं तर प्रथम त्याच्यात जीवजंतूंना शिरायला वाव मिळणार नाही अशी व्यवस्था करावी लागते.''

''आपण बंद डब्यांमध्ये ते ठेवतो आई तेव्हा तशी व्यवस्था तर होतच असेल ना. शिवाय बंद डब्यामुळे हवेशीही त्याचा संपर्क येणार नाही.''

''ते खरं. पण डबा वरपर्यंत भरलेला नसेल तर काही हवा राहीलच. हे डबे तसे हवाबंद नसतात. त्यामुळे बाहेरची हवा थोडीफार आत शिरते. तिला जागा

करून देण्यासाठी आतली बाहेर जाते. दमट हवेत हवेतली ओल म्हणजे बाष्प या कडधान्यांमध्ये, तांदळागव्हामध्ये शिरू शकतं. तेव्हा आधी तिथं असलेलं बाष्प नाहीसं करावं हे योग्य. म्हणूनच काकू ते वाळवताहेत.''

''पण या धान्यांमध्ये, अगदी शिजवलेल्या अन्नामध्येही जर काही जंतू मुळातच ठाण मांडून बसलेले असतील तर ते नुसते हवाबंद डब्यात ठेवले म्हणून काही तिथून निघून जाणार नाहीत, खरं ना?''

''अगदी खरं बोललात काकू. पण या जीवजंतूंना आपली वाढ करण्यासाठी पाण्याची आवश्यकता असतेच. हवा कोरडी असेल तर हवेतून त्यांना ते मिळण्याची शक्यता दुरावते आणि आता तुम्ही जे करता आहात तसं वाळवलं तर त्या धान्यामध्ये असलेला ओलावा, बाष्प तेही नाहीसं होतं. त्यामुळे जीवजंतूंची, कीडामुंगीची वाढ व्हायला अटकाव होतो. चांगल्या डब्यात किंवा पोत्यात ते बंद केलेले असतील तर कीडामुंगी बाहेरूनही त्यात शिरू शकत नाहीत.''

''शिजवलेलं अन्न नीट साठवण्यासाठी रेफ्रिजिरेटरमध्ये ठेवावं असं तुम्ही त्या दिवशी सांगितलंत. पण हे तुमचे रेफ्रिजिरेटर अलीकडे गेल्या वीसतीस वर्षांत इकडे आले. अजूनही गावांमध्ये ते तेवढेसे दिसत नाहीत. मग त्यापूर्वी काय शिळ्यापाक्याची साठवण होतंच नव्हती की काय?''

''चांगलं विचारलंत काकू. तुम्ही म्हणता ते खरंच आहे. पण अन्नात जीवजंतूंची वाढ किंवा वयोमानानुसार होणारे बदल टाळण्यासाठी ते थंड करणं हा एकमेव उपाय नाही. इतरही आहेत. पारंपरिकरीत्या फार पूर्वीपासून आपण निरनिराळ्या मार्गांनी ही साठवण करत आलो आहोत. त्यावेळी हवेमध्ये हे जीवजंतू असतात व त्यामुळे अन्न नासायला लागतं हे तरी कुठं माहिती होतं. फ्रान्सच्या लुई पाश्चरनं तिथल्या वाईन उत्पादकांची समस्या सोडवण्यासाठी प्रयोग केले तेव्हा त्याची माहिती मिळाली. तेव्हापासून खाणं आणि पिणं निर्जंतुक करण्याचे अधिक शास्त्रशुद्ध मार्ग मिळाले. पण त्यापूर्वी जे काही उपाय अमलात आणले जात होते त्यामुळेही तेच साध्य केलं जात होतं हे आता समजलेलं आहे.''

''धान्य, कडधान्य वाळवण्यामुळे त्यांना अटकाव बसतो हे आता समजलं. पण असे इतर कोणते जुने उपाय आहेत हे नाही लक्षात येत माझ्या.''

''असं काय करता काकू! कितीतरी आहेत. वाळवण्याबरोबरच तुम्ही पदार्थ खारवता, मुरांबे करता, लोणची घालता. हे सगळे ते ते पदार्थ साठवण्याचे पारंपरिक उपायच आहेत. या सगळ्यामध्ये त्या पदार्थांमध्ये जर काही जीवाणू असलेच तर त्यांना अटकाव करण्याचे, त्यांना आपली वाढ करावयास आवश्यक असणारी परिस्थिती उद्‌भवणार नाही याची काळजी घेण्याचे प्रयासच केलेले असतात.''

''म्हणजे आपल्या पूर्वजांना जरी जीवाणूंची माहिती मिळालेली नव्हती तरी

त्यांनी अनुभवातून असे उपाय शोधून काढले होते तर!''

''हो ना. आता लोणची घालण्याचाच उपाय घ्या. यात आंबा, लिंबू, टोमॅटो यासारखी फळं, गाजर, फ्लॉवर, मिरची, वाटाणा यांसारख्या भाज्या यांची लोणची आपण घालतो. एरवी या भाज्या मुष्किलीनं दोनतीन दिवस टिकतात.''

''छे, आई हे चूक वाटतंय मला. तू तर आठवड्याची भाजी आणून ठेवतेस एकदम.''

''अगं पण ती बाहेर ठेवत नाही काही उघड्यावर. रेफ्रिजिरेटरमध्येच ठेवतो ना.''

''म्हणून तर ती आठवडाभर टिकते. बाहेर ठेवली तर तिसऱ्या दिवशीच सडायला लागेल. भाजीबाजारात नाही का अशा सडलेल्या भाजीचा ढीग कचऱ्यात पडलेला असतो. काकू, आम्ही एकदा आमच्या कॉन्फरन्ससाठी पटियाळाला गेलो होतो. दिल्लीहून मोटारीनंच गेलो तर वाटेत अंबाल्याजवळ एक गाव लागलं. आता नाव आठवत नाही. पण तिथं लोणच्याचा बाजार भरतो. शे सवाशे पालं असतात तिथं. तिथं आम्ही झाडून साऱ्या भाज्यांची लोणची पाहिली आहेत. वांगी, कारली, भोपळा, पडवळ, परवर, अगदी पालेभाज्यांची सुद्धा.''

''मटनाचं, कोळंबीचंही लोणचं घालतात असं ऐकलंय मी.''

''हो तर! गोव्यात घालतात अशी लोणची, गिरिजा. आता मटन काय, मासे काय एक दिवससुद्धा रेफ्रिजिरेटरच्या बाहेर टिकत नाहीत. पण त्यांची लोणची चांगली महिनो न् महिने टिकतात. म्हणजे झालीच की नाही त्यांची साठवण.''

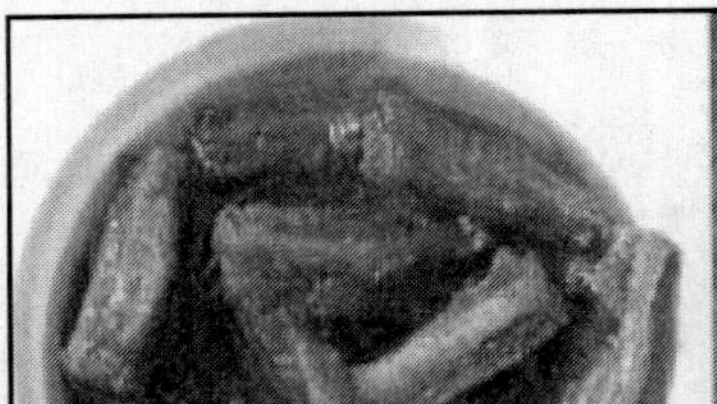

सुक्या बोंबलाचे लोणचे

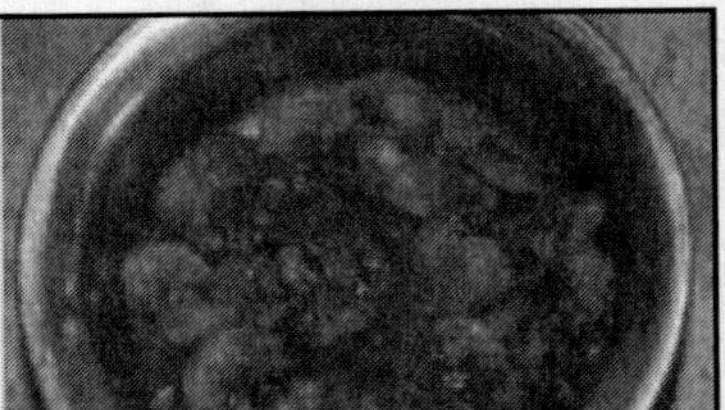

कोळंबीचे लोणचे बॅल्चौ

''पण त्या लोणच्यांमध्ये फक्त व्हिनेगारच घातलेला असतो. इंग्रजीत लोणच्याला पिकल्स म्हणतात आणि पिकलिंग म्हणजे कोणत्याही पदार्थाची व्हिनेगारमध्ये

साठवण करणं.''

''फक्त व्हिनेगारमध्ये? त्यामुळे तर ते केवळ आंबट होतील.''

''तसे थोडेफार आंबट होतातही. पण व्हिनेगार म्हणजे ॲसेटिक आम्ल. त्या आम्लामध्ये जीवाणू टिकू शकत नाहीत. मग त्यांची वाढ होणं तर अशक्यच. त्यामुळे ते टिकून राहतात.''

''पण आपण तर व्हिनेगार वापरत नाही आपल्या लोणच्यात.''

''खरं आहे. पण आपण लिंबाचा रस वापरतो.''

''हं, आता आठवलं. लिंबाचा रस म्हणजेही कसलं तरी आम्लच. तुम्हीच एकदा सांगितलं होतंत ताई.''

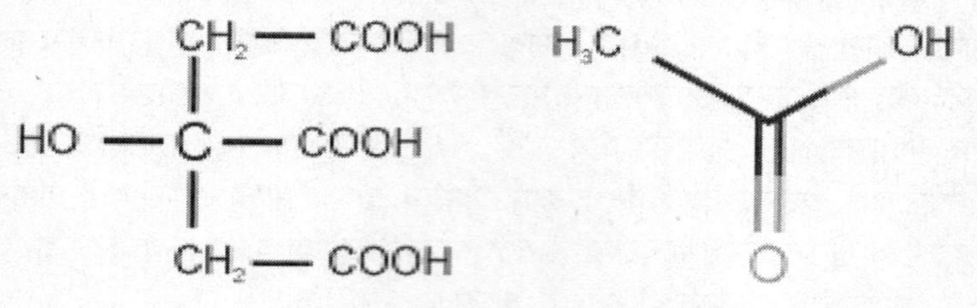

सायट्रीक आम्ल ॲसेटीक आम्ल

''चांगलं आठवतंय की तुम्हाला. सायट्रिक आम्ल. त्यामध्येही जीवाणू टिकू शकत नाहीत आणि ही दोन्ही आम्लं सौम्य असतात. त्यामुळे खायलाही योग्य ठरतात. झालंच तर आपण लोणच्यांमध्ये मसाले घालतो.''

''त्यामुळे तर चव येते. नुसतंच आंबट नाही होत ते.''

''चव तर येतेच. पण मसालेही जीवाणूंच्या वाढीला अटकाव करतात. म्हणून तर जीवाणूंची वाढ जिथं सहज होऊ शकते अशा उष्ण कटिबंधातल्या देशांमध्ये जेवणात मसाल्याचा सढळ वापर होत असतो.''

''पण मसाल्याबरोबर आपण तेलही घालतो ताई.''

''त्याचाही उपयोग होत असतो. तेल आणि पाणी यांचं एकमेकांमध्ये वैर आहे, ते एकमेकांशी फटकून वागतात हे तर तुम्हाला माहिती आहेच. त्यामुळे ते तेल भाजीतल्या पाण्याला बाहेर येऊ देत नाही आणि जीवाणूंनाही तिथपर्यंत पोचू देत नाही.''

''पण मग पूर्वी लोणची सोवळ्यात ठेवत असत ते का? मला तर असं

सांगण्यात आलं की लोणचं घालायच्या वेळेलाही सोवळं पाळत असत.''

''सोवळं म्हणजे स्नान करून कोणाचाही संपर्क होऊ न देणं. थोडक्यात स्वच्छता पाळणं. शस्त्रक्रिया करण्यापूर्वी डॉक्टर हात स्वच्छ धुऊन वेगळे स्वच्छ कपडे घालतात. तेही एक सोवळंच. आधुनिक सोवळं. हाताची स्वच्छता पाळली जाते. ती पाळल्यामुळे मग लोणच्यातल्या पदार्थांना जीवाणूंचा, बुरशींचा संपर्क होणं टळत असे. तसंच बरणीतलं लोणचं काढून घेऊन बाकीचं परत ठेवून देतानाही तीच स्वच्छता पाळली जाई. त्यावेळी जीवाणूंमुळे लोणचं खराब होऊ शकतं याची माहिती नव्हती. पण स्वच्छता पाळली तर ते जास्ती टिकतं हे अनुभवातून मंडळी शिकली होती. त्याचंच पालन केलं जाई.''

''म्हणजे आई, लोणचं घातल्यानं जीवाणूंपासून किंवा म्हातारं होण्यापासून संरक्षण देणंच आहे म्हण की. तसं असेल तर मग साठवणीच्या दुसऱ्या उपायांमुळेही तसंच होत असेल.''

''होतं तर. आता खारवणंच घे. मासे खारवून ठेवण्याची पद्धत तर फार जुनी आहे. एखाद्या दिवशी जाळ्यात भरपूर मासे मिळाले की सगळे काही विकले जात नसत. मग उरलेल्या माशांवर जर ताबडतोब काही प्रक्रिया केली नाही तर ते नासून टाकून द्यावे लागत. म्हणजे त्यापायी केलेल्या मेहनतीवर पाणी–''

''आणि त्यापासून मिळू शकणाऱ्या उत्पन्नावरही पाणी.''

"छान सांगितलंत काकू. तर त्यासाठी ही मासळी खारवून ठेवत असत. कोळंबी, बांगडे, बोंबील, सुरमई, घोळ किंवा सापासारखी असणारी वाम यांचे तुकडे खारवून ठेवले जातात. त्यांना भरपूर मीठ लावलं की ते मीठ शरीरातलं पाणी शोषून घेऊन बाहेर आणतं आणि मग उन्हामध्ये ते उडून जातं. म्हणजे खारवलेली मासळी सुकीही होते. सुकी झाल्यानं त्यातलं पाणी जीवाणूंना उपलब्ध होत नाही. झालंच तर वाढीव खारटपणाच्या परिस्थितीतही जीवाणू आपली वाढ करू शकत नाहीत. म्हणजे दुहेरी फायदा."

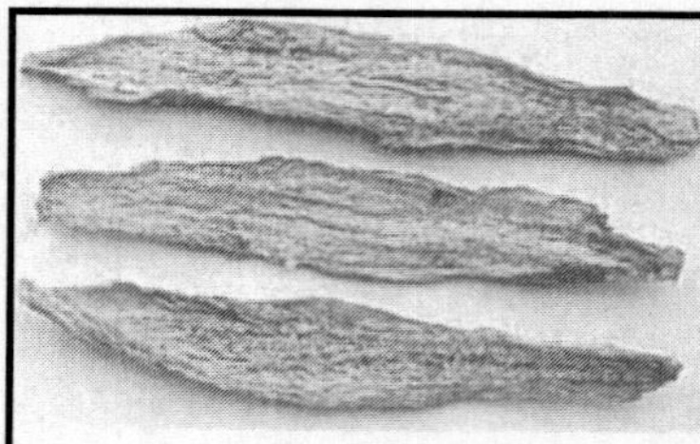

सुका बोंबील

"शिवाय अशी सुकी मासळीही भाजीत घालून खातात. पालकच्या किंवा भरल्या वांग्याच्या भाजीत सोडे म्हणजेच सुकी कोळंबी घालतात. सुकट म्हणजेही दुसऱ्या प्रकारची छोटी कोळंबीच. तिची वाटून चटणी करतात. सुका बांगडा थोडं तेल घालून खरपूस भाजून घेतला की तो कुसकरून, त्यात कांदा घालून त्याची किसमूर करतात. समुद्र-किनाऱ्या-पासून दूरच्या भागात जिथं ताजे मासे पोचू शकत नसतं तिथं ही सुकी मासळी भरपूर खाल्ली जात असे."

"सुक्या बोंबलाची तर काकू इंग्रजांनाही चटक लागली होती. मुंबईच्या गोदीत त्यांना तो आढळला म्हणून त्यांनी त्याचं बॉम्बे डक असं बारसं केलं. बोंबलात पाणी जास्ती असतं. तो सुकवला की ते सगळं निघून जातं आणि उरत जवळजवळ एक काडी."

"म्हणून काडी पैलवान असणाऱ्यांना सुका बोंबील म्हणत असत का?"

"हो, पण उपमा समर्पक होती की नाही? अर्थात इंग्रजांना सुक्या मासळीचं वावडं नव्हतं. कारण युरोपात जनावरांचं मांस खारवून ठेवणं पूर्वापार चालत आलेलं आहे. भल्यामोठ्या लाकडी पिंपात भरपूर मीठ आणि मांस यांचं मिश्रण घालून ते बंद करून ठेवत असत. तिथल्या थंडीत मिठानं त्या मांसात शिरकाव करून आपलं काम सुरू करेपर्यंत मांसाला जीवाणूंची बाधा होण्याची शक्यताही कमी असे. त्यामुळे असं खारवलेलं मांस वर्षवर्षभर टिकत असे. कोलंबसासारखे दर्यावर्दी जेव्हा आपली गलबतं हाकारून सहासहा आठआठ महिने समुद्रावर काढत, तेव्हा त्याच्या खलाशांना रसद मिळे ती अशा खारवलेल्या मांसाचीच. जॉन स्टाईनबेक नावाचा एक अमेरिकन लेखक होता."

"माहिती आहे मला आई. त्याला नोबेल पारितोषिकही मिळालं होतं."

''ते ज्या कादंबरीसाठी मिळालं त्या ग्रेप्स ऑफ राथचा नायक असं मांस कसं खारवत असे याचं सविस्तर वर्णन त्यानं केलंय.''

''पण आई आपल्याकडे असे खारवलेले मासे असोत की कडधान्य असो, त्याचं सारं वाळवणं सगळं उन्हात. मग जिथं तेवढं उन पडत नाही तिथं हे वाळवणं कसं करत असतील?''

''तसं नाही हं गिरिजा, अगदी कोकणातही काही बारा महिने पाऊस नसतो. तिथंही चांगलं उन पडतंच आणि भर पावसात म्हावरं आणणाऱ्या बोटी बंदरावरच ठेवलेल्या असतात. नारळी पौर्णिमेला समुद्राला नारळ अर्पण करून त्याची शांती केली की मगच या बोटी हाकारल्या जात. त्यामुळे पावसाळ्यात मासे खारवण्याचा काही प्रश्नच उरत नसे.''

''तरीही गिरिजाचा प्रश्न तसा रास्तच आहे काकू. हे जे वाळवण आपण करतो ना त्याला एअर ड्राईंग म्हणतात. म्हणजे साधारण जे तापमान असतं त्या तापमानालाच पाण्याची वाफ होऊन उडून जाईल याची व्यवस्था केली जाते.''

''हो तर. कोणत्याही तापमानाला पाण्याची वाफ होतच असते, तुम्हीच तर सांगितलंत. आपण कपडे सुकवतो ते असेच.''

''बरोबर. पण ही वाफ होण्याचा वेग मंद असतो. त्यामुळे सगळं पाणी निघून जायलाही वेळ लागतो. मधल्या वेळात काही जीवाणूंची वाढ होऊ शकते. विशेषत: उघड्यावरच ते वाळवण घातलेलं असल्यामुळे हवेतल्या जीवाणूंना त्या मासळीमध्ये शिरकाव करणं सहज शक्य होतं.''

''पण मग दुसरा कोणता उपाय करायचा? भट्टीमध्ये घालून ते वाळवायचे की काय? पण तसं करताना ते शिजतीलही.''

''तुमचं म्हणणं खरं आहे काकू. तरीही जर शिजवलेले काही पदार्थच वाळवायचे असले तर त्यासाठी तो उपाय करता येईलच की. समजा भात शिजवलाय.''

''पण तो कशाला वाळवायचा?''

''का? अलीकडे तुम्ही ती इन्स्टंट बिर्याणी, आमटी किंवा भाजीची पाकिटं पाहिलेली आहेत ना. ती म्हणजे त्या पदार्थाची भुकटीच असते. तिच्यात गरम पाणी घालून ढवळलं की तयार. विशेषत: अनेक प्रकारच्या सूपची अशी पाकिटं आजकाल मिळतात. तरीही ही पद्धत फारशी वापरली जात नाही आणि वापरली गेलीच तर तापमान साठ अंशापर्यंतच चढेल याची खबरदारी घेतली जाते. म्हणजे तो पदार्थ शिजत नाही आणि त्याची मूळ चवही तशीच राहते. सुकवलेल्या फळांसाठी हा मार्ग स्वीकारला जातो. त्यापेक्षा तापमान वाढलं तर त्यातल्या प्रथिनांची, इतर पोषक पदार्थांची काही प्रमाणात मोडतोडही होईल. त्यासाठी दुसऱ्याच एका प्रक्रियेचा शोध लावला गेला आहे. त्याला फ्रीज ड्राईंग म्हणतात.

म्हणजे पदार्थ गोठवून वाळवायचा.''

''तो कसा वाळेल आई. गोठल्यावर त्या पाण्याचा बर्फ होईल. त्याचे खडे होतील, माझ्या आईस्क्रीममध्ये झाले होते तसे.''

''आईस्क्रिम हे एक इमल्शन होतं गिरिजा. त्यामुळे त्यातले स्निग्ध पदार्थ आणि पाणी वेगवेगळी गोठली. पण इतर पदार्थांमधलं पाणी असं वेगळं होत नाही. तरीही ते गोठतं. त्यानंतर असा गोठलेला पदार्थ निर्वात पोकळीत ठेवला जातो. तसं केल्यानं त्या पदार्थावरचा हवेचा दाब एकदम कमी होतो. त्यामुळे मग त्या गोठलेल्या पाण्याची म्हणजेच बर्फाची एकदम वाफच होते.''

''एकदम वाफ? म्हणजे ते वितळून पाणी न होता?''

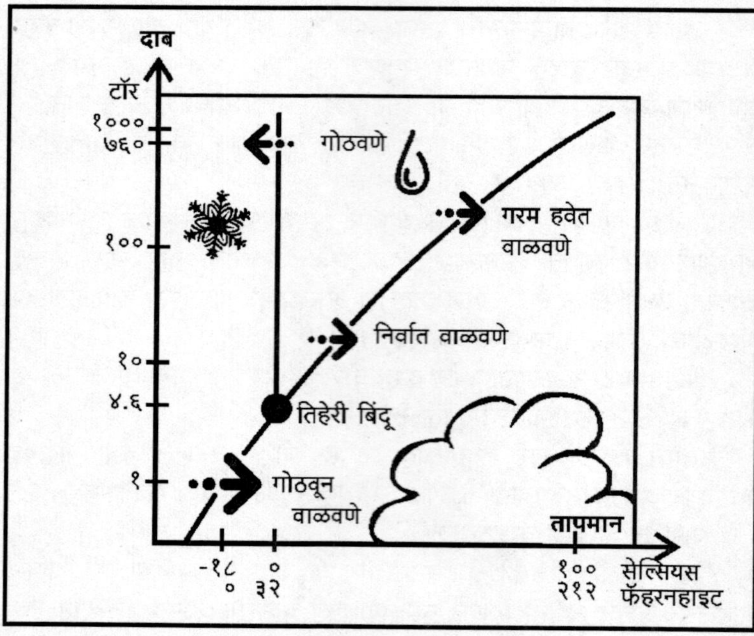

''हो, घन रूपातून द्रव रूपाचा पट्टा पार करून एकदम वायू रूप. याचं कारणही मी तुला सांगितलं आहेच. पाण्याचा उत्कलन बिंदू हा त्यावर असणाऱ्या हवेच्या दाबानुसार बदलत असतो. कमी दाबाला तो उतरत राहतो. आता हवेचा दाब शून्यावर आला तर उत्कलन बिंदूही शून्याजवळ पोचतो. त्यामुळे बर्फ वितळण्याऐवजी थेट वाफेतच रूपांतरित होतो. अशी ती वाफ उडून गेली की तो पदार्थ कोरडाच झाला की नाही.''

''म्हणजेच सुकला. इन्स्टंट कॉफी अशीच तयार करतात. पण इतरही

पदार्थांसाठी हाच उपाय आता वापरला जातो.''

''ताई, आपण मुरांबेही करतो. छुंदाही करतो. ते बरेच दिवस टिकतातही. पण त्या मुरांब्यांमध्ये आपण मीठही घालत नाही की लिंबाचा रस, व्हिनेगारही घालत नाही. मग ते असे टिकतात कसे?''

''जसं जास्ती मीठ किंवा क्षार असलेल्या स्थितीत जीवाणू तग धरू शकत नाहीत तसेच ते जास्ती साखर असलेल्या पर्यावरणातही तगू शकत नाहीत. मीठ जसं पदार्थांमधलं पाणी शोषून घेतं तशीच साखरही पाणी शोषून घेते. फळांमध्ये असलेल्या माफक साखरेचा फन्ना पाडून जीवाणू आपली वाढ करू शकतात. पण प्रमाणाबाहेर साखर असली तर मात्र त्या वातावरणात त्यांचा टिकाव लागत नाही. त्यामुळेच मग मुरांबे किती तरी दिवस टिकतात.''

''पण आई परवा तर मी ऑरेंज मार्मालेड घ्यायला गेले तर ते खराब झालं होतं. आणि ते तर चांगलं फ्रिजमध्येच ठेवलं होतं.''

''हो, पण तू त्या बाटलीला गेल्या सहा महिन्यात हातही लावला नव्हतास. तिचं झाकणही घट्ट लावलं नव्हतंस.''

''त्यामुळे मग त्या बाटलीत जीवाणूंचा शिरकाव झाला की काय? तरीही त्या मुरांब्यातलं साखरेचं प्रमाण काही कमी झालेलं नव्हतं.''

''नव्हतं ना झालेलं. पण तू मुरांबा खराब झाला म्हणतेस तो नासल्यामुळे नाही. तो खाल्ला असतास तर तुला कोणतीही बाधा झाली नसती. हं, आता त्या मुरांब्याची चव नसती लागली. कारण त्या मुरांब्याच्या पोतात फरक पडला होता.''

''तो तरी कशामुळे पडला?''

''बरेच दिवस वापरात नसल्यामुळे आणि तापमानही कमी असल्यामुळे त्यातल्या पाण्याचा अंश गोठायला लागला होता. त्यामुळे त्यातल्या विरघळलेल्या साखरेचंही स्फटिकीकरण व्हायला लागलं होतं. थोडक्यात त्या मुरांब्यात खडे व्हायला लागले होते. त्याचा एकसंधपणा नाहीसा होत चालला होता. त्यामुळे त्याच्या क्वालिटीत फरक पडला होता. त्याच्या खाण्याच्या योग्यतेत काही घट नव्हती झाली.''

''तुम्ही त्या निरनिराळ्या एक्स्पायरी डेट्सबद्दल सांगितलं होतंत त्याची आठवण झाली ताई.''

''योग्य आठवण करून दिलीत काकू. म्हणजेच मुरांब्याचं चव-पोत टिकवून धरण्याचं आयुष्य वेगळं आणि तो खाण्याजोगा न राहण्याचा कालखंड वेगळा. थोडक्यात गिरिजा तुझा तो मुरांबा म्हातारा झाला होता. त्यामुळे विसविशीत बनला होता. ताजेपणाची टवटवी हरवून बसला होता.''

''ताई, आपलं नेहमीचं पिशवीतलं किंवा बाटलीतलं दूध आणलं तर फ्रिजमध्ये ठेवूनही दोन तीन दिवसांपलीकडे टिकत नाही. पण त्या कागदी डब्यातलं दूध दीड

दीड महिना टिकतं म्हणतात. ते कसं काय?''

''गवळ्याकडून घेतलेलं धारोष्ण दूध तर तेवढंही टिकणार नाही. ते उकळून ठेवलंत तर टिकेल जरा जास्त. पण मग त्यात जे केसिनचे गोळे असतात ते एकत्र येऊन त्यांच्या गुठळ्या होतात. यालाच आपण साय म्हणतो. ती वेगळी होते. ती परत दुधात एकजीव होऊ शकत नाही. काही प्रथिनांचाही नाश होतो.''

''पण मग तापवायचंच कशाला म्हणते मी?''

''कारण दुधात जे जीवाणू असतात, ते घातक ठरू शकतात. तेव्हा दूध टिकवायचं तर ते निर्जंतुक करायला हवं. पण तसं करायला गेलं तर मग ते उकळवावं लागतं आणि मगाशी म्हटल्याप्रमाणे त्याची पोषणमूल्यं कमी होतात. तेव्हा तेही टाळायचं आणि जीवाणूंपासूनही सुटका मिळवायची तर मग पाश्चरनं शोधून काढलेली पाश्चरायझेशनची पद्धत अमलात आणावी लागते. बाटलीबंद किंवा पिशवीबंद दूध जे मिळतं ते अशी प्रक्रिया केलेलं असतं.''

''म्हणजे काय केलेलं असतं?''

''त्यासाठी दूध तापवलं जातं. पण सत्तर अंशांपर्यंतच आणि तेही आपण भांडं चुलीवर ठेवून तापवतो तसं थेट तापवलं जात नाही. तर ते एका नळीत सोडलं जातं. त्या नळीच्या बाहेरच्या बाजूला गरम पाण्याचे नळ त्याला टेकवलेले असतात. त्यामुळे मग त्या नळीतून वेगानं जात असताना दूधही तापतं. पण हा नळीतला प्रवास जेमतेम वीस सेकंदांचा असतो.''

''आणि तसं केल्यानं ते निर्जंतुक होतं.''

''नाही. ते निर्जंतुक करण्याचा प्रयत्नही होत नाही. पण या प्रक्रियेमुळे

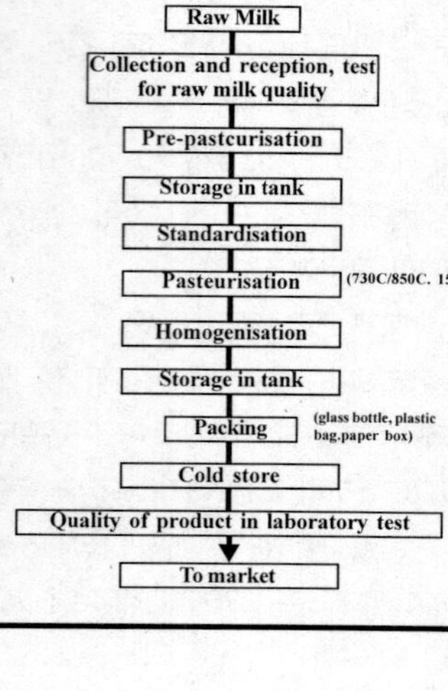

त्यातल्या रोगजंतूंचं प्रमाण कमी होतं. शिवाय या प्रक्रियेनंतर ते ताबडतोब थंड केलं जातं. त्याचं तापमान पाचसहा अंशांपर्यंत उतरवलं जातं. त्यामुळे तिथं असलेल्या रोगजंतूंची वाढ होत नाही. त्याच स्थितीत आणि निर्जंतुक वातावरणात ते पॅकबंद केलं जातं. त्यामुळे मग त्या बाटलीत किंवा पिशवीत आणखी रोगजंतूंचा शिरकाव होत नाही. त्याच स्थितीत ते ठेवलं तर मग त्याचा टिकाऊपणा वाढतो. ते दुसऱ्या गावी सहज नेलं जाऊ शकतं. आपल्या घरापर्यंत येईपर्यंत त्याचं तापमान पाचसहा अंशच राखण्याचा प्रयत्न केला जातो. घरी आणल्यावरही ते तसंच फ्रिजमध्ये ठेवलं तर एखादा दुसरा दिवस टिकतं.''

''थोडक्यात दुधाचा टिकाऊपणा तात्पुरता वाढवण्याचाच उद्देश असतो म्हणाना.''

''हो. पण कागदी डब्यांमधून किंवा टेट्रापॅकमधून जे मिळतं त्यावरची प्रक्रिया मात्र वेगळी असते. त्या दुधाला यूएचटी दूध म्हणजेच अल्ट्रा हाय टेम्परेचर असं नाव आहे. कारण ते १३५ अंशापेक्षाही अधिक तापमानाला तापवलं जातं.''

''म्हणजे उत्कलनबिंदूच्याही पलीकडे. उकळण्याच्याही पलीकडे.''

''मग त्यातली साय वेगळी का होत नाही? त्यातल्या प्रथिनांची मोडतोड का होत नाही?''

''कारण त्या तापमानाला ते जेमतेम एक-दोन सेकंदच ठेवलं जातं. त्यामुळे दुधातल्या जीवाणूंचा तार नाश होतोच. पण काही जीवाणू कोशरूप घेऊन सुप्तपणे वावरतात, त्या कोशांचाही नाश होतो. शिवाय ती प्रक्रिया केवळ एकदोन सेकंदांचीच असल्यामुळे इतर रासायनिक क्रिया होण्यासाठी पुरेसा वेळच मिळत नाही. हं आता त्यात मैलार्ड प्रक्रिया होणार नाही याची काळजी मात्र घ्यावी लागते.''

''तीच प्रक्रिया ना ज्यात साखर जळून काळवंडल्यासारखी होते.''

''तीच. तेवढी काळजी घेतली की मग असं दूध सहा सहा महिन्यांपर्यंतही टिकू शकतं. मात्र ते पॅकबंद आहे तोवरच. एवढंच काय पण तसा पॅक फ्रीजमध्ये ठेवायचीही गरज भासत नाही. एकदा का तो उघडला की मग मात्र ते दूध फ्रीजमध्येच ठेवायला हवं आणि मग ते एक दोन दिवसापलीकडे टिकत नाही.''

''फक्त दूधच अशा प्रकारे जास्ती दिवस टिकवता येतं का?''

''नाही. इतर पदार्थही आहेत. साय म्हणजेच क्रीमही मिळतं आजकाल अशा डब्यांमधून. झालंच तर फळांचे रस, काही सूपसुद्धा. काही ठिकाणी तर वाईनसुद्धा अशी तयार करून डब्यांमधून ठेवण्याचे

प्रयोग झाले आहेत. कोणत्याही द्रवपदार्थांसाठी त्याचा उपयोग होऊ शकतो.''

''पण असं दूध किंवा क्रीम त्या टेट्रापॅकमधूनच का मिळतं?''

''खरं तर तो टेट्रापॅक नसतो. जसं प्रकाशाचं वापर करून प्रती निर्माण करण्याच्या प्रक्रियेला झेरॉक्स नाव मिळालं तसं या प्रकारच्या डब्यांना टेट्रापॅक हे नाव दिलं गेलं आहे. कारण या धर्तीचा पहिला डबा पिरॅमिडच्या आकाराचा होता. वैज्ञानिक भाषेत त्याला टेट्राहेड्रन म्हणतात. म्हणून टेट्रापॅक. खरं तर ही स्वीडनमध्ये विकसित झालेली निर्जंतुक वातावरणात पदार्थ पॅकबंद करण्याची नवी प्रक्रिया आहे. त्यासाठी बाटल्यांऐवजी या प्रकारचे विशिष्ट डबे वापरता येऊ लागल्यामुळे तर ते अधिकच लोकप्रिय झालं. उच्च तापमानाला तापवून निर्जंतुक केलेलं ते दूध त्याच वातावरणात पॅकबंद करणं आवश्यक असतं. म्हणून मग ते त्या प्रक्रियेचा वापर करून त्या डब्यांमध्ये पॅक केलं जातं. त्याचं उपयुक्त आयुष्य अशा प्रकारे वाढवलं जातं. आता आणखी एक अत्याधुनिक तंत्रज्ञान विकसित झालं आहे.''

''अत्याधुनिक म्हणजे तिकडे अमेरिकेत वगैरे असेल. आपल्याकडे ते अजून आलेलं नसणार.''

''मुळीच नाही. आपल्याच मुंबईच्या भाभा अणुकेंद्रानं ते विकसित केलेलं आहे. त्यामध्ये अन्नपदार्थांवर किरणोत्सर्गी प्रारणाचा मारा केला जातो. त्याचा फार मोठा डोस त्या पदार्थांना दिला जातो.''

''त्यामुळे काय होतं?''

''त्यामुळे त्यातले जीवाणू विषाणू पार मारले जातात. त्यांची अंडी किंवा कोषही शिल्लक राहत नाहीत. शेतातून कापणी केलेल्या व नाशवंत अशा पिकांचं आयुष्य जसं यामुळे वाढवलं जातं, तसंच शिजवलेलं अन्नही जास्ती दिवस टिकून राहतं. लासलगावला त्यांनी कांद्यावर प्रक्रिया करणारं केंद्र स्थापनही केलं आहे आणि आता आंब्यावरही अशीच प्रक्रिया करून ते आंबे परदेशात निर्यातही केले जात आहेत.''

''पण आई, या किरणोत्सर्गाचे फार अनिष्ट परिणाम होतात असं परवाच पेपरमध्ये छापून आलं होतं. मग त्याचा एवढा मोठा डोस दिल्यावर त्या पदार्थाची पोषणशक्ती अगदीच नाहीशी होत असेल आणि चवही.''

''मुळीच नाही. त्याच्याही चाचण्या भाभा अणुशक्ती केंद्रानं घेतल्या आहेत. आणि त्यानंतरच ती प्रक्रिया प्रमाणित केली आहे. अग, अमेरिकेच्या फूड ॲन्ड ड्रग ॲडमिनिस्ट्रेशन या संस्थेनंही त्याला मान्यता दिली आहे. त्यामुळेच अशीच प्रक्रिया केलेले आंबे तिथल्या बाजारात पोचू शकले आणि हे सगळं कोणत्याही प्रकारचा दुसरा पदार्थ त्यामध्ये न घालता.''

''हो आई, अलीकडे काही ज्यूस म्हणजे फळांचे रस मिळतात. त्यांच्या डब्यांवर नो प्रिझर्वेटिव्ह ॲडेड असं लिहिलेलं असतं. म्हणजे मग त्या कार्टनमधल्या दुधात असे काही टिकवण्याला मदत करणारे पदार्थ असतात की काय?''

''नाही. मुळीच नाही. ते त्या फळांच्या रसांसारखंच नैसर्गिक अवस्थेतलंच असतं. पण बरी आठवण केलीस. काही पदार्थांमध्ये ते टिकवण्यासाठी काही रसायनांचा समावेश केला जातो. त्यामुळे त्यांचा टिकाऊपणा वाढला तरी अशी रसायनं नेहमीच निर्धोक नसतात. त्यापैकी काही आरोग्याला घातक ठरू शकतात.

म्हणून त्यांचा वापर टाळण्याकडेच अलीकडे ध्यान दिलं जातं.''

''हवेतच कशाला असे पदार्थ? आपल्या पूर्वीपासून चालत आलेल्या परंपरांचं पालन केलं तरी पदार्थ टिकतातच की.''

''पण काकू तसं पाहिलं तर मीठ टाकणं किंवा साखरेच्या पाकात बुडवणं म्हणजेही एका प्रकारे प्रिझर्वेटिव्हच वापरल्यासारखं आहे की.''

''हो बाई. हे माझ्या लक्षातच आलं नव्हतं.''

''पण काळजी करू नका. हे सगळे प्रिझर्वेटिव्ह नैसर्गिक आणि नेहमी आपल्या खाण्यात असलेल्या पदार्थांपैकीच आहेत. त्यामुळे ते घातक ठरण्याचा प्रश्नच येत नाही.''

''तेव्हा काकू वाळवणाबरोबरच तुम्ही लोणची घालणं आणि मुरांबे करणंही सोडू नका.''

''म्हणजे तुझी आयतीच सोय झाली, असंच की नाही?''

■